AF892849

INSIGHT PUBLICA®

INSIGHT PUBLICA®
Nadakkavu, Kozhikode, Kerala, 673011
Tel:0495–4020666
www.insightpublica.com
e-mail: insightpublica@gmail.com
Adaminte Palavum Ramante Sethuvum
Ravichandran C
(Malayalam Study)
First Insight Edition: October 2019

ISBN 978-81-943574-0-7
Printed and Published by
Insightinpublica Printers & Publishers Pvt. Ltd.

ആദാമിന്റെ പാലവും രാമന്റെ സേതുവും

രവിചന്ദ്രൻ സി

INSIGHT PUBLICA ®

"Reality is that which,
when you stop believing in it,
doesn't go away"
Philip K. Dick

ഇരുട്ടകീറുന്നൊരു വജ്രസൂചി

മത ജീവിതത്തിന്റെ മൂടുപടം കൊണ്ട് മലയാളിയുടെ മനുഷ്യ ജീവിതം ആഛാദനം ചെയ്യാനുള്ള വ്യഗ്രത ഒരു ഭാഗത്ത് സജീവമായി നടക്കുമ്പോഴും മനുഷ്യത്വത്താൽ പ്രചോദിതമായ മാനവ ചിന്തകളാൽ പ്രകാശപൂരിതമാണ് കേരളം എന്ന് മനസ്സിലാകുമ്പോൾ നമുക്ക് ഏറെ സന്തോഷവും ഉത്സാഹവും ലഭിക്കുന്നു. അത്തരമൊരു ആഹ്ലാദമാണ് ഈ പുസ്തകം പ്രസിദ്ധീകരിക്കുമ്പോൾ ഞങ്ങൾ അനല്പമായി അനുഭവിക്കുന്നത്.

യുക്തിവിചാരവും ശാസ്ത്രീയ ചിന്താധാരയും നവോത്ഥാനന്തരം പതുക്കെ പതുക്കെ പടിയിറങ്ങുന്നത് നമ്മൾ കാണുന്നു. യാഥാസ്ഥിതികത്വത്തെ സ്വീകരിക്കാനുള്ള ഒരു തയ്യാറെടുപ്പ് മലയാളിബോധം നടത്തുകയാണോ എന്ന് നാം സംശയിച്ചു പോകുന്ന സംഭവ വികാസങ്ങൾക്കാണ് വർത്തമാന കേരളം സാക്ഷ്യം വഹിക്കുന്നത്.

ഇത്തരമൊരു സന്ദർഭത്തിലാണ് യുക്തിവിചാരത്തിന്റെ നവതരംഗമായി സ്വതന്ത്ര ചിന്ത കേരളീയ പൊതുബോധത്തിൽ സജീവമായിത്തീരുന്നത്. ഇരുട്ടകീറുന്നൊരു വജ്രസൂചിയായി അത് നമ്മെ ഉത്സാഹഭരിതമാക്കുന്നു. ഊഹാപോഹങ്ങളെയും വിശ്വാസ പ്രമാണങ്ങളെയും അടിസ്ഥാനമാക്കി കെട്ടിപ്പൊക്കുന്ന യാഥാസ്ഥിതികത്വത്തിന്റെ നെടുങ്കോട്ടകളെ അക്രമിക്കുകയാണ് സ്വതന്ത്ര ചിന്തകൾ. അതിൽ അഗ്രഗാമിയായ രവിചന്ദ്രൻ സി.യുടെ *സ്വപ്നാടനത്തിൽ ഒരു ജനത, ആദാമിന്റെ പാലവും രാമന്റെ സേതുവും* എന്നീ രണ്ടു പുസ്തകങ്ങൾ ഞങ്ങൾ ഇത്തരുണത്തിൽ പ്രസിദ്ധീകരിക്കുകയാണ്. നവോത്ഥാനത്തിന്റെ ഇടർച്ചകൾക്ക് മുമ്പിൽ ഈ ചിന്തകൾ പ്രകാശം പരത്തുക തന്നെ ചെയ്യും. പുസ്തകങ്ങൾ പ്രസിദ്ധീകരിക്കാൻ അനുമതി നൽകിയ രവിചന്ദ്രൻ സിയോട് നന്ദി, സ്നേഹം.

സുമേഷ് ഇൻസൈറ്റ്

കൊട്ടാരക്കര താലൂക്കിലെ പവിത്രേശ്വരം വില്ലേജിൽ 1970-ൽ ജനനം. ശ്രീ. കെ ചന്ദ്രശേഖരൻപിള്ളയുടേയും പരേതയായ ശ്രീമതി പി ഓമനയമ്മയുടേയും മകൻ. സെന്റ്ജൂഡ് ഹൈസ്കൂൾ,മുഖത്തല, എസ്.എൻ. കോളജ്, കൊല്ലം എന്നിവിടങ്ങളിലായി വിദ്യാഭ്യാസം. കേരളാ യൂണിവേഴ്സിറ്റിയിൽ നിന്നും ഇംഗ്ലീഷ്, ഇക്കണോമിക്സ്, പൊളിറ്റിക്സ്, ഹിസ്റ്ററി, സോഷ്യോളജി, ഫിലോസഫി, കോമേഴ്സ്, മലയാളം, പബ്ലിക് അഡ്മിനിസ്ട്രേഷൻ എന്നീ വിഷയങ്ങളിൽ പോസ്റ്റ് ഗ്രാജ്വേറ്റ് ബിരുദം നേടിയിട്ടുണ്ട്. കേരളാ പബ്ലിക് സർവ്വീസ് കമ്മീഷൻ ഓഫീസിൽ 11 വർഷത്തെ സേവനം. ഇപ്പോൾ തിരുവനന്തപുരം യൂണിവേഴ്സിറ്റി കോളേജിൽ ഇംഗ്ലീഷ് ഡിപ്പാർട്ടുമെന്റിൽ അസിസ്റ്റന്റ് പ്രൊഫസർ.

കൃതികൾ: *നാസ്തികനായ ദൈവം, മൃത്യുവിന്റെ വ്യാകരണം, പകിട 13: ജ്യോതിഷഭീകരതയുടെ മറുപുറം, ബുദ്ധനെ എറിഞ്ഞ കല്ല്, ബീഫും ബിലീഫും, മസ്തിഷ്കം കഥ പറയുമ്പോൾ(വിവർത്തനം), അമ്പിളിക്കുട്ടന്മാർ, സുവിശേഷ വിശേഷം: വെള്ളയിൽ വരുമ്പോൾ, വാസ്തുലഹരി: ചൂഷണത്തിന്റെ കന്നിമൂലകൾ, സ്വപ്നാടനത്തിൽ ഒരു ജനത*

E-mail: ravichandran200055@gmail.com

Blog: nasthikanayadaivam.blogspot.com

രവിചന്ദ്രൻ സി

ഇന്ത്യ എന്റെ രാജ്യമാണ്

മിക്കപ്പോഴും എതിർപ്പ് നിർമ്മിക്കപ്പെടുന്നത് അറിവുളവാക്കുന്ന അസ്വസ്ഥതയിൽ നിന്നായിരിക്കും. വിഷയത്തെപ്പറ്റിയുള്ള സമ്പൂർണ്ണമായ അജ്ഞതയും രൂക്ഷമായ പ്രതിഷേധത്തിന് ജന്മം കൊടുക്കാം. രാമസേതുവുമായി ബന്ധപ്പെട്ട് ഇന്ന് തെരുവിലിറങ്ങുന്നവരിൽ മഹാഭൂരിപക്ഷവും ഇതിലേത് ഗണത്തിൽപെടുന്നുവെന്ന് കാണാൻ പ്രയാസമില്ല. വിവാദങ്ങളെപ്പറ്റിയുള്ള പുസ്തകങ്ങൾ അവയെ തളർത്തുകയോ വളർത്തുകയോ ചെയ്യാമെന്ന് ചരിത്രം സാക്ഷ്യപ്പെടുത്തുന്നുണ്ട്. എങ്കിലും ഇവിടെ പ്രസ്താവിക്കുന്നത് മരം മഴവിനോട് പറയാനിടയുള്ളത് മാത്രമാകുന്നു.

രാഷ്ട്രശരീരത്തിൽ മതം നിർമ്മിക്കുന്ന തിരുമുറിവുകൾ പ്രാർത്ഥനകൊണ്ട് പരിഹരിക്കാവുന്നതല്ല. എൺപതുകൾക്കൊടുവിലെ രാമജന്മഭൂമി-ബാബറി മസ്ജിദ് വിവാദം രാജ്യത്തിന്റെ രാഷ്ട്രീയ ഭൂപടം തന്നെ മാറ്റിയെഴുതി. വർഷങ്ങൾക്ക് ശേഷം ഇന്ന് തിരിഞ്ഞുനോക്കുമ്പോൾ രാജ്യത്തെ ഓരോ പൗരനും അതുകൊണ്ടുണ്ടായ ആത്യന്തികനേട്ടമെന്തായിരുന്നുവെന്ന ചോദ്യം നമ്മെ നോക്കി പരിഹസിക്കുന്നുണ്ട്. അതിരുകവിഞ്ഞ മതബോധമുള്ള സമൂഹങ്ങളിൽ കാലുഷ്യവും അസ്വസ്ഥതകളും കൃത്രിമമായി സൃഷ്ടിക്കുവാൻ എളുപ്പമാണ്. അധികാരത്തോടുള്ള അസഹ്യമായ ആസക്തി മാത്രം കൈമുതലായ രാഷ്ട്രീയനേതൃത്വം പഴകിയ ഇതിവൃത്തങ്ങളുമായി വീണ്ടുമെത്തുന്നതിൽ അത്ഭുതപ്പെടാനാവില്ല. തങ്ങൾക്ക് മടുത്താലും ജനം മാറുന്നില്ലെന്ന തിരിച്ചറിവാകാം ഇത്തരം അനാകർഷകമായ ആവർത്തനങ്ങൾക്ക് നിദാനമാകുന്നത്.

രാഷ്ട്രീയം ഒരു കെട്ടുകഥയിലേക്ക് പരിമിതപ്പെടുന്നത് ജനാധിപത്യത്തിൽ സംഭവിക്കാൻ പാടില്ലാത്ത ഒരു തമാശയാകുന്നു. നാമം ചൊല്ലി അധികാരം പിടിച്ചെടുക്കുമ്പോൾ ഒരേസമയം കാല്പനികവും മനംമടുപ്പിക്കുന്നതുമായ ഒരവസ്ഥ സംജാതമാകുന്നുണ്ട്. സത്യത്തിൽ

ഇന്ത്യൻ രാഷ്ട്രീയത്തിലെ സറിയലിസ്റ്റ് പരിണാമത്തേയാണിത് സൂചിപ്പിക്കുന്നത്. പ്രത്യയശാസ്ത്ര ബാദ്ധ്യതയില്ലാത്ത ജനതയ്ക്ക് ഭൂതകാലം കൃത്രിമമായ ആശ്വാസവും വ്യാജമായ അഭിമാനവും കൊണ്ടുവരും. അപകർഷതാബോധത്തെ അന്ധതകൊണ്ട് മറയ്ക്കാനാവും എന്നത് ചരിത്രസത്യമെന്ന നിലയിൽ തന്നെ അംഗീകരിക്കപ്പെട്ടിരിക്കുന്നു. അറിയാതിരിക്കുന്നതിലൂടെ അസ്വസ്ഥതകളെ പുറംതള്ളാമെന്നാണ് നാം പരിചയിക്കുന്നത്. അറിയാതിരിക്കുക എന്നതുപോലെ നിർണ്ണായകമായ രാഷ്ട്രീയപ്രവർത്തനം തന്നെയാണ് അറിയിക്കാതിരിക്കുക എന്നതും.

പെരുന്നാളിന് തീൻമേശകൾ നിറയ്ക്കാനായി വണ്ടിയിൽ കയറ്റി കൊണ്ടുപോകുന്ന കാലിക്കൂട്ടത്തെപോലെ ഒരു ജനതയെ പോളിംഗ് ബൂത്തിലേക്ക് ആട്ടിതെളിക്കാനായി അവതാരങ്ങൾ പ്രത്യക്ഷപ്പെട്ടുമ്പോൾ എല്ലാ അവതാരങ്ങളും ആവശ്യത്തിന്റെ സൃഷ്ടിയാണെന്ന പ്രഖ്യാപിത തത്വത്തിന് വണ്ണം വെക്കുകയാണ്. സ്വപ്നങ്ങളിൽ ജീവിക്കാതിരിക്കുക എന്നത് ഏതൊരു വിശ്വാസിയും കൊണ്ടുനടക്കുന്ന ശരാശരി യുക്തിബോധമാണ്;എന്നാൽ സ്വപ്നങ്ങൾ വിറ്റഴിക്കുന്നതിന് അത്തരം നിയന്ത്രണങ്ങൾ ബാധകമാകുന്നില്ല. അകലുന്ന തെരഞ്ഞെടുപ്പിൽ അവതാര സാദ്ധ്യതകൾ നനഞ്ഞ് കുതിരുമെന്നറിയാവുന്നവരാണ് വിസിലടിച്ച് കളി കൊഴുപ്പിക്കുന്നത്. വോട്ടെറെന്നനിലയിൽ ശ്രീരാമൻ നമുക്കപരിചിതനല്ല. ജാതീയമായി ഛിന്നഭിന്നമായികിടക്കുന്ന ഒരു സമൂഹത്തെ പൊതുദൈവങ്ങളെ ചൂണ്ടിക്കാട്ടി ഉത്തേജിപ്പിക്കുക എന്നത് ബുദ്ധി ഉപയോഗിച്ചുള്ള കളി തന്നെ. വിചിത്രമെന്നു പറയട്ടെ, മുന്നോട്ട് പോകുന്തോറും നമ്മുടെ ആയുധങ്ങൾ കൂടുതൽ പ്രാചീനമാകുകയാണ്. ശ്രീരാമൻ, ത്രിശ്ശൂലം, കുറി, ചരട്, യന്ത്രം, രാമായണം ഒക്കെ ഒരു ജനതയ്ക്ക് വ്യാജമായ പ്രതീക്ഷകൾ കൊണ്ടുവരുന്നു.

മതം കൊണ്ടുവന്നതാര് എന്ന ചോദ്യത്തിന് "പ്രഥമ വിഢ്ഢിയെ കണ്ടെത്തിയ ആദ്യത്തെ ചതിയൻ"എന്ന വിഖ്യാത ഉത്തരം നമ്മുടെ മുന്നിലുണ്ട്. വിജ്ഞാനം അവസാനിക്കുന്നിടത്ത് മതം ആരംഭിക്കുകയാണ്. കരയിൽ ഒരു ക്ഷേത്രം, കടലിൽ കുറെ പവിഴപ്പുറ്റുകൾ! 21-ാം നൂറ്റാണ്ടിലെ ഓരോ ഇന്ത്യക്കാരനും അഭിമാനിക്കാവുന്ന കാരണങ്ങൾ ചുട്ടെടുക്കുന്ന 'സാംസ്ക്കാരികപ്രവർത്തനം' വിപുലമാകുകയാണ്. പുറംകടലിൽ അറിയപ്പെടാതെകിടന്ന മണൽതിട്ടുകളാണ് രാജ്യത്തിന്റെ ഭദ്രതയും ഐശ്വര്യവും നിലനിർത്തിയതെന്ന് പ്രചരിപ്പിക്കാനും വിശ്വസിക്കാനും വിസമ്മതിക്കാത്ത വലിയൊരു ജനവിഭാഗം ഈ രാജ്യത്തുണ്ട്. ആത്മസുഖത്തിനായി ഒരു ജനതയെ

മുഴുവൻ നിർദ്ദയമായി കബളിപ്പിക്കുന്നവരോട് നമുക്കെങ്ങനെ പൊറു ക്കാനാവും? സ്വന്തം കണ്ണുകൾ വിറ്റ് കമനീയമായ ചിത്രങ്ങൾ വാങ്ങി ക്കൂട്ടുന്നവരെപ്പറ്റി ഫലിതം ചമയ്ക്കാനാവില്ല. ബൗദ്ധികവും വൈകാ രികവുമായ വിഷമവൃത്തങ്ങളിലേക്ക് സ്വയം വലിച്ചെറിയുന്നവരെ ഓർമ്മപ്പെടുത്തേണ്ടത് വിൽ ഡ്യൂറണ്ടിനെ തന്നെയാണ്: 'സത്യം നിങ്ങളെ സമ്പന്നനാക്കിയെന്നു വരില്ല;പക്ഷേ അത് തീർച്ചയായും നിങ്ങളെ സ്വതന്ത്രനാക്കും.

രവിചന്ദ്രൻ സി

ഉള്ളടക്കം

ആമുഖം

രാമനിൽ നിന്ന് സേതുവിലേക്കുള്ള ദൂരം

1957 ഒക്ടോബർ 5-ലെ സോവിയറ്റ് ദേശീയപത്രമായ പ്രവ്ദയിലെ പ്രധാനവാർത്ത ശീതകാലത്തെ നേരിടാൻ സോവിയറ്റ് സർക്കാർ നടത്തിയ തയ്യാറെടുപ്പുകളെ കുറിച്ചായിരുന്നു. ഒപ്പം സോവിയറ്റ് കമ്മ്യൂണിസ്റ്റ്പാർട്ടിയുടെ നയപരിപാടികളും പ്രഖ്യാപനങ്ങളും. എന്നാൽ ആദ്യപേജിൽ ഒരു ചെറിയ വാർത്ത ഒറ്റപ്പെട്ടു കിടന്നിരുന്നു. മനുഷ്യനിർമ്മിതമായ ആദ്യ ബഹിരാകാശവാഹനമായ സ്പുട്നിക് വിജയകരമായി വിക്ഷേപിച്ചുവെന്നതായിരുന്നു 'ടാസ്' റിപ്പോർട്ടായി വന്ന ആ വാർത്ത. ഒരു മാസത്തിനുശേഷം മോസ്ക്കോ തെരുവിലെ ഒരു നായയ്ക്ക് ലെയ്ക്ക എന്ന പേരിട്ട് അതിനെ സ്പുട്നിക്കിൽ കയറ്റി ബഹിരാകാശത്തെത്തിച്ച് റഷ്യ വീണ്ടും ചരിത്രം കുറിച്ചു. കൃത്രിമ ശ്വാസോച്ഛ്വാസത്തിനുള്ള സൗകര്യം വരെ വാഹനത്തിൽ ഒരുക്കി 10 മണിക്കൂർ ലെയ്ക്കയുടെ ജീവൻ നിലനിറുത്താനും അവർക്ക് സാധിച്ചു. ഈ നേട്ടത്തോടും തണുപ്പൻ മട്ടിലാണ് സോവിയറ്റ് സർക്കാർ പ്രതികരിച്ചത്. പ്രസിഡന്റ് ക്രൂഷ്ചേവ് അഭിനന്ദനം ഒറ്റ വാചകത്തിലൊതുക്കി ഉറങ്ങാൻ പോയി. സ്പുട്നിക്കിൽ നിന്ന് റേഡിയോ തരംഗങ്ങൾ സ്വീകരിച്ച പാശ്ചാത്യറേഡിയോ സ്വീകരണികൾ വഴി വിവരം പുറത്തറിഞ്ഞു. ലോകം അത്ഭുതം കൊണ്ട് തരിച്ചുപോയ ആ വാർത്ത പാശ്ചാത്യ മാധ്യമങ്ങൾ അതിശയോക്തിയോടെ വിളമ്പി.

ന്യൂയോർക്ക് ടൈംസും ഗാർഡിയനുമടക്കമുള്ള പാശ്ചാത്യ മാധ്യമങ്ങളുടെ മുൻപേജ് ലെയ്ക്കയെ കുറിച്ചുള്ള വിശേഷങ്ങളുമായി നിറഞ്ഞ് തുളുമ്പിയപ്പോൾ ആഘോഷിക്കാൻ മറന്ന വിജയമായി ക്രൂഷ്ചേവിന് പോലും തോന്നിയിരിക്കണം. നമുക്ക് സോവിയറ്റ് കമ്മ്യൂണിസ്റ്റ് പാർട്ടിയുടെ രീതികളെ അനുകൂലിക്കുകയോ പ്രതികൂലിക്കുകയോ ചെയ്യാം.

പക്ഷേ മതത്തെ മയക്കിയിട്ട 70 വർഷങ്ങളിൽ വിവിധ രംഗങ്ങളിൽ സോവിയറ്റ് റഷ്യ കൈവരിച്ച നേട്ടം സമാനതകളില്ലാത്തതാണ്. അവർ നേട്ടങ്ങളിൽ മതിമറന്നാഹ്ളാദിച്ചില്ല, നിസ്സാരമായതിനെ താലോലിച്ചതുമില്ല. വിവാദപ്രളയത്തിൽ മുങ്ങിച്ചാവാൻ വെമ്പുന്ന ഒരു ജനതയാണ് നാം. അസത്യങ്ങളും അർദ്ധസത്യങ്ങളും കാട്ടുതീ പോലെ പരക്കുമ്പോൾ, യാഥാർത്ഥ്യം അനാഥമാകുന്നു. ഒരു താരതമ്യത്തിന് നാം തുനിയേണ്ടതാണെന്ന് തോന്നിപ്പോകുന്നു.യാഥാർത്ഥ്യം മട്ടുപ്പുളവാക്കുംവിധം തണുത്തിരിക്കുന്നു. അത് മനസ്സിലാക്കുന്നതിൽ ആവേശകരമായി എന്താണുള്ളത്?

രാമസേതു വിവാദം എന്നത് ഇന്ത്യക്കും ശ്രീലങ്കയ്ക്കും ഇടയിലുള്ള പാക് കടലിടുക്കിലൂടെ കപ്പലുകൾക്ക് സഞ്ചരിക്കാവുന്ന ഒരു സമുദ്രപാത നിർമ്മിക്കുന്നതിനെ സംബന്ധിച്ചുള്ള തർക്കമാണെന്ന് നമുക്കറിയാം. രാജ്യത്താകെ വൻ വികസന-തൊഴിൽ സാദ്ധ്യതകൾ നൽകാൻ ശേഷിയുള്ള നിർദ്ദിഷ്ട കപ്പൽപാത നിർമ്മിക്കുമ്പോൾ അതിനായി പാക് കടലിടുക്കിലുള്ള ചില മണൽത്തിട്ടകളും പവിഴപ്പുറ്റുകളും നീക്കം ചെയ്യേണ്ടതുണ്ട്. രാമായണത്തിൽ പാരാമർശിക്കപ്പെടുന്നപോലെ ശ്രീരാമന് വേണ്ടി വാനരസേന 17 ലക്ഷം വർഷം മുമ്പ് നിർമ്മിച്ച രാമസേതുവിന്റെ തിരുശേഷിപ്പാണ് ഈ മണൽത്തിട്ടകളെന്ന് വാദിച്ചാണ് സംഘപരിവാർ രംഗത്തെത്തിയത്. 'മനുഷ്യനിർമ്മിതമായ' രാമസേതുവിന്റെ അവശിഷ്ടങ്ങൾ കപ്പൽ പാതയ്ക്കായി നീക്കം ചെയ്യരുതെന്നവർ ശഠിക്കുന്നു. എന്നാൽ ഇത് കടലിന്നടിയിൽ സാധാരണ രൂപം കൊള്ളാറുള്ള പ്രകൃതിദത്തമായ പവിഴപുറ്റുകൾ മാത്രമാണെന്നാണ് ശാസ്ത്രം വിലയിരുത്തുന്നത്.

1998-ൽ വാജ്പേയി സർക്കാർ അംഗീകരിച്ചവതരിപ്പിക്കുകയും 2005 ജൂലൈ മാസം 2-ന് പ്രധാനമന്ത്രി മൻമോഹൻസിംഗ് ഉത്ഘാടനം ചെയ്യുകയും ചെയ്ത സേതുസമുദ്രം പദ്ധതിക്ക് 2427 കോടി രൂപ മുതൽമുടക്ക് പ്രതീക്ഷിക്കുന്നുണ്ട്. ഈ മണൽത്തിട്ടകൾ ഹിന്ദുക്കൾക്ക് രാമന്റെ സേതുവാണെങ്കിൽ മറ്റ് മതവിഭാഗങ്ങൾക്കത് വേറെ ചിലതാണ്. ക്രിസ്ത്യാനികളും മുസ്ലീങ്ങളും രാമസേതു സങ്കൽപ്പം അംഗീകരിക്കുന്നില്ല. ആദാമുമായി ബന്ധപ്പെടുത്തിയാണ് മുസ്ലീങ്ങൾ ഈ മണൽത്തിട്ടകളെ കാണുന്നത്. ഇന്ന് ശ്രീരാമന്റെ കാര്യത്തിൽ ഹിന്ദുത്വശക്തികൾ കാട്ടുന്ന അതിവൈകാരികത നാളെ മറ്റു മതക്കാർക്കും ആകാവുന്നതേയുള്ളു എന്ന് താൽപര്യം.

ശാസ്ത്രീയ പഠനങ്ങളെ നിരാകരിച്ച് വാല്മീകിയുടേയും തുളസിദാസിന്റേയും രാമായണമാണ് തെളിവായി സംഘപരിവാർ ഉന്നയിക്കുന്നത്! രാജ്യം രാമായണമനുസരിച്ച് മുന്നോട്ട് പോകണമെന്ന

തീരുമാനം അടിച്ചേൽപ്പിക്കാനുള്ള ശ്രമമാണ് മതേതരവാദികളുടെ എതിർപ്പ് ക്ഷണിച്ച് വരുത്തുന്നത്. രാമസേതുവിവാദം കത്തിപ്പടർന്നപ്പോൾ കേന്ദ്രഗവൺമെന്റ് സേതുസമുദ്രം പദ്ധതി സംബന്ധിച്ച് സുപ്രീംകോടതിയിൽ ശാസ്ത്രീയ വസ്തുതകളുടെ അടിസ്ഥാനത്തിൽ സമർപ്പിച്ചിരുന്ന സത്യവാങ്മൂലം തിടുക്കത്തിൽ പിൻവലിച്ചിരുന്നു. ശ്രീരാമനിലൂടെ ഒരു രാഷ്ട്രീയ തിരിച്ചുവരവ് പ്രതീക്ഷിച്ചവരെ തീർത്തും നിരാശരാക്കിയാണ് കേന്ദ്രസർക്കാർ ഇക്കാര്യത്തിൽ പിന്നോട്ടടിച്ചത്. ഇത്രപെട്ടെന്ന് കാര്യങ്ങൾ മരിവിപ്പിക്കപ്പെടുമെന്ന് ഹിന്ദുത്വശക്തികൾ പോലും നിനച്ചിട്ടുണ്ടാവില്ല. തിരിച്ചടി നേരിട്ട സംഘപരിവാർ വഴിപാടായി പ്രക്ഷോഭങ്ങൾ തുടരുന്നുവെങ്കിലും ലോക്സഭാ തെരഞ്ഞെടുപ്പ് ഉടനെയില്ലെങ്കിൽ രാമസേതു വിവാദം കൊണ്ട് ബി.ജെ.പി-ക്ക് പോലും വലിയ ഗുണമില്ലെന്ന അവസ്ഥയാണുള്ളത്. അപ്പോഴും രാഷ്ട്രതാല്പര്യങ്ങൾക്ക് സംഭവിച്ച കനത്ത തിരിച്ചടി അസ്വസ്ഥജനകമായി അവശേഷിക്കും. 140 വർഷമായി നിരവധി പാതകൾ പരിഗണിക്കുകയും വിവിധ കാരണങ്ങളാൽ ആദ്യത്തെ അഞ്ചുപാതകളും ഉപേക്ഷിക്കുകയും ചെയ്ത ചരിത്രമാണ് സേതുസമുദ്രം പദ്ധതിക്കുള്ളത്. ഉത്ഘാടനം ചെയ്യപ്പെട്ട ആറാമത്തെ പാതയും ഉപേക്ഷിക്കപ്പെടുമോ എന്ന ആശങ്ക നിലനിൽക്കുന്ന സാഹചര്യത്തിൽ ഇത്തരം വിവാദങ്ങളിലൂടെ രാഷ്ട്രത്തിന് നഷ്ടപ്പെടുന്നതെന്ത് എന്നൊരന്വേഷണത്തിന് കാലികപ്രസക്തിയുണ്ടെന്ന് കരുതുന്നു.

ഭാഗം 1
ഒരേ കടൽ: പാക് ഉൾക്കടൽ, മന്നാർ ഉൾക്കടൽ, പാക് കടലിടുക്ക്

ഒരു കടൽ ഭൂമി മുഴുവൻ വ്യാപിച്ചിരിക്കുന്നു. ഇന്ത്യയ്ക്കും ശ്രീലങ്കയ്ക്കുമിടയിലാണ് പാക് കടലിടുക്ക്(Palk Strait)എന്ന സമുദ്രഭാഗം വരുന്നത്. 1755-63 കാലത്ത് മദ്രാസ് പ്രസിഡൻസിയുടെ ഗവർണറായിരുന്ന സർ റോബർട്ട്പാകിന്റെ(Sir Robert Palk)പേരിലറിയപ്പെടുന്ന പാക് കടലിടുക്ക് സ്ഥിതിചെയ്യുന്ന സമുദ്രത്തിന് പൊതുവായി പാക് ഉൾക്കടൽ (Palk Bay) എന്ന പേരാണുള്ളത്. ബംഗാൾ ഉൾക്കടലിനേയും ഇന്ത്യൻ മഹാസമുദ്രത്തേയും വേർതിരിക്കുന്നത് പാക് ഉൾക്കടലാണ്. പാക് ഉൾക്കടലിൽതന്നെ ശ്രീലങ്കയിലെ തലൈമന്നാറിനോട് ചേർന്നഭാഗം മന്നാർ ഉൾക്കടൽ(Bay of Mannar) എന്നറിയപ്പെടുന്നു. കടൽ ഒന്നുതന്നെയെങ്കിലും വിവിധ സൗകര്യങ്ങൾ കണക്കിലെടുത്താണ് തീരപ്രദേശത്തെ അടിസ്ഥാനമാക്കി സമുദ്രഭാഗത്തിന് പ്രത്യേകം പേരുകൾ നൽകുന്നത്.

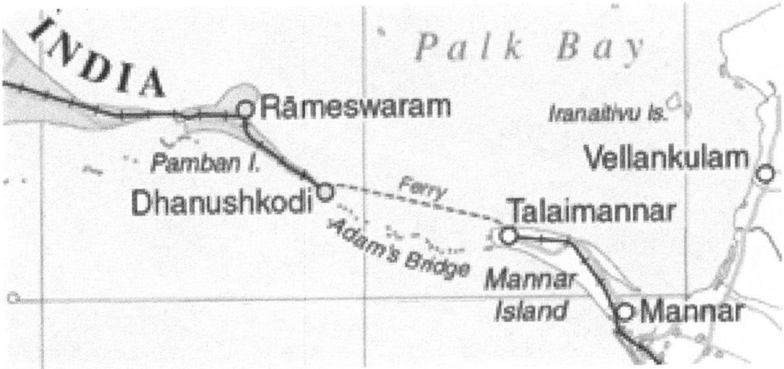

പാക് ഉൾക്കടൽ-ഒരു രേഖാചിത്രം

ഉപഗ്രഹചിത്രം-ആഡംസ് ബ്രിഡ്ജിന്റെ(രാമസേതു)ഒരു ക്ലോസ്-അപ്പ്. ഈ ചിത്രം കാണുന്ന ഏതൊരാൾക്കും ഒറ്റനോട്ടത്തിൽ പലതും 'തോന്നുക' സ്വാഭാവികമാണ്! -(കടപ്പാട്-നാസ).

ഓസ്ട്രേലിയയ്ക്കടുത്ത് പെസഫിക് സമുദ്രത്തിലെ ദി ഗ്രേറ്റ് ബാരിയർ റീഫ്

തലൈമന്നാർ ഉൾക്കടലിനും പാക് ഉൾക്കടലിനും ഇടയിലുള്ള ആഴം കുറഞ്ഞ സമുദ്രഭാഗത്ത് ചെറിയദ്വീപുകൾ, പവിഴപ്പുറ്റുകൾ, മണൽതിട്ടകൾ തുടങ്ങി നിരവധി ചെറിയ ഭൂവിഭാഗങ്ങളുണ്ട്. അതിൽ തന്നെ ഇന്ത്യയുടെ രാമേശ്വരത്തിനും ശ്രീലങ്കയിലെ തലൈമന്നാറിനും ഇടയ്ക്ക് ഇടവിട്ട് മുറിഞ്ഞ് കാണപ്പെടുന്ന മണൽത്തിട്ടകളും പവിഴപ്പുറ്റുകളും ആകാശകാഴ്ചയിൽ ഒരു പാലത്തിന്റെ പ്രതീതി ജനിപ്പിക്കുന്നുണ്ട്. ഈ മണൽതിട്ടകളാണ് ആഡംസ്ബ്രിഡ്ജ്, രാമസേതു എന്നൊക്കെയുള്ള പേരുകളാൽ പരാമർശിക്കപ്പെടുന്നത്. ഇതിന് ഏതാണ്ട് 30 കിലോമീറ്ററാണ് ദൈർഘ്യം. റിംഗ് ആകൃതിയിലുള്ള കോറൽറീഫ് അഥവാ ശൃംഖലാരൂപത്തിലുള്ള പവിഴപ്പുറ്റുകൾ (Ring Type Coral Reef)എന്ന പേരാണ് സമുദ്രശാസ്ത്രജ്ഞർ ഈ പവിഴ/മണൽത്തിട്ടകൾക്ക് നൽകിയിരിക്കുന്നത്.

ഭൂമിശാസ്ത്രപരമായി ഈ മണൽപ്പുറ്റുകൾ ഷോലകൾ (Sholas) എന്നും അറിയപ്പെടുന്നുണ്ട്. ഈ 30 കിലോമീറ്ററിൽ തന്നെ തുടർച്ചയായി മണൽതിട്ടയുടെ അവശിഷ്ടമില്ല. പല സ്ഥലങ്ങളിലും ഇത് മുറിയുന്നു; ചിലയിടത്ത് തീരെ കാണാനുമില്ല. മുറിയുന്ന ഭാഗങ്ങളിൽ കനാലുകളും വലിയ കുഴികളുമുണ്ട്. ഈ കുഴികളിൽ ജലം കെട്ടിക്കിടന്ന് നിരവധി ലഗൂണുകളും (Lagoons) രൂപം കൊണ്ടിട്ടുണ്ട്. ഓരോ മുറിഞ്ഞ ഭാഗവും ചെറിയ കുന്നുകളോ ദ്വീപുകളോപോലെ ജലോപരിതലത്തിൽ പൊന്തി നിൽക്കുന്നു. ആഡംസ് ബ്രിഡ്ജിന്റെ(രാമസേതു)എല്ലാഭാഗത്തും ഒരേ ആകൃതിയല്ല ഉള്ളത്. ചിലയിടത്ത് വളരെ ഇടുങ്ങിയതും തീരെ ചെറുതുമാണ്. ഇവിടെ കടലിന് നല്ലരീതിയിൽ നിറവ്യത്യാസം കാണുന്നുണ്ട്. പൊതുവെയുള്ള ആഴമില്ലെന്ന് മാത്രമല്ല കടൽവെള്ളം ഏതാണ്ട് തടാകത്തിലേത് പോലെ ശാന്തമായി കാണപ്പെടുന്നു. സമുദ്രജലത്തിലെ സ്വാഭാവിക ചലനങ്ങൾ കുറവാണെങ്കിലും വേലിയേറ്റത്തിലും വേലിയിറക്കത്തിലും ജലവിതാനത്തിന് കാര്യമായ വ്യതിയാനം ഉണ്ടാകാറുണ്ട്. സമുദ്രത്തിനടിത്തട്ടിൽ ഒറ്റനോട്ടത്തിൽ കുറെദൂരം ഒരു 'പാത' പോലെ നീളത്തിൽ കാണപ്പെടുന്നു എന്നതാണ് ഈ മണൽത്തിട്ടകളുടെ പ്രത്യേകത. ഒരുപക്ഷേ, ഇവ അങ്ങിങ്ങായി ചിതറികിടന്നിരുന്നെങ്കിൽ അസാധാരണമായൊന്നും തോന്നുമായിരുന്നില്ല. ഈ പവിഴപ്പുറ്റുകൾ അവിടെയുള്ള വിവരം പണ്ടേ അറിവുള്ളതാണ്. യൂറോപ്യൻമാർ ഇതിന് നൽകിയ പേരാണ് 'ആഡംസ് ബ്രിഡ്ജ്' (Adam's Bridge). ഇന്ത്യയിലെ ഹിന്ദുക്കൾ വാല്മീകിരാമായണത്തിലെ രാമ-രാവണ യുദ്ധത്തിന്റെ പശ്ചാത്തലത്തിൽ ഇതിനെ രാമസേതു എന്നുവിളിക്കുന്നു.സേതു എന്നാൽ സംസ്കൃതത്തിൽ പാലം എന്നർത്ഥം.

കോറൽ റീഫുകളുടെ ജനിതകപരിസരം

മണൽത്തിട്ടകളെന്ന് പൊതുവെ പറയുമെങ്കിലും ആഡംസ് ബ്രിഡ്ജ് ഘടനാപരമായി പവിഴപ്പുറ്റുകൾ അഥവാ കോറൽ റീഫുകളാണ് (Coral Reef).സമുദ്രത്തിന്നടിയിലെ അത്ഭുതലോകത്തെ ഒരു പ്രധാന സവിശേഷതയാണ് കോറൽറീഫ് വ്യവസ്ഥ അഥവാ പവിഴപ്പുറ്റ് വ്യവസ്ഥ(Coral Reef System). പോളിപ്പുകൾ(Coral Polyp) എന്നറിയപ്പെടുന്ന സമുദ്രത്തിലെ സൂക്ഷ്മജീവികൾ അവയുടെ മൃദുലശരീരത്തെ പൊതിയുന്ന കവചങ്ങളാണ് കാലാന്തരത്തിൽ പവിഴപ്പുറ്റകളാകുന്നത്. കോടാനുകോടി പവിഴജീവികളുടെ ആയിരക്കണക്കിന് വർഷത്തെ ജീവിതത്തിന്റേയും മരണാനന്തരജീവിതത്തിന്റേയും സ്മാരകമാണ് ഓരോ പവിഴപ്പുറ്റും. പോളിപ്പ്(Polyp) പലപ്പോഴും സസ്യമാണോ ജീവിയാണോ എന്ന് തിരിച്ചറിയാൻ കഴിയാതെ വരാറുണ്ട്. എന്നാൽ തീരെ ചെറിയ ജീവികളായ സീലന്ററേറ്റുകൾ (Coelenterates)എന്ന ജന്തുവിഭാഗത്തിൽ പെടുന്നവയാണിവ. കൂട്ടമായി ജീവിക്കുന്ന സ്വഭാവമുള്ളതിനാൽ കുന്നുകൾ, പർവ്വതങ്ങൾ, വരമ്പുകൾ, പാലങ്ങൾ തുടങ്ങി വിവിധ ആകൃതിയിൽ സമുദ്രത്തിന്റെ അടിത്തട്ടിൽ ഇവ കാണപ്പെടുന്നു. പോളിപ്പുകളുടെ വളർച്ച ഒരിക്കൽ ആരംഭിച്ച് കഴിഞ്ഞാൽ അനുകൂലമായ സാഹചര്യത്തിൽ പെരുകി നൂറ്റാണ്ടുകളോളം തുടരും. ആദ്യം രൂപംകൊള്ളുന്ന പോളിപ്പുകൾ നശിച്ചാലും അവയുടെ പുറന്തോട് നശിക്കാതെ നിലനിൽക്കുന്നു. ക്രമേണ അതിനോട് ചേർന്ന് പുതിയ പോളിപ്പുകൾ വളരും. വർഷങ്ങൾ കഴിയുന്നതോടെ വലിയ പവിഴമലകളോ പുറ്റുകളോ ആയി ഇവ രൂപം മാറുന്നു. വലുപ്പം കൂടുന്നതോടെ കോറൽറീഫിന്റെ കട്ടിയേറിയ അടിഭാഗം പാറപോലെ ഉറയ്ക്കും. മുകളിൽ അട്ടിയട്ടിയായി പുതിയ പോളിപ്പുകൾ വളരുന്നത് തുടരുന്നതോടെ ആ കട്ടിയേറിയ അടിത്തറയ്ക്ക് മുകളിൽ ഭൗമരൂപങ്ങൾ ഉയർന്ന് വരുകയും ചെയ്യും. ആഡംസ് ബ്രിഡ്ജ്(രാമസേതു)പരിശോധിച്ചതിൽ ഇത്തരത്തിലുള്ള കോറൽറീഫുകൾ ഇടകലർന്ന മണൽതിട്ടകളാണ് അവയെന്നത് സംശയലേശമന്യേ സ്ഥിരീകരിച്ചിട്ടുണ്ട്.

നിറങ്ങളുടെ വിസ്മയ ലോകം

മുട്ടയുടേയും കക്കയുടേയും പുറന്തോട് നിർമ്മിക്കപ്പെട്ടിരിക്കുന്നത് കാൽസ്യം കാർബണേറ്റ് എന്ന രാസപദാർത്ഥം കൊണ്ടാണല്ലോ. ഈ കാൽസ്യം കാർബണേറ്റ് തന്നെയാണ് പോളിപ്പുകളിൽ ഒരു പ്രധാന ഘടകം. അതുകൊണ്ടുതന്നെ അത്തരം പവിഴപ്പുറ്റുകൾക്ക് വെള്ളനിറം ലഭിക്കുന്നു. എന്നാൽ കാൽസ്യം കാർബണേറ്റിനോടൊപ്പം വിവിധ ധാതുക്കളും മറ്റ് രാസപദാർത്ഥങ്ങളും കൂടിചേരുമ്പോൾ

പവിഴപ്പുറ്റുകളുടെ നിറത്തിന് അതിനനുസരണമായ മാറ്റമുണ്ടാകും. ചെമപ്പ്, നീല, പച്ച തുടങ്ങിയ വ്യത്യസ്ത നിറങ്ങളുള്ള പവിഴപ്പുറ്റുകൾ രൂപംകൊള്ളുന്നത് അങ്ങനെയാണ്. ഉദാഹരണമായി കോറെല്ലം എന്ന പവിഴജീവികളിൽ നിന്നാണ് ചെമപ്പ് നിറമുള്ള പവിഴമുണ്ടാകുന്നത്. പാരറ്റ് ഫിഷ് (Parrot fish), കടൽപായ(Sea mat), കടൽവിശറി (Sea fan), നക്ഷത്രമത്സ്യം, (Butterfly fish), കടൽക്കുതിര (Sea horse) തുടങ്ങിയ ഒട്ടനവധി സമുദ്രജീവികളും അനേകം കടൽസസ്യങ്ങളും കോറൽറീഫിന് ചുറ്റും കാണപ്പെടുന്നു. ആഹാരവും ധാതുപദാർത്ഥങ്ങളും ധാരാളമുള്ളതിനാൽ ഭക്ഷണത്തിനായി വിവിധയിനം മത്സ്യങ്ങളും പവിഴപ്പുറ്റുകളിലെത്തും. ചുരുക്കത്തിൽ സമുദ്രത്തിനുള്ളിലെ വിപുലമായ ഒരു ആവാസവ്യവസ്ഥയായി പവിഴപ്പുറ്റുകൾ മാറുന്നു. കടലിടുക്കുകളിലും, ഒറ്റപ്പെട്ട കടൽ ഭാഗങ്ങളിലും പവിഴപ്പുറ്റുകൾ താരതമ്യേന കൂടുതലാണ്. വേലിയിറക്ക സമയത്ത് പല കോറൽ റീഫുകളും വെള്ളമിറങ്ങി കരപ്രദേശം പോലെ കാണപ്പെടാറുണ്ട്.

പെസഫിക് സമുദ്രത്തിൽ ഓസ്ട്രേലിയക്കടുത്ത് ഏകദേശം 2500 കിലോമീറ്റർ നീളത്തിൽകിടക്കുന്ന'ഗ്രേറ്റ് ബാരിയർ റീഫ്'(The Great Barrier Reef) കോറൽറീഫ് വ്യവസ്ഥകളിൽ ഏറ്റവും പ്രശസ്തമാണ്. ഈ റീഫുകൾ കടലിനുള്ളിൽ നീണ്ട ഒരു വരമ്പ് പോലെയാണ് കാണപ്പെടുന്നത്. വിസ്തീർണ്ണവും പവിഴനിക്ഷേപവും ഇടയ്ക്കിടയ്ക്ക് കൂടിയും കുറഞ്ഞുമാണ് ഗ്രേറ്റ് ബാരിയർ റീഫ് നിലകൊള്ളുന്നത്. ഇത് ചൈനീസ് വൻമതിൽ പോലെ ഭൂമിയുടെ ഭ്രമണപഥത്തിലുള്ള ഉപഗ്രഹങ്ങളിൽ നിന്ന് നോക്കിയാൽ വ്യക്തമായി കാണാൻ കഴിയുമത്രെ.അനവധി വിനോദസഞ്ചാരികളെ ദിനവും ആകർഷിക്കുന്ന ഈ സമുദ്രഭാഗം ലോകത്തെ ഏറ്റവുമധികം മനുഷ്യസമ്പർക്കമുള്ള കടൽഭാഗങ്ങളിലൊന്നായി വിലയിരുത്തപ്പെടുന്നു. ഇത്തരമുള്ള മണൽമതിലുകളിൽ റിംഗ് പോലെ ശൃംഖലയായി കാണപ്പെടുന്ന കോറൽറീഫുകളാണ് റിംഗ് ടൈപ്പ് കോറൽറീഫ്(Ring Type Coral Reef). കോറൽറീഫുകളും മണലും എക്കലും ഒക്കെ ചേർന്നാണ് ചിലപ്പോൾ പാലത്തിന്റെ ആകൃതി കൈവന്നത്. പാക് കടലിടുക്കിൽ കാണപ്പെടുന്ന ആഡംസ് ബ്രിഡ്ജ് (രാമസേതു) അത്തരത്തിലുള്ള റിംഗ് ടൈപ്പ് കോറൽറീഫുകളാണെന്നാണ് ജിയോളജിക്കൽ സർവ്വെ ഓഫ് ഇന്ത്യ(GSI)നീണ്ട പരീക്ഷണ-നിരീക്ഷണങ്ങൾക്ക് ശേഷം വസ്തുനിഷ്ഠമായി തെളിയിച്ചത്. ആകാശത്തുനിന്ന് നോക്കുമ്പോൾ പൊളിഞ്ഞ മതിൽപോലെ തോന്നുന്നതിനാലാണ് അത് പാലത്തിന്റെ അവശിഷ്ടമാണെന്ന വാദമുയർന്നത്. പവിഴപ്പുറ്റുകൾ ഭൗമനിക്ഷേപങ്ങളായ മണൽ, എക്കൽ, പാറ, ചെളി എന്നിവയുമായി ചേർന്ന് പവിഴദ്വീപുകൾ(Coral islands), മലകൾ, മതിലുകൾ

ബെറിംഗ് കടലിടുക്ക് രൂപംകൊള്ളുന്നതിന് മുമ്പ് അലാസ്കയും സൈബീരിയയും (അനിമേഷൻ ചിത്രം)

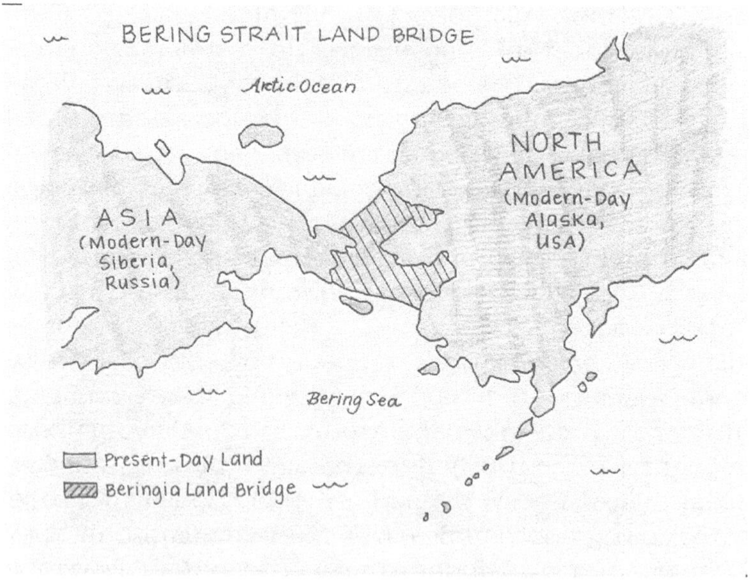

ബെറിംഗ് കടലിടുക്ക് രൂപംകൊണ്ടതിന് ശേഷം അലാസ്കയും സൈബീരിയയും (ഭൂപട ചിത്രം)

എന്നിവയും സമുദ്രത്തിനുള്ളിൽ നിർമ്മിക്കുന്നുണ്ട്. ചില ഭാഗങ്ങളിൽ പവിഴ തടാകങ്ങളും(Coral Lagoons) സാധാരണയാണ്. ഇത് ലോക മെമ്പാടുമുള്ള സമുദ്രങ്ങളിൽ കാണപ്പെടുന്നുണ്ട്.

ഫ്ലോറിഡാ കീസും ബെറിംഗ് ലാൻഡ് ബ്രിഡ്ജും(Florida Keys and Bering Land Bridge)

ആഡംസ്ബ്രിഡ്ജിനെപ്പറ്റി(രാമസേതു)തീക്ഷ്ണമായ വാദപ്രതിവാദങ്ങൾ രാഷ്ട്രീയതലത്തിൽ നടക്കുകയാണല്ലോ.പക്ഷേ ഭൂമിശാസ്ത്രജ്ഞരെ സംബന്ധിച്ചിടത്തോളം ഈ വിഷയം ഒട്ടും അസാധരണമല്ല. ലോകത്തുള്ള മിക്ക ഉൾക്കടലുകളിലും കടലിടുക്കുകളിലും ഇത്തരം കോറൽറീഫുകളും മണൽത്തിട്ടകളുമുണ്ട്. പ്രത്യേകിച്ചും രണ്ടു ഭൂവിഭാഗങ്ങൾ കാലാന്തരത്തിൽ വേർപെടുകയും ഇടയിൽ കടൽ കയറുകയും ചെയ്യുമ്പോൾ. വടക്കെഅമേരിക്കയുടെ തെക്കെഅറ്റത്തുള്ള ഫ്ലോറിഡാ കടൽഭാഗത്ത് കാണപ്പെടുന്ന ഫ്ലോറിഡാ കീസ് (Florida Keys) എന്നറിയപ്പെടുന്ന പവിഴപ്പുറ്റുകൾ ഇതിന് ഉത്തമ ഉദാഹരണമാണ്. അവിടേയും കോറൽറീഫുകളുടെ അവശിഷ്ടങ്ങൾ ഒരു നിരയിൽത്തന്നെ വളരെ ദൂരം കാണപ്പെടുന്നുണ്ട്. പവിഴപ്പുറ്റുകളും ചുണ്ണാമ്പുകല്ലുകളും ധാരാളമുള്ള ഫ്ലോറിഡാ കീസിൽ അനേകം അപൂർവ്വസുന്ദരങ്ങളായ സമുദ്രജീവികളും സസ്യങ്ങളുമുണ്ട്. പവിഴപ്പുറ്റുകളും മണൽത്തിട്ടകളും ചേർന്ന ഇത്തരം ഭൗമരൂപങ്ങൾ സൃഷ്ടിക്കുന്നതിൽ സമുദ്രജലപ്രവാഹങ്ങൾ വലിയൊരു പങ്ക് വഹിക്കുന്നുണ്ട്. വിനോദസഞ്ചാരികൾക്ക് പ്രിയപ്പെട്ട പ്രദേശമാണിത്. പക്ഷേ അമേരിക്ക ഇതിഹാസങ്ങളും പുരാണങ്ങളുമില്ലാത്ത 'ചരിത്രവും സംസ്ക്കാരവും'തീരെക്കുറഞ്ഞ ഒരു പുതിയരാജ്യമായതുകൊണ്ടാവാം അതിനെപ്പറ്റി കെട്ടുകഥകളോ ഐതീഹ്യങ്ങളോ പ്രചാരത്തിലില്ല.

വൻശക്തികളായ അമേരിക്കയും റഷ്യയും അയൽക്കാരാണെന്ന് നമുക്കറിയാം. പക്ഷേ രണ്ടുരാജ്യങ്ങളും ഒരിക്കൽ ഒന്നായിരുന്നു എന്നതാണ് കൂടുതൽ കൗതുകകരമായ വസ്തുത. കാനഡയ്ക്ക് സമീപം കിടക്കുന്ന അലാസ്ക അമേരിക്ക റഷ്യയിൽനിന്ന് വിലയ്ക്ക് വാങ്ങിയ പ്രദേശമാണ്. മനുഷ്യവാസം തീരെയില്ലാത്ത മഞ്ഞുമൂടിയ പ്രദേശമാണിത്. അമേരിക്ക പിന്നീടവിടെ എണ്ണനിക്ഷേപം കണ്ടെത്തിയപ്പോൾ റഷ്യക്കാർ വല്ലാതെ നിരാശപ്പെട്ടിരുന്നിരിക്കണം. ഇന്ന് ഭൂപടത്തിൽ നോക്കിയാൽ വടക്കെ അമേരിക്കയുടെ പടിഞ്ഞാറേ അറ്റത്തുള്ള അലാസ്ക്കയ്ക്കും ഏഷ്യയുടെ കിഴക്കെ അറ്റത്തുള്ള സൈബീരയ്ക്കും ഇടയിൽ ഒരു കടലിടുക്ക് കാണാം. ബെറിംഗ് കടലിടുക്ക് (Bering strait) എന്നാണിതറിയപ്പെടുന്നത്. ഏതാണ്ട് 50000 വർഷങ്ങൾക്ക് മുമ്പ് ഈ കടലിടുക്കുണ്ടായിരുന്നില്ല.

അന്ന് യൂറേഷ്യയും വടക്കെ അമേരിക്കയും ഒറ്റ ഭൂഖണ്ഡമായിരുന്നു. അലാസ്കയും സൈബീരിയയും തമ്മിൽചേർന്നിരുന്ന ഭാഗം ബെറിംഗിയ ലാൻഡ് (Beringia Land) എന്നാണറിയപ്പെട്ടിരുന്നത്. പരസ്പരം വേർപെട്ടെങ്കിലും യൂറേഷ്യക്കും വടക്കൻ അമേരിക്കൻ ഭൂഖണ്ണണ്ഡത്തിനും ഇടയിലുള്ള ബെറിംഗ് കടലിടുക്കിൽ സമുദ്രാന്തർഭാഗത്ത് ഏതാണ്ട് ആയിരംമൈൽ നീളത്തിലുള്ള ഒരു ലാൻഡ് ബ്രിഡ്ജുണ്ട്. ഒരു പ്രകൃതിദത്ത മതിലാണിത്. ഇപ്പോൾ ചുറ്റും കോറൽറീഫുകളുടെ കനത്ത അടരുകളുമുണ്ട്. ഹിമയുഗത്തിന് ശേഷം സമുദ്രനിരപ്പ് ഉയരുകയും താഴുകയും ചെയ്യുന്നതനുസരിച്ച് ബെറിംഗ് ലാൻഡ്ബ്രിഡ്ജ് പലപ്പോഴും പ്രത്യക്ഷമാകുകയും മുങ്ങിപ്പോവുകയുകയും ചെയ്തിട്ടുണ്ട്. മഞ്ഞ് ഉരുകുന്നതാണ് പലപ്പോഴും ഇത് വെള്ളത്തിനടിയിലാകാൻ കാരണം. ഏതാണ്ട് 1,80000 വർഷങ്ങൾക്ക് മുമ്പ് തുടങ്ങിയതാണ് ഈ ഒളിച്ച് കളി. 10500 വർഷങ്ങൾക്ക് മുമ്പ് വരെ ഇത് നീണ്ടുനിന്നുവത്രെ. ഇന്നേക്ക് കൃത്യം 10500 വർഷങ്ങൾക്ക് മുമ്പ് ബെറിംഗ് ലാൻഡ്ബ്രിഡ്ജ് പൂർണ്ണമായും കടലിന്നടിയിലായി. അങ്ങനെ യൂറേഷ്യ എന്നെന്നേക്കുമായി അമേരിക്കൻ വൻകരയിൽനിന്ന് വേർപെട്ടു. കുറേക്കൂടി ലളിതമാക്കിയാൽ അമേരിക്ക റഷ്യയിൽനിന്ന് വേർപെട്ടെന്ന് പറയാം. കഴിഞ്ഞ 60000 വർഷങ്ങൾക്കിടയിൽ നാല് പ്രാവശ്യം ഈ പാലം വെള്ളത്തിനടിയിലാവുകയും പുറത്തുവരികയും ചെയ്തിട്ടുണ്ടത്രെ. അതിന് മുമ്പ് മനുഷ്യരും ജന്തുജാലങ്ങളും യൂറേഷ്യയിൽനിന്ന് വടക്കെഅമേരിക്കയിലേക്ക് അങ്ങോട്ടുമിങ്ങോട്ടും കാൽനടയായി സഞ്ചരിച്ചിരുന്നു. ഇരുവശത്തുമുള്ള സസ്യ-ജന്തുജാലങ്ങൾ ഇന്നും ഏറെക്കുറെ സമാനമാണ്. ഈ പ്രകൃതിദത്തമായ മണൽത്തിട്ടകൾ ഉപഗ്രഹചിത്രങ്ങളിലൂടെ നിരന്തരം നിരീക്ഷിക്കപ്പെട്ടിട്ടുണ്ട്. വേർപെട്ടുപോയ ഏത് രണ്ട് വൻകരകൾക്കിടയിലുള്ള കടലിലും ഇത്തരം ബ്രിഡ്ജുകളോ ബ്രിഡ്ജിന്റെ ആകൃതിക്ക് സമാനമായ പവിഴപ്പുറ്റുകളോ സാധാരണമാണ്. ഇന്ത്യയ്ക്കും ശ്രീലങ്കയ്ക്കുമിടയിലുള്ള കടലിന്റെ കാര്യവും വ്യത്യസ്തമല്ല. വാല്മീകി ഇന്ത്യക്കാരനായത് ഭാഗ്യമായി. രാമൻ സേതു നിർമ്മിച്ചത് അത്‌ലാന്റിക്കിലോ പെസഫിക്കിലോ ആണെന്ന് വർണ്ണിച്ചിരുന്നുവെങ്കിൽ ലോകത്ത് ഏറ്റവും തിരക്കുള്ള ആ റൂട്ടിലെ കപ്പൽഗതാഗതംതന്നെ ഒരുപക്ഷേ മുടങ്ങിയേനെ.

ഐതീഹ്യങ്ങളുടെ പെരുമഴ

എക്കലും മണലും പവിഴപുറ്റുകളും പാറകളും ചേർന്നാണ് ഇന്ത്യയ്ക്കും ശ്രീലങ്കയ്ക്കും ഇടയ്ക്കുള്ള ആഡംസ്ബ്രിഡ്ജ് ഉണ്ടായിട്ടുള്ളതെന്ന് പറഞ്ഞല്ലോ. ലോകത്തെല്ലായിടത്തും സമുദ്രാന്തർഭാഗത്ത് ഇത്തരം പ്രതിഭാസങ്ങൾ നിർമ്മിക്കപ്പെടുന്നത് ഏതാണ്ട് ഒരേ രീതിയിലാണ്. കാർബൺ ഡേറ്റിംഗ് അടക്കമുള്ള ശാസ്ത്രീയപരിശോധനകൾ ഇതിലെ മണൽതിട്ടകളുടേയും പവിഴപ്പാറകളുടേയും കാലപ്പഴക്കം ഏതാണ്ട് 6000-7000 വർഷമാണെന്ന് സൂചിപ്പിക്കുന്നു. ഒരു പുരാണകൃതിയെന്ന നിലയിൽ ഇന്ത്യയ്ക്കകത്തും പുറത്തുമായി നൂറ് കണക്കിന് രാമായണങ്ങൾ നിലവിലുണ്ട്. ഇന്ത്യക്കാർക്ക് പ്രിയങ്കരമായ വാല്മീകി രാമായണം, രാമചരിതമാനസം തുടങ്ങിയ കൃതികളിൽ പ്രതിപാദിച്ചിട്ടുള്ള രാമ-രാവണ യുദ്ധത്തിന്റെ പശ്ചാത്തലത്തിലാണ് ഈ മണൽതിട്ട മനുഷ്യ നിർമ്മിതമാണെന്ന വാദം വന്നത്. ശ്രീരാമന്റെ പേരെഴുതിയ ശിലകൾ ഉപയോഗിച്ച് ദൈവചൈതന്യത്താൽ പ്രചോദിതരായ വാനരസേന ഏഴു ദിവസങ്ങൾക്കുള്ളിലാണ് പാലം പൂർത്തിയാക്കിയതെന്ന് ചില രാമായണങ്ങളിൽ വിവരിക്കുന്നുണ്ട്. രാമനാമമെഴുതിയ പാറകൾ ജലത്തിൽ പൊങ്ങിക്കിടന്നു എന്നാണ് പൊതുവെ വിവരിച്ചിട്ടുള്ളത്. എന്നാൽ ആഡംസ് ബ്രിഡ്ജ്(രാമസേതു)സമുദ്രത്തിന്റെ അടിത്തട്ടിൽ വ്യക്തമായും ഉറച്ച നിലയിലാണ് കാണപ്പെടുന്നത്. പാലം നിർമ്മിക്കുന്നതിന് ആധുനിക മനുഷ്യൻ ഉപയോഗിക്കുന്നതരത്തിൽ നിശ്ചിത ആകൃതിയിലുള്ള പാറകൾ ഒരുമിച്ച് അടുക്കിവെച്ചതിന്റെ ദുർബലമായ തെളിവുപോലും അവിടെ കാണാനില്ല.

വിവാദം രാമന്റെ പേരിലാണെങ്കിലും ആഡംസ് ബ്രിഡ്ജിന് ആ പേരുവന്നത് മുസ്ലിം വിശ്വാസത്തിൽനിന്നാണ്. ഖുർ-ആൻ അടിസ്ഥാനമാക്കി മുസ്ലീങ്ങൾ അവതരിപ്പിക്കുന്ന കഥയനുസരിച്ച്

ശ്രീലങ്കയിൽ ആഡംസ്പീക്ക്(Adam's Peak)എന്നൊരു കൊടുമുടിയുണ്ട്. ഇന്നത്തെ രത്നഗിരി പർവ്വതത്തിന്റെ നെറുകയിലാണ് ഈ കൊടുമുടി. മനുഷ്യരാശിയുടെ ആദിപിതാവായ ആദം പാപംചെയ്ത കാരണത്താൽ ഏദൻതോട്ടത്തിൽനിന്ന് പുറത്താക്കപ്പെട്ടു. തുടർന്ന് പാപപരിഹാരാർത്ഥം അലഞ്ഞ് നടന്ന ആദം ശ്രീലങ്കയിൽ എത്തിയത്രെ. അവിടെ രത്നഗിരി പർവതത്തിന് മുകളിലുള്ള ഒരു കൊടുമുടിയുടെ മുകളിൽ പാപപരിഹാരാർത്ഥം അദ്ദേഹം ഒറ്റക്കാലിൽ 1000 വർഷം തപസ്സ് ചെയ്തു. സമുദ്രത്തിലെ ഈ മണൽത്തിട്ടവഴി ആദം തപസ്സിനായി ഇന്ത്യയിൽനിന്ന് ശ്രീലങ്കയിൽ എത്തിയെന്നാണ് കഥ. അതല്ല തിരിച്ച് പോകാനാണ് ഈ പാലം ഉപോഗിച്ചതെന്ന വേറൊരു കഥയുമുണ്ട്. പാലമാകുമ്പോൾ രണ്ടിനും പ്രയാസമില്ലാത്തതിനാൽ തർക്കം വേണ്ട. ബുദ്ധസാഹിത്യത്തിലും ക്രിസ്തുകഥയിലും ഇതേ ആഡംസ്പീക്ക് വരുന്നുണ്ട്. പക്ഷേ കഥയുടെ വിശദാംശങ്ങളും വ്യാഖ്യാനങ്ങളും വിഭിന്നമാണെന്ന് മാത്രം. ഈ ചിറയിലൂടെയാണ് ബുദ്ധനും സെന്റ് തോമസും ഇന്ത്യൻ ഉപഭൂഖണ്ഡത്തിൽനിന്നും ലങ്കയിൽ എത്തിയത്. ആഡംസ്പീക്ക് എന്ന മലമുകളിൽ ഇപ്പോഴും മനുഷ്യന്റെ കാല്പാടു പോലുള്ള ഒരടയാളം കാണപ്പെടുന്നുണ്ട്. ഇത് ബുദ്ധന്റെ കാല്പാടാണെന്ന് ബുദ്ധമതക്കാർ വിശ്വസിക്കുമ്പോൾ സെന്റ്തോമസിന്റെ കാലടിയാണെന്ന് ക്രിസ്ത്യാനികൾ കരുതുന്നു. മുസ്ളീങ്ങളാകട്ടെ, ഇതിനെ ആദത്തിന്റെ തന്നെ കാലടിയായി കാണുന്നു. ബുദ്ധൻ തന്റെ ഒരു പാദം ഇവിടെ വെച്ചതിന് ശേഷം മറ്റേപാദം തായ്‌ലൻഡിൽ വെച്ചതായാണ് ഐതീഹ്യം. തായ്‌ലൻഡിലെ ഒരു മലയിൽ ബുദ്ധന്റെ മറ്റേപാദം പതിഞ്ഞിട്ടുണ്ടത്രെ. എന്തായാലും ശ്രീലങ്കയിലെ രത്നഗിരിപർവതം ഭിന്നമതവിശ്വാസികൾ പവിത്രമായി കാണുന്നതിനാൽ വലിയൊരു വിനോദസഞ്ചാരകേന്ദ്രമായി നിലകൊള്ളുന്നു.

അതേസമയം, രത്നഗിരിയിലെ കാല്പാട് ശിവപാദമാണെന്ന് കരുതുന്ന ഹിന്ദുക്കളുമുണ്ട്. ശ്രീലങ്കയിലെ ഹിന്ദുക്കൾക്കിടയിൽ നിലവിലുള്ള ശിവകഥകളിൽ രാമസേതു എന്ന് വിശേഷിപ്പിക്കപ്പെടുന്ന പാലം ശിവനും ഉപയോഗിച്ചതായി പറയുന്നുണ്ട്. കാലം തുടങ്ങിയപ്പോൾ ശിവൻ മാത്രമേ ഉണ്ടായിരുന്നുള്ളൂ. അദ്ദേഹം രത്നഗിരി മലയുടെമുകളിൽ കയറിനിന്ന് നൃത്തം ചെയ്ത് ലോകത്തിന് മുഴുവൻ പ്രകാശം നൽകി. ഒറ്റക്കാലിൽ നിന്ന് നൃത്തംചെയ്ത ശിവന്റെ പാദമാണിതെന്നാണ് കഥയിൽ പറയുന്നത്. ഭാരതത്തിൽ ശൈവരും വൈഷ്ണവരും തമ്മിൽ കടുത്ത സ്പർദ്ധ നിലനിന്ന കാലഘട്ടത്തിൽ നിരവധി സന്ദർഭങ്ങളിൽ അവർ പരസ്പരം കൊല്ലുകയും കൊല്ലപ്പെടുകയുമുണ്ടായി. ശിവനാമം ചെവിയിൽ പതിക്കുന്നത് പോലും

അസഹ്യമായി കണ്ടിരുന്നവരാണ് വൈഷ്ണവ സന്യാസികൾ. ശിവന്റെ പേരിന്റെ ആദ്യക്ഷരമായ 'ശ' കേൾക്കുന്നത് ദുസ്സഹമായ തിനാലാണ് 'ശകാരം' എന്ന പദം തന്നെ ഉണ്ടായതെന്നും പറയപ്പെ ടുന്നു. ആരാദ്യം എന്നനിലയിൽ ശൈവരും വൈഷ്ണവരും മത്സരിച്ച് ഐതീഹ്യകഥകളും പുരാണങ്ങളും നിർമ്മിക്കുക അക്കാലത്ത് പതി വായിരുന്നു. അവരവരുടെ ദൈവത്തിന്റെ മഹാത്മ്യം ഘോഷിക്കുന്ന കഥകളായിരുന്നു അവയെല്ലാം. വിഷ്ണു അവതാരമായ രാമൻ ഉണ്ടാക്കി യതായി സങ്കൽപ്പിക്കപ്പെടുന്ന പാലം ശിവനുമായി ബന്ധപ്പെടുത്തി മറ്റൊരു കഥ പ്രചരിക്കാൻ കാരണമായത് അങ്ങനെയാവാം. പക്ഷേ പുരാണങ്ങളെ അപേക്ഷിച്ച് വൻതോതിൽ ജനപ്രിയത കരസ്ഥമാ ക്കിയ വാത്മീകിരാമായണത്തിന്റെ ഇതിവൃത്തം കാലാന്തരത്തിൽ ശിവകഥയ്ക്ക് മങ്ങലേൽപ്പിച്ചുവെന്ന് വേണം കരുതാൻ.

ചുരുക്കത്തിൽ, അഭ്യൂഹങ്ങളുടേയും ഐതീഹ്യങ്ങളുടേയും കാര്യ ത്തിൽ വിവിധമതങ്ങൾ തമ്മിലും ഒരു മതത്തിലെ തന്നെ വ്യത്യസ്ത വിഭാഗങ്ങൾക്കിടയിലും കടുത്ത ഭിന്നതയുണ്ട് എന്നതൊരു യാഥാർ ത്ഥ്യമാണ്. മതങ്ങളുടേയും അവാന്തര വിഭാഗങ്ങളുടേയും എണ്ണം കൂടുന്നതനുസരിച്ച് ഐതീഹ്യങ്ങളും കഥകളും പെരുകുന്നതായി കാണാം. ഈ സാഹചര്യം ആഡംസ്ബ്രിഡ്ജിന്റെ മാത്രം പ്രത്യേ കതയല്ലതാനും. ഇന്ത്യ ഒരു ഹിന്ദുഭൂരിപക്ഷ പ്രദേശമായതിനാലും രാമായണത്തിൽ സേതുബന്ധനത്തെക്കുറിച്ച് പരാമർശമുള്ളതിനാ ലും, രാമസേതു കഥയ്ക്കാണ് ഭാരതത്തിൽ കൂടുതൽ പ്രചാരം കിട്ടിയത്. പക്ഷേ യൂറോപ്യൻമാർക്ക് പൊതുവെ ഇതിൽ താല്പര്യം കുറയും. അതിനാൽ തുടർന്നും അവരിതിനെ ആഡംസ് ബ്രിഡ്ജ് എന്നു വിളി ക്കുന്നു. ശ്രീലങ്കയിലാകട്ടെ, കാര്യങ്ങൾ കുറെക്കൂടി സങ്കീർണ്ണമാണ്. ശ്രീലങ്കയിൽ 69.76%-ത്തിലധികം ബുദ്ധമതക്കാരും 10% ഹിന്ദുക്കളും 7.6% മുസ്ളീങ്ങളുമാണുള്ളത്. ക്രിസ്ത്യാനികൾ 6% വരും. സിംഹളർ ആഡംസ്ബ്രിഡ്ജ് ബുദ്ധമത കഥയുടേയും തമിഴർ ഹിന്ദു പുരാണക ഥകളുടേയും പശ്ചാത്തലത്തിൽ കാണുന്നു. മുസ്ളീങ്ങളുടെ കഥയിൽ ആദം നായകനാവുമ്പോൾ ക്രിസ്ത്യാനികൾക്ക് സെന്റ് തോമസാണ് താരം. ചുരുക്കത്തിൽ രാമസേതു വെറും രാമസേതു മാത്രമല്ല. അത് പലർക്കും പലതാണ്. പക്ഷേ ശാസ്ത്രം ഇത്തരത്തിലുള്ള മുഴുവൻ കഥകളും നിരാകരിക്കുന്നു.

ദൂരം കുറയുന്നു,
ഇന്ധനം ലാഭം

പാക് കടലിടുക്കിൽ ഇന്ത്യയ്ക്കും ശ്രീലങ്കയ്ക്കും ഇടയിൽ പല സ്ഥലത്തും മണൽത്തിട്ടകളും കോറൽറീഫുകളും സ്ഥിതി ചെയ്യുന്നതിനാൽ കപ്പൽ ഗതാഗതം പൊതുവെ ദുഷ്കരമാണ്. ആഡംസ് ബ്രിഡ്ജെന്ന(രാമസേതു)മണൽത്തിട്ടകളുടെ കാര്യത്തിൽ സ്ഥിതി കൂടുതൽ സങ്കീർണ്ണമാണ്. കാരണം അത് കടലിടുക്കിന് നേരേ കുറുകേയാണ് സ്ഥിതിചെയ്യുന്നത്. ഈ ഭാഗത്ത് സമുദ്രത്തിന് പൊതുവെ ആഴം കുറവാണെന്ന് സൂചിപ്പിച്ചല്ലോ. കപ്പലുകൾക്ക് കടന്നുപോകാൻ സമുദ്രത്തിൽ നിശ്ചിത ആഴം അത്യാവശ്യമാണ്. അല്ലെന്നാകിൽ കപ്പലിന്റെ അടിഭാഗം മണ്ണിൽ പുതഞ്ഞ് പോകാനിടയുണ്ട്. ആഡംസ് ബ്രിഡ്ജ് മുറിച്ച് ആ ഭാഗത്തുള്ള മണ്ണ് നീക്കി സമുദ്രത്തിന്റെ ആഴം കൂട്ടുകയും അതുവഴി കപ്പലുകൾക്ക് കടന്നുപോകാനുള്ള ചാല് കീറുകയുമാണ് ഏക പോംവഴി. ഇത്തരത്തിലുള്ള ഒരു ദൗത്യമമാണ് വിവാദമായ സേതുസമുദ്രം പദ്ധതിയിലൂടെ കേന്ദ്രസർക്കാർ ലക്ഷ്യമിടുന്നത്. 30 കിലോമീറ്റർ നീളമുള്ള ആഡംസ് ബ്രിഡ്ജിന്റെ 10 കിലോമീറ്റർ ഭാഗം മാത്രമേ സേതുസമുദ്രം പ്രോജക്റ്റ് വഴിയുള്ള സമുദ്ര പാതയ്ക്കായി ആവശ്യമുള്ളൂ. ഇവിടെയാണ് ഡ്രഡ്ജിംഗ് അഥവാ മണ്ണു മാന്തൽ കാര്യമായി നടത്തേണ്ടത്. ആഡംസ്ബ്രിഡ്ജ് കടന്ന് കിട്ടിയാൽ പിന്നീട് നിർദ്ദിഷ്ടപാതയിൽ മണ്ണ് നീക്കംചെയ്യാനുള്ളത് കുറെക്കൂടി വടക്കോട്ട് പോയി കാളീമീർ പോയന്റിനും ശ്രീലങ്കൻ തീരത്തിനും ഇടയ്ക്കുള്ള ആഴം കുറഞ്ഞ ഭാഗത്താണ്. ഇവിടെ പ്രതിബന്ധമായി കോറൽ റീഫുകളില്ല. സ്വഭാവികമായും ആ ഭാഗത്ത് ഡ്രഡ്ജിംഗ് നടത്തുന്നതിനെതിരെ അധികം പരാതികൾ വന്നിട്ടില്ല.

തീർച്ചയായും പരിസ്ഥിതിപ്രവർത്തകർ പദ്ധതി സംബന്ധിച്ച് ആശങ്കകൾ ഉയർത്തുന്നുണ്ട്. ഇപ്പോൾ അറബിക്കടലിൽ നിന്ന് കപ്പലുകൾക്ക് ബംഗാൾ ഉൾക്കടലിലേക്ക് പോകാൻ ശ്രീലങ്ക

ചുറ്റിവരേണ്ടതുണ്ട്. തീർച്ചയായും ഇതിൽ ശ്രീലങ്കയ്ക്ക് പരാതിയില്ല. അന്താരാഷ്ട്ര വ്യാപാരരംഗത്ത് കൊളംബോ പോലുള്ള തുറമുഖങ്ങൾക്ക് ഈ മേഖലയിൽ മത്സരമില്ലാത്ത അവസ്ഥയാണിന്നുള്ളത്. ഇന്ത്യയ്ക്കും ശ്രീലങ്കയ്ക്കും ഇടയിലുള്ള തുറമുഖങ്ങളെക്കാൾ ഇന്ത്യയുമായി അവസരങ്ങൾ പങ്കുവെക്കേണ്ടി വരാത്ത തുറമുഖങ്ങളാണ് ലങ്കയ്ക്ക് പഥ്യം. ഈ ഭാഗത്ത് ഇന്ത്യൻ തീരത്തോട് ചേർന്ന് പുതിയ കപ്പൽപ്പാത വരുന്നതിന്റെ നേട്ടം ഇന്ത്യയ്ക്ക് തന്നെ. ഈ ഭാഗത്തുകൂടി സമുദ്രസഞ്ചാരം നടത്തുന്ന രാജ്യങ്ങൾക്കും നേട്ടമുണ്ട്. ആഡംസ് ബ്രിഡ്ജ്(രാമസേതു) മുറിച്ച് സമുദ്രപാതിർമ്മാണം എന്ന ആശയം വന്നത് ഈ സാഹചര്യത്തിലാണ്. കഴിഞ്ഞ 140 വർഷമായി ഈ വിഷയം ഇന്ത്യയിൽ പരിഗണിക്കപ്പെട്ടിരുന്നു. നിരവധി പാതകളുടെ രൂപരേഖകളും തയ്യാറാക്കി. അനേകം ഭേദഗതികളും അവതരിപ്പിക്കപ്പെട്ടു. ഇന്ത്യയ്ക്ക് സ്വാതന്ത്ര്യം ലഭിച്ചതിന് ശേഷം പരിഗണിക്കപ്പെട്ട അഞ്ച് പാതകൾ പല കാരണങ്ങളാൽ പാതിവഴിക്ക് ഉപേക്ഷിച്ചു. 2005-ൽ ഉദ്ഘാടനം ചെയ്യപ്പെട്ട ആറാമത്തെ പാതയുടെ ഭാവിയാണ് ഇപ്പോൾ ചോദ്യം ചെയ്യപ്പെടുന്നത്.

സേതുസമുദ്രം എന്ന പേര് രാമന്റെ സേതു സ്ഥിതിചെയ്യുന്ന സമുദ്രം എന്ന മതസങ്കൽപ്പത്തിൽ നിന്ന് വന്നതാണ്. എന്താണ് ഈ സമുദ്രപാതയുടെ സവിശേഷതകൾ? തമിഴ്നാടിനും ശ്രീലങ്കയ്ക്കും മധ്യേ പാക് കടലിടുക്കിലൂടെ ഒരു കപ്പൽ ചാൽ കീറിയാൽ യാത്രാദൂരം 650-700 കിലോമീറ്റർ കുറയ്ക്കാനാവും. യാത്രാസമയമാകട്ടെ, 30 മണിക്കൂർവരെ കുറയുന്നു. ഇന്ധനം, ഊർജ്ജം എന്നീ ഇനങ്ങളിലുള്ള ലാഭം വേറെ. ഇന്ത്യയിൽ പൊതുവിലും തമിഴ്നാട്ടിൽ പ്രത്യേകിച്ചും ബഹുമുഖ വികസനത്തിന്റെ നവവാതായനങ്ങൾ തുറക്കാൻ ശേഷിയുള്ളതാണ് ഈ കപ്പൽ ചാൽ എന്നു സാരം. ഇന്ത്യയുടെ കിഴക്ക് തീരത്തുള്ള വലുതും ചെറുതുമായ 15 തുറമുഖങ്ങൾക്കാണ് ഈ പാത പുതിയ അവസരങ്ങളൊരുക്കുക. തമിഴ്നാട്, ആന്ധ്രാപ്രദേശ്, ഒറീസ്സ എന്നീ സംസ്ഥാനങ്ങളുടെ കിഴക്കൻ തീരത്തുള്ളവയാണ് ഈ തുറമുഖങ്ങൾ. ഈ പാത സാക്ഷാത്കരിക്കപ്പെട്ടാൽ സമീപ ഭാവിയിൽ വരാനിടയുള്ള കേരളത്തിലെ വിഴിഞ്ഞം തുറമുഖത്തിന് കൂടുതൽ പ്രാധാന്യവും സ്വീകാര്യതയും ഉണ്ടാകുമെന്ന വാദവുമുണ്ട്. സത്യത്തിൽ ബ്രിട്ടീഷുകാർ ഇത്തരം ഒരു പാതയെക്കുറിച്ച് വളരെ പണ്ടേ (ഏതാണ്ട് 140 വർഷങ്ങൾക്ക് മുമ്പ് തന്നെ) ഗൗരവപൂർവ്വം ആലോചിച്ചിരുന്നു. ഒരേസമയം ഇന്ത്യയുടേയും ശ്രീലങ്കയുടേയും തമ്പുരാൻമാരായിരുന്ന അവർ ഇരു രാജ്യങ്ങൾക്കും ഇടയിലൂടെ ഒരു കപ്പൽ ചാൽ എന്നത് നിർണ്ണായകമായി കരുതി. പ്രദേശത്തെ സ്വാധീനവും നിയന്ത്രണവും കൂടുതൽ അരക്കിട്ടുറപ്പിക്കാൻ അതവരെ

സഹായിച്ചേനെ. സ്വാതന്ത്ര്യലബ്ധിക്ക് ശേഷം അതായത് നെഹ്റു വിന്റെ ആദ്യ മന്ത്രിസഭയുടെ കാലം മുതൽ തന്നെ സേതുസമുദ്രം പദ്ധതിയെ കുറിച്ച് ചർച്ചകൾ നടക്കുകയും കമ്മറ്റികൾ നിയോഗി ക്കപ്പെടുകയും ചെയ്തിട്ടുണ്ട്.

ലങ്കയ്ക്ക് പറയാനുള്ളത്

വിവിധ കാരണങ്ങളാൽ ശ്രീലങ്കയ്ക്ക് ഈ പദ്ധതിയിൽ വലിയ ആവേശമില്ല;ആശങ്കയുണ്ട് താനും. പദ്ധതിക്കെതിരായ പ്രചരണം അവിടെ നടക്കുന്നുവെന്നതും യാഥാർത്ഥ്യം തന്നെ. പക്ഷേ സ്വന്തം രാജ്യത്തെ പ്രശ്നങ്ങൾ കൊണ്ടുതന്നെ പൊറുതിമുട്ടിയ ഭാരതസർക്കാരിന് അതൊക്കെ ശ്രദ്ധിക്കാൻ എവിടെ നേരം? പ്രധാനമായും പരിസ്ഥിതി പ്രശ്നങ്ങളാണ് ലങ്കക്കാർ മുന്നോട്ടുവെക്കുന്നത്. ഇന്ത്യയെ മാത്രം ഊന്നിയുള്ള പഠനങ്ങളാണ് ഇക്കാര്യത്തിൽ ഇതുവരെ നടന്നിട്ടുള്ളത് എന്നതാണവരുടെ പ്രധാന ആക്ഷേപം. ഇന്ത്യയ്ക്ക് ഇക്കാര്യത്തിൽ വല്യേട്ടൻ നിലപാടാണെന്ന പരാതിയും ലങ്ക ഉന്നയിക്കുന്നു. ഇതുമൂലം ഉണ്ടാകാനിടയുള്ള പാരിസ്ഥിതികപ്രശ്നങ്ങൾ ഇരു രാജ്യങ്ങളും അനുഭവിക്കേണ്ടി വരുമെന്നതിനാൽ കപ്പൽപ്പാത നിർമ്മാണവുമായി ബന്ധപ്പെട്ട എല്ലാ വിവരങ്ങളും പരസ്പരം കൈമാറണം. ഈ മേഖലയിലെ ഏതു നിർമ്മാണപ്രവർത്തനവും പരസ്പരം വിശ്വാസത്തിലെടുത്തു വേണം നിർവഹിക്കാൻ. ഇത്തരം നിലപാടുകളാണ് ഡൽഹിയിൽ ചർച്ചകൾക്കെത്തുന്ന ലങ്കൻ പ്രതിനിധികൾ പൊതുവെ പ്രകടിപ്പിക്കാറുള്ളത്. പാക് കടലിടുക്കിന് ലങ്കയും അവകാശിയാണ്. ഇക്കാര്യത്തിൽ വിശാലമായ ഒരു ദക്ഷിണേഷ്യൻ വീക്ഷണം ആവശ്യമാണെന്നും ലങ്കയെ ഇത് എത്തരത്തിൽ ബാധിക്കുന്നുവെന്നത് വിലയിരുത്തണമെന്നും അവർ ആവശ്യപ്പെടുന്നതിൽ ഒറ്റനോട്ടത്തിൽ കഴമ്പുണ്ട്. പക്ഷേ മണ്ണ് നീക്കം ചെയ്യുന്നത് പൂർണ്ണമായും ഇന്ത്യയുടെ അധികാരപരിധിയിലുള്ള സമുദ്രഭാഗത്തുനിന്ന് മാത്രമാണ്. കപ്പൽപ്പാത കടന്നുപോകുന്ന ഭാഗത്തും ലങ്കയ്ക്ക് അവകാശമില്ല. ഇതാണ് ഇന്ത്യയുടെ നിലപാട്. മണ്ണ് നീക്കം ചെയ്യുന്നതിനോടനുബന്ധിച്ച് ഉയരാനിടയുള്ള ജൈവവിഷം ലങ്കയ്ക്ക് ചുറ്റുമുള്ള ആവാസവ്യവസ്ഥയെ ബാധിക്കാനിടയുണ്ട്. ഇതു സംബന്ധിച്ച പഠനത്തിന് ഇന്ത്യകൂടി സഹകരിക്കേണ്ടതുണ്ട്. ശ്രീലങ്കയിലെ പരിസ്ഥിതി പ്രവർത്തകർ, മത്സ്യതൊഴിലാളികൾ, കലാകാരൻമാർ,

ബുദ്ധിജീവികൾ തുടങ്ങിയവർ കഴിഞ്ഞ 10 വർഷമായി പുലർത്തുന്ന ആശങ്കകൾ നിസ്സാരമായിതള്ളുന്ന നിലപാടാണ് ഇന്ത്യയുടേതെന്ന പരാതിയും ലങ്ക ഉയർത്തുന്നു.

മതപരമായി നോക്കിയാൽ ലങ്കയിലെ മതങ്ങൾക്ക് ആഡംസ് ബ്രിഡ്ജുമായി ബന്ധപ്പെട്ട ഐതിഹ്യങ്ങളും പുരാണങ്ങളും നമ്മെക്കാൾ എണ്ണത്തിൽ കൂടുതലാണ്. പക്ഷേ ഐതിഹ്യപരമായ വാദങ്ങൾക്കൊന്നും ആ രാജ്യത്ത് വലിയ പ്രാമുഖ്യമില്ല. ലങ്കയിലെ ഹിന്ദുക്കളെ കുത്തിയിളക്കാൻ സംഘപരിവാറിന് കഴിയുന്നതേയുള്ളൂ;പക്ഷേ ശ്രീലങ്കയിലെ ഹിന്ദുക്കൾക്ക് ഇന്ത്യയിൽ വോട്ടില്ലാത്തതിനാൽ ആഗോളഹിന്ദു രാമസേതുവിന് വേണ്ടി രംഗത്തിറങ്ങണമെന്നൊക്കെയുള്ള മൃദുസന്ദേശങ്ങൾ മാത്രമെ ഇക്കാര്യത്തിൽ സംഘപരിവാർ കൈമാറിയിട്ടുള്ളൂ. തമിഴ്പുലികൾ ഇത്തരത്തിലുള്ള ഒരു പാത എങ്ങനെ ദുരുപയോഗം ചെയ്യും എന്നത് ശ്രീലങ്കൻ സർക്കാർ വളരെ ആശങ്കയോടെ വീക്ഷിക്കുന്ന കാര്യമാണ്. മാത്രമല്ല ജാഫ്നയിൽ കേന്ദ്രീകരിക്കപ്പെട്ട എൽ.ടി.ടി.ഇ-യുടെ നേവി വിഭാഗത്തിന് ഇതുവരെയില്ലാതിരുന്ന സാദ്ധ്യതകളാണ് മുന്നിൽ തെളിയുന്നത്. ആയുധവും സാങ്കേതിക ഉപകരണങ്ങളും കടത്താൻ ജാഫ്നക്ക് ഏതാനും കിലോമീറ്ററുകൾമാത്രം അകലെക്കൂടിയുള്ള ഈ പാത അവർക്ക് പ്രയോജനപ്പെടുമെന്ന കാര്യത്തിൽ രണ്ടു പക്ഷമില്ല. പുതിയതായി സംഘടിപ്പിക്കപ്പെട്ട എൽ.ടി.ടി.ഇ-യുടെ വ്യോമസേനയ്ക്കും നിർദ്ദിഷ്ട പാത കൂടുതൽ പ്രഹരശേഷി പകർന്നേക്കും. ലങ്കയുടെ പടിഞ്ഞാറെ തീരത്തെ വ്യാപാര-ഗതാഗത സാദ്ധ്യത വർദ്ധിപ്പിക്കുമെന്ന് പറയാമെങ്കിലും ഈ പാതമൂലം കൊളംബോ അടക്കമുള്ള തുറമുഖങ്ങൾക്കുണ്ടാകുന്ന ക്ഷീണം അത്ര ചെറുതല്ല. കൂടുതൽ പഠനം, കൂടുതൽ അന്വേഷണം എന്നൊക്കെയുള്ള ലങ്കൻ ആശങ്കയുടെ പ്രധാനകാരണം സേതുസമുദ്രം പദ്ധതിയിലൂടെ അവർക്കുണ്ടാകാനിടയുള്ള നഷ്ടസാദ്ധ്യതകൾ തന്നെയാണ്.

വിചിത്രമായ പരിസ്ഥിതി വാദം: കേരളത്തിന് അനുഗ്രഹം! തമിഴ്നാടിന് ശാപം?

പരിസ്ഥിതിവാദം ഉയർത്തുന്ന എതിർപ്പുകൾ വളരെ ഗൗരവത്തോടെ പഠിക്കണമെന്ന കാര്യത്തിൽ രണ്ടു പക്ഷമുണ്ടാകാനിടയില്ല. പക്ഷേ പരിസ്ഥിതിവാദത്തിന്റെ ആധികാരികത സ്ഥിതിവിവരകണക്കുകളിലൂടെയും വസ്തുനിഷ്ഠപഠനങ്ങളിലൂടെയും ഉറപ്പ് വരുത്തേണ്ടതുണ്ട്. പരിസ്ഥിതിവാദക്കാർ എന്ന പേരിൽ ചില മതവാദികളായ ശാസ്ത്രജ്ഞരും സംസ്ക്കാരികനേതാക്കളും ചേർന്ന് ഈയ്യിടെ സേതുസമുദ്രം പദ്ധതിക്കെതിരെ ഒരു സംഘടന രൂപീകരിച്ചിട്ടുണ്ട്. ഇത് സംഘപരിവാറിന്റെ അനുഗ്രഹാശ്ശിസ്സുകളോടെയാണ്. ബൈബിളിലെ സൃഷ്ടിവാദത്തെ പിന്തുണയ്ക്കുന്നരീതിയിൽ ഗവേഷണം നടത്തുന്ന ശാസ്ത്രജ്ഞർക്ക് കോടികൾ എറിഞ്ഞുകൊടുക്കുന്ന *ടെമ്പിൾടൺ പ്രൈസ്* പോലുള്ള ഏർപ്പാടുകൾ ഭാരതത്തിലും വ്യാപകമാകുന്നു. ലോകമെമ്പാടും ശാസ്ത്രജ്ഞരുടെ ആത്മീയഗവേഷണത്തിന് പൂക്കാലമാണ്. സോവിയറ്റ്യൂണിയന്റെ തകർച്ചയ്ക്ക് ശേഷം പ്രത്യേകിച്ചും അമേരിക്കയിൽ മതശക്തികൾക്കുണ്ടായ വർദ്ധിതസ്വാധീനമാണ് ആത്മീയഗവേഷണത്തെ ജ്വലിപ്പിക്കുന്ന പ്രധാനഘടകം. മതവിരുദ്ധമായതൊന്നും നിലനിൽക്കാൻ ദൈവം അനുവദിക്കില്ലെന്നും സോവിയറ്റ്യൂണിയനെ തകർത്തത് ക്രിസ്ത്യൻ ദൈവമാണെന്നുമുള്ള പ്രചരണം 1990-ന് ശേഷം അമേരിക്കയിൽ വൻതോതിൽ വിറ്റഴിക്കപ്പെടുകയുണ്ടായി. അന്ധവിശ്വാസിയായാലും മായാവാദക്കാരനായാലും സ്വജീവിതത്തിൽ ഒരു കാര്യം അംഗീകരിക്കണമെങ്കിൽ അതിന് ശാസ്ത്രീയമായ സാധുതയുണ്ടാവണമെന്ന അവസ്ഥ ഇന്ന് സംജാതമായിട്ടുണ്ട്. വിലയ്ക്കെടുക്കാവുന്ന ശാസ്ത്രജ്ഞരെ കൊണ്ടുപറയിപ്പിക്കുന്നതിലൂടെ ആ ലക്ഷ്യം നിറവേറ്റാം. ശാസ്ത്രപുസ്തകളെന്ന നിലയിൽ ഏറ്റവുമധികം വിറ്റുപോകുന്നതും

ഇത്തരം ആത്മീയഗവേഷണം അടിസ്ഥാനമാക്കിയുള്ള രചനകളാണ്. മതത്തെ പിന്തുണയ്ക്കുന്ന ശാസ്ത്രജ്ഞർക്ക് ഗവേഷണസഹായം ചെയ്യുക, പുരസ്കാരങ്ങൾ പ്രഖ്യാപിക്കുക....അങ്ങനെപോകുന്നു-കുമിഞ്ഞ് കൂടിയ സമ്പത്തിൽ കുറേഭാഗം ഈ രീതിയിൽ ചെലവിടുന്നതിൽ മതത്തിന് വിഷമിക്കേണ്ടതില്ല

ശാസ്ത്രസമൂഹം വല്ലാത്ത ചിന്താകുഴപ്പത്തിലാണ്. ശാസ്ത്രസത്യം തേടിയുള്ള അന്വേഷണം വേണോ, പണം സമ്പാദിക്കണോ എന്നതാണാ ചിന്താക്കുഴപ്പം. മതം സമ്പത്തിന്റെ അഗാധമായ സംഭരണിയും അവസരങ്ങളുടെ പറുദീസയുമാകുന്നു. മതവുമായി സന്ധി ചെയ്യുന്നവർക്ക് കിട്ടുന്ന പ്രാമുഖ്യം അതിനെ പ്രതിരോധിക്കുന്നവർക്ക് ലഭിക്കുന്നില്ലെന്നത് ശാസ്ത്രലോകത്തെ അസ്വസ്ഥമാക്കുന്നുണ്ട്. കേരളത്തിൽ നിർമ്മിച്ച് വിതരണം ചെയ്യപ്പെടുന്ന പുരസ്കാരങ്ങളുടെ കണക്കെടുത്താലും കാര്യങ്ങൾ വ്യത്യസ്തമല്ല. സമൂഹത്തെ പിന്നോട്ടടിക്കുന്ന പിന്തിരിപ്പൻ സിദ്ധാന്തങ്ങൾക്കും രചനകൾക്കും വരെ അവാർഡുകളും പണപ്പൊതികളും തുണയാകുന്നു. ഇവയിൽ ചിലവ പരിസ്ഥിതിവാദം, സാമ്രാജ്യത്വവിരുദ്ധ പോരാട്ടം എന്നൊക്കെയുള്ള ലേബലൊട്ടിച്ച കുപ്പികളിലാണ് പ്രദർശിപ്പിക്കപ്പെടുന്നത്. ഇന്ന് മുഖ്യധാരാ പരിസ്ഥിതിവാദത്തിനുതന്നെ അത്ര നല്ല കാലമല്ല. മേധാപട്കറെ വരെ വിദേശഫണ്ടിംഗിന്റേയും സി.ഐ.ഐ-യുമായി നടത്തിയെന്ന്പറയപ്പെടുന്നസംഭാഷണത്തിന്റെ ടേപ്പിന്റേയുമൊക്കെ പേരിൽ ദുരൂഹതയുടെ നിഴലിൽ നിറുത്തുന്നവരുണ്ട്. രാമസേതുവുമായി ബന്ധപ്പെട്ട പരിസ്ഥിതിവാദത്തിനും ഇത്തരത്തിലുള്ള ഒരു നിറപകർച്ച സംശയിക്കപ്പെടുന്നുണ്ട്. പരിസ്ഥിതിയെക്കുറിച്ച് വിലപിക്കുന്നവർ പലപ്പോഴും ലക്ഷ്യംവെക്കുന്നത് പരിസ്ഥിതിരക്ഷ തന്നെ ആകണമെന്നില്ല.

പാക്ഉൾക്കടലിലുള്ള മണൽത്തിട്ടയും കോറൽറീഫുകളും പ്രകൃതിയുടെ വരദാനമാണ്, ആയതിനാൽ അവ നീക്കംചെയ്താൽ വലിയ തോതിൽ പ്രകൃതി തിരിച്ചടിക്കും-ഇതാണ് ചില പരിസ്ഥിതിവാദികളുടെ മുന്നറിയിപ്പ്. പരിസ്ഥിതിവാദം കേട്ടുതഴമ്പിച്ച ആർക്കുമിത് ആദ്യം കേൾക്കുമ്പോൾ വിശ്വസനീയമായി തോന്നും. മതവാദികളുടെ അഭിപ്രായത്തിൽ ആഡംസ്ബ്രിഡ്ജ്(രാമസേതു) മനുഷ്യ(വാനര) നിർമ്മിതവും വിശുദ്ധവും പൗരാണികവുമാണ്. എന്നാൽ പരിസ്ഥിതിവാദികൾക്കാകട്ടെ, അത് പ്രകൃതിദത്തവും. പക്ഷേ രണ്ടുകൂട്ടരുടേയും നിർബന്ധം ഒന്നുതന്നെ:ഒരു കാരണവശാലും അവ നീക്കംചെയ്യരുത്! വ്യാപാരികളിൽ വിശ്വാസിയും അവിശ്വാസിയുമുണ്ടാകാം. പക്ഷേ ഇരുകൂട്ടരും പറയുക ഉത്സവം നടക്കണമെന്നായിരിക്കും. എങ്കിലല്ലേ

കച്ചവടം നടക്കൂ! പ്രകൃതിദത്തമായാലും മനുഷ്യനിർമ്മിതമായാലും ആഡംസ്ബ്രിഡ്ജ് മുറിച്ച് സേതുസമുദ്രം പദ്ധതി നടപ്പാക്കാൻ പാടില്ല. ഒന്നുകിൽ മനുഷ്യനിർമ്മിതം അല്ലെങ്കിൽ പ്രകൃതിദത്തം. പക്ഷേ രണ്ടും ഒരേസമയത്ത് ശരിയാവാൻ വഴിയില്ലല്ലോ. ഭിന്ന അഭിപ്രായമുള്ള രണ്ടുകൂട്ടർ ഒരേ ആവശ്യമുന്നയിക്കുന്ന അതിശയകരമായ ഈ കാഴ്ച തമിഴ്നാടിനെതിരെയുള്ള ഒരു ഗൂഢാലോചനയായി തന്നെ ഡി.എം.കെ വീക്ഷിക്കുന്നു. പാർട്ടിയുടെ ഈ നിലപാടിന് തമിഴ്നാട്ടിൽ വൻ ബഹുജനപിന്തുണയാണ് ലഭിക്കുന്നത്.

സുനാമി വാദം: സുനാമിപോലുള്ള ദുരന്തങ്ങൾ ഉണ്ടായപ്പോൾ കേരളത്തെ രക്ഷിച്ചത് രാമസേതുവിലെ മണൽതിട്ടകളാണെന്ന് പരിസ്ഥിതി വാദികൾ. കനത്ത ആഘാതം തമിഴ്നാട്ടിൽ മാത്രം ഒതുങ്ങിനിന്നത് ഈ മണൽതിട്ടകൾ അവിടെ പ്രതിരോധം തീർത്തതുകൊണ്ടാകുന്നു. ഈ വാദം അംഗീകരിച്ചാൽ ഒരു കാരണവശാലും മണൽതിട്ടകൾ നശിപ്പിക്കാൻ പാടില്ല. അതേസമയം, ഈ ഒരൊറ്റ കാരണം കൊണ്ടുതന്നെ എത്രയും പെട്ടെന്ന് അതവിടെനിന്ന് നീക്കം ചെയ്യണമെന്ന് ശ്രീലങ്കക്കാരും തമിഴ്നാട്ടുകാരും ആഗ്രഹിച്ചുപോകും! സുനാമി തിരകളുടെ ആഘാതത്തിന്റെ ശക്തി പുറത്തേക്ക് വ്യാപിക്കാൻ അനുവദിക്കാതെ തങ്ങളെമാത്രം കഠിനമായി ശിക്ഷിക്കുന്ന ശനിയൻ മണൽതിട്ടകൾ പോകണമെന്ന് അവരാഗ്രഹിക്കുന്നത് കുറ്റമല്ലല്ലോ. ഈ രീതിയിൽ ചിന്തിച്ചാൽ ഈ കോറൽറീഫ് വ്യവസ്ഥ ഉള്ളത് കൊണ്ടുമാത്രം പല ദുരന്തങ്ങളും വരാമെന്നും അനുമാനിക്കാവുന്നതാണ്! എന്തെന്നാൽ കടൽത്തട്ടിന്റെ അസമതയാണ് ഇത്തരം ആഡംസ്ബ്രിഡ്ജുകൾ. ഇതുള്ളിടത്തൊക്കെ കടലിന്നടിയിലെ ജലത്തിന്റെ നിർബാധമായ ഒഴുക്കിന് വിഘാതമുണ്ടാകാനിടയുണ്ട്. അതിന്റെ ഫലം കരയെ എങ്ങനെ ബാധിക്കുമെന്ന് മുൻകൂട്ടി പ്രവചിക്കാനാവില്ല. 2004 ൽ ഇന്തോനേഷ്യൻ കടലിൽ അഗ്നിപർവ്വതം ഉണ്ടായപ്പോഴാണ് സുനാമി തമിഴ്നാട്ടിലും ലങ്കയിലും ഉഗ്രതാണ്ഡവമാടിയത്. ഇന്ത്യൻ മുനമ്പ് കഴിഞ്ഞുവന്നപ്പോൾ അതിന്റെ ശക്തി ഗണ്യമായി കുറഞ്ഞുവെന്നത് സ്വാഭാവികം മാത്രം. പക്ഷേ പറയപ്പെടുന്നതുപോലെ ആഡംസ്ബ്രിഡ്ജ് സുനാമിയെ തടഞ്ഞുനിറുത്തിയെങ്കിൽ ബ്രിഡ്ജ് സ്ഥിതിചെയ്യുന്ന ഭാഗം കഴിഞ്ഞുള്ള തമിഴ്നാട്-ലങ്കൻ തീരങ്ങളിൽ സുനാമി ആക്രമണത്തിന്റെ രൂക്ഷത കുറയേണ്ടതാണ്. പക്ഷേ അങ്ങനെ സംഭവിച്ചിട്ടില്ലെന്ന് വ്യക്തമാണ്. മാത്രമല്ല ഭാവിയിലെ എല്ലാ സുനാമിയും സുമാത്ര-ജാവാ കടലിൽ ഉത്ഭവിച്ച് ബംഗാൾ ഉൾക്കടലിലൂടെ ഇന്ത്യയിലേക്ക് വരും എന്ന് അനുമാനിക്കുന്നത് ബുദ്ധിയല്ല. അങ്ങനെ വരണമെന്ന് യാതൊരു നിർബന്ധവുമില്ല. സുനാമിത്തിരകൾ അറേബ്യൻകടലിലും രൂപം

കൊള്ളാവുന്നതേയുള്ളൂ. തികച്ചും ഊഹാപോഹപരമായ ഇത്തരം മുന്നറിയിപ്പുകൾ കാര്യമായെടുത്താൽ ഈ മേഖലയിൽ കടലുമായി ബന്ധപ്പെട്ട യാതൊരു വികസനപ്രവർത്തനവും സാദ്ധ്യമാവില്ല.

സേതുസമുദ്രംപദ്ധതിയുടെ കാര്യത്തിൽ മതശക്തികൾ പരിസ്ഥിതിവാദം പരിചയാക്കുന്നത് വെറും പുരാണം കൊണ്ട് യാഥാർത്ഥ്യത്തെ എറിഞ്ഞുവീഴ്ത്താനാവില്ല എന്ന തിരിച്ചറിവ് കൊണ്ടാവാം. മതവാദികളുടെ ശാഠ്യത്തിന് എരിവുകൂട്ടാൻ പ്രകൃതിസ്നേഹം ഉപകരിക്കും. പരിസ്ഥിതിവാദം എന്നത് പ്രകൃതിയെ മാതാവായി കാണുന്നതും അവളെ മുറിവേൽപ്പിക്കുന്ന ഏത് നീക്കത്തേയും സദാ പ്രതിരോധിക്കുന്നതുമാണ്. കടൽ കടക്കാനുള്ള പരിസ്ഥിതി-സൗഹൃദപരമായ ഏറ്റവും ലളിതമായ മാർഗ്ഗം അതിന് മുകളിലൂടെ പറക്കുകയോ അതിലൂടെ സഞ്ചരിക്കുകയോ ആണ്. കപ്പലും വിമാനവുമൊക്കെ നിർമ്മിക്കപ്പെട്ടത് ആ വഴിക്കാണ്. കപ്പലും വിമാനവുമില്ലാത്ത കാലത്താണ് രാമൻ ജീവിച്ചത്. ദിവ്യശക്തിയുള്ള രാമന് വിമാനത്തിന്റെ ഉണ്ടായിരുന്നിരിക്കണം. അന്നും പുഷ്പകവിമാനംപോലുള്ള സംവിധാനങ്ങൾ വൈശ്രവണനേ പോലെയുള്ളവർക്കുണ്ട്. കടലിന്റെ സഹജഭാവത്തെ പ്രതിരോധിച്ചും അതിന്റെ ജൈവഘടനയെ തകർത്തും അണകെട്ടുമ്പോൾ മുറിവേൽക്കുന്നത് കടലിനും പ്രകൃതിക്കും മാത്രമല്ല ചുറ്റുമുള്ള ആവാസ വ്യവസ്ഥയ്ക്ക് കൂടിയാണെന്നറിയാൻ ദിവ്യജ്ഞാനത്തിന്റെ ആവശ്യമില്ല. ആ നിലയ്ക്ക് വാനരവീരനായ ഹനുമാൻ നിസ്സാരമായി ചാടിക്കടന്ന കടലിൽ അണകെട്ടിയ ശ്രീരാമൻ പരിസ്ഥിതിവാദത്തെ നിരാകരിക്കുന്നുവെന്ന സൂചനയാണ് വരിക. രാമന് പ്രധാനം ഏതുവിധത്തിലും സ്വന്തം ലക്ഷ്യം കാണാൻ സഹായിക്കുന്ന ഒരു പാലമായിരുന്നു. പരിസ്ഥിതിസ്നേഹികൾ ദുഃഖിക്കുന്നതാകട്ടെ പ്രകൃതിയുടെ സഹജഭാവവും സന്തുലിതാവസ്ഥയും അട്ടിമറിക്കപ്പെടുമ്പോഴും. രണ്ടും ഒത്തുപോകില്ലെന്നതിന് കൂടുതൽ വിശദീകരണം ആവശ്യമില്ല.

സത്യത്തിൽ രാമസേതുവിനെ പരിസ്ഥിതിവാദപരമായ ഒരു സംവാദത്തിലേക്ക് വലിച്ചിഴയ്ക്കുന്നതുതന്നെ അന്യായമാണ്. പരിസ്ഥിതിയെ തകർക്കുന്ന യാതൊന്നും രാമന്റെ പക്കലുണ്ടായിരുന്നില്ല. ഉപകരണങ്ങളും സാങ്കേതികവിദ്യയും ഒന്നും അത്തരത്തിലുള്ളതായിരുന്നുമില്ല. വേണമെങ്കിൽ രാമൻ പണ്ട് സേതു നിർമ്മിച്ചതുകൊണ്ടാണ് കേരള-തമിഴ്നാട് തീരങ്ങളിൽ സുനാമി താണ്ഡവമാടിയതെന്ന് പറഞ്ഞ്വെക്കാം. ഈ മണൽത്തിട്ടയില്ലായിരുന്നുവെങ്കിൽ സുനാമിയെ തുടർന്ന് ബംഗാൾ ഉൾക്കടലിലൂടെ സഞ്ചരിച്ച ഊർജ്ജപ്രവാഹവും പ്രകമ്പനങ്ങളും ഇന്ത്യൻ-ലങ്കൻ

തീരങ്ങളെ കൂടുതൽ ബാധിക്കാതെ നേരിട്ട് ഇന്ത്യൻസമുദ്രത്തിന്റെ അഗാധതലങ്ങളിലേക്ക് വഴിമാറിപോകുമായിരുന്നു എന്നൊരു വാദവും ഉന്നയിക്കാവുന്നതാണ്. പക്ഷേ ഇത്തരം വാദങ്ങളെല്ലാം ഊഹങ്ങളുടെ അടിസ്ഥാനത്തിലുള്ള ഭാവനാവിനോദങ്ങളായേ പരിഗണിക്കാനാവൂ(Ifs and Buts Theories). ശരിയായ പരിസ്ഥിതിവാദം ശാസ്ത്രീയമായിരിക്കണം.അതിനാവശ്യം ആധികാരികപഠനമാണ്; തെളിവുകളുടെ ശേഖരണമാണ്. മതവാദം സാധൂകരിക്കാനായിമാത്രം ഊഹാപോഹത്തിന്റെ അടിസ്ഥാനത്തിൽ ഇപ്പോൾ നടത്തുന്ന സുനാമിവാദം മറ്റെന്താണെന്നുപറഞ്ഞാലും ശാസ്ത്രീയമല്ല.

കേന്ദ്ര കപ്പൽഗതാഗതാ മന്ത്രാലയം സുപ്രീംകോടതിയിൽ സമർപ്പിച്ച സത്യവാങ്മൂലത്തിൽ സേതുസമുദ്രം പദ്ധതി സംബന്ധിച്ച് സർക്കാരിനുവേണ്ടി ജിയോളജിക്കൽ സർവെ ഓഫ് ഇന്ത്യയുടെ നേതൃത്വത്തിൽ നടത്തിയ പരിസ്ഥിതിപഠനത്തിന്റെ വിശദാംശങ്ങൾ സമർപ്പിക്കുകയുണ്ടായി. പ്രസ്തുത പഠനങ്ങൾ സേതുസമുദ്രം പദ്ധതിക്ക് പരിസ്ഥിതിപരമായി ക്ളീൻ ചിറ്റ് നൽകുന്നുണ്ട്: 'Alignment No.6 is backed by sound environmental, navigatioal, engineering and trans -boundary considerations with due regard for the preservation of fishery potential of the area and the welfare of the fishermen, says the affidavit by the Shipping Ministry'-The Frontline Oct, 2007, Page.18). ഇതൊക്കെ ശുദ്ധ അബദ്ധമാണെന്ന് വാദിക്കുന്നവർക്ക് ശാസ്ത്രീയമായ രീതിയിൽ എതിർതെളിവ് നിരത്താനുള്ള ബാദ്ധ്യത കൂടിയുണ്ട്. പരിസ്ഥിതിവാദമെന്നത് സുനാമിയുടെ തിരക്കഥകൾ ഭാവനയിൽ നെയ്തെടുക്കലല്ല.

പരിസ്ഥിതിപഠനത്തിന്റെ ഭാഗമായി ജിയോളജിക്കൽ സർവെ ഓഫ് ഇന്ത്യ രാജ്യത്തെ പ്രമുഖ പരിസ്ഥിതിശാസ്ത്രജ്ഞർ, പരിസ്ഥിതി പ്രവർത്തകർ, ബുദ്ധിജീവികൾ എന്നിവരുമായി ബന്ധപ്പെട്ടതിന്റെ രേഖകൾ സത്യവാങ്മൂലത്തോടൊപ്പം സുപ്രീംകോടതിയിൽ ഹാജരാക്കിയിരുന്നു. പരിസ്ഥിതിപ്രവർത്തകരുടെ പരാതികൾ, കത്തുകൾ അവയ്ക്കുള്ള ശാസ്ത്രീയവിശദീകരണങ്ങൾ എന്നിവയും റിപ്പോർട്ടിന്റെ ഭാഗമായി ചേർത്തിട്ടുണ്ട്. പരിസ്ഥിതിയെ കൊലചെയ്തുകൊണ്ടുള്ള വികസനം ക്രിമിനൽ കുറ്റമാണെന്നതിൽ തർക്കമുണ്ടാകാനിടയില്ല. പക്ഷേ ആർക്കും പരാതിയുണ്ടാകാത്ത വികസനം എന്നത് ഏറെക്കുറെ അസാദ്ധ്യമായിരിക്കും. ലോകത്തൊരിടത്തും അത്തരത്തിൽ വികസനപദ്ധതികൾ നടപ്പാക്കപ്പെട്ടിട്ടില്ല. പരിസ്ഥിതിയിൽ ഒരു പോറൽപോലും ഏൽപ്പിക്കാതെ സൗകര്യങ്ങൾ വർദ്ധിപ്പിക്കുക എന്നതാണ് അഭിലഷണീയം. രക്തം ചിന്താതെ മാംസം

മുറിക്കാനാവില്ല എന്നപോലെ പ്രകൃതിയുടെ കന്യകാത്വം സംരക്ഷിച്ചുള്ള വികസനം എളുപ്പമല്ല. ഇക്കാര്യത്തിൽ യുക്തിസഹമായ ഒരു തുലനാവസ്ഥ കണ്ടെത്തേണ്ടത് കാലത്തിന്റെ ആവശ്യമാണെന്നു കാണാം. പരിസ്ഥിതിവാദം പുണ്യപ്രവർത്തനമാകുന്നത് അത് യാഥാർത്ഥ്യവുമായി പൊരുത്തപ്പെടുമ്പോഴാണ്. ആഡംസ്ബ്രിഡ്ജിലൂടെയുള്ള പാത പ്രഖ്യാപിക്കുന്നതിന് മുന്നൊരുക്കമായി വിവിധവകുപ്പുകളോട് സർക്കാർ പ്രത്യേകം പ്രത്യേകം റിപ്പോർട്ട് ആവശ്യപ്പെട്ടിരുന്നു. ജിയോളജിക്കൽ-ആർക്കിയോളജി ഏജൻസികൾ, കപ്പൽ ഗതാഗതവകുപ്പ്, തുറമുഖവകുപ്പ് തുടങ്ങിയവയും കോടതിയിൽ അവരവരുടെ അഭിപ്രായം പറയണമെന്നും നിർദ്ദേശമുണ്ടായി. ഗൗരവതരമായ പരിസ്ഥിതിപഠനത്തിന് ശേഷമാണ് സർക്കാർ മുന്നോട്ട് പോയതെന്ന് ഇതിൽനിന്നെല്ലാം വ്യക്തമാകുന്നുണ്ട്. അല്ലാതെ വിവാദം ഉണ്ടായപ്പോൾ പരാതിതീർക്കാനായി ഒരു സുപ്രഭാതത്തിൽ തട്ടിക്കൂട്ടിയതല്ല എന്നർത്ഥം.

നാസ വരുന്നു

ആഡംസ് ബ്രിഡ്ജ് അവിടെയുണ്ടെന്നത് നൂറ്റാണ്ടുകൾക്ക് മുമ്പേ നമുക്കറിയാവുന്ന കാര്യമാണെന്ന് സൂചിപ്പിച്ചല്ലോ. ആ ഭാഗത്ത് യാത്രയും മത്സ്യബന്ധനവുമൊക്കെ നടത്തിയവർക്ക് തൊട്ടറിയാൻ കഴിഞ്ഞ യാഥാർത്ഥ്യവുമാണത്. വിമാനത്തിൽനിന്നും പലരുമത് വീക്ഷിച്ചിട്ടുണ്ട്, നിരവധി ചിത്രങ്ങളും എടുത്തിട്ടുണ്ട്. കിലോ മീറ്ററുകൾ നീളമുള്ള മണൽത്തിട്ടകളെ ഒറ്റ ഷോട്ടിൽ പകർത്തുക ദുഷ്കരമാണ്. ഉപഗ്രഹചിത്രം നൽകുന്ന സമഗ്രത മറ്റ് ചിത്രങ്ങൾക്ക് നൽകാനാവില്ലല്ലോ. 2002-ലായിരുന്നു ഇപ്പോഴത്തെ വിവാദത്തിന്റെ തുടക്കം. അമേരിക്കൻ ബഹിരാകാശ സംഘടനയായ നാസ(നാഷണൽ ഏറനോട്ടിക്സ് ആൻഡ് സ്പേസ് അഡ്മിനിസ്ട്രേഷൻ) പാക് കടലിടുക്കിന്റെ സാറ്റലൈറ്റ് ചിത്രങ്ങൾ എടുക്കുന്നവേളയിൽ ശൃംഖലാരൂപത്തിലുള്ള ഈ മണൽ തിട്ടകൾ പ്രത്യേകം ശ്രദ്ധിച്ചു. അവർ നിരവധി ഇമേജുകൾ വികസിപ്പിച്ചു പ്രസിദ്ധപ്പെടുത്തി. ഹിന്ദുത്വ അജണ്ട കൈകാര്യം ചെയ്യുന്ന വെബ്സൈറ്റുകൾ സ്വാഭാവികമായും ഈ ചിത്രങ്ങൾക്ക് വൻപ്രാധാന്യം നൽകി. വാല്മീകിരാമായണത്തിൽ സൂചിപ്പിച്ചിരിക്കുന്ന രാമസേതുവിന്റെ തെളിവായി അവരത് ഉയർത്തി കാട്ടി. സത്യത്തിൽ, 1990-കളുടെ തുടക്കത്തിലേ സംഘപരിവാർ ഇത്തരമൊരു വാദം ഒളിഞ്ഞും തെളിഞ്ഞും ഉന്നയിച്ചതാണ്. ബി.ജെ.പി വലിയ താല്പര്യം കാട്ടിയില്ലെങ്കിലും അശോക് സിംഗാളിന്റെ നേതൃത്വത്തിലുള്ള വിശ്വഹിന്ദുപരിഷത്തും ഹിന്ദുമുന്നണിയും ഇതിനായി ഇടയ്ക്കിടെ ചില പത്രസമ്മേളനങ്ങളും പൊതുയോഗങ്ങളും നടത്തിയിരുന്നു. പക്ഷേ വൻതോതിലുള്ള വൈകാരികത അതിലൊന്നും കാണാനാവുമായിരുന്നില്ല. എന്നാൽ നാസയുടെ ചിത്രങ്ങൾ അവർക്ക് വർദ്ധിത വീര്യം നൽകി. നാസ ഈ മണൽ തിട്ടകൾ മനുഷ്യനിർമ്മിതമാണെന്ന നിഗമനത്തിലെത്തിയതായും ഹിന്ദുത്വ വെബ്സൈറ്റുകൾ ആവേശപൂർവം പ്രഖ്യാപിച്ചു. പക്ഷേ ഇതെല്ലാം ചെയ്തിട്ടും രാമസേതു രാജ്യത്തിന്റെ ശ്രദ്ധയാകർഷിച്ചില്ല.

ആർക്കിയോളജിക്കൽ സർവെ ഓഫ് ഇന്ത്യ സുപ്രീംകോടതിയിൽ സമർപ്പിച്ച സത്യവാങ്മൂലത്തിൽ ശ്രീരാമൻ ജീവിച്ചിരുന്നുവെന്നതിന് യാതൊരു തെളിവുമില്ലെന്ന് ചൂണ്ടിക്കാണിച്ചിരുന്നു. പിന്നീട് ആ ഒരൊറ്റ പാരഗ്രാഫിൽ പിടിച്ചാണ് സംഘപരിവാർ രാമസേതു ദേശീയതലത്തിൽ ആഘോഷിച്ചത്.

ആർക്കിയോളജിക്കൽ പഠനങ്ങൾപ്രകാരം ശ്രീലങ്കയിലെ ആദിമമനുഷ്യർ ജീവിച്ചിരുന്നത് 17.50 ലക്ഷം വർഷങ്ങൾക്ക് മുമ്പായിരുന്നുവെന്നും രാമസേതുവിനും ഏതാണ്ടത്രതന്നെ പ്രായം ഉണ്ടെന്നുമായിരുന്നു പ്രചരണത്തിന്റെ കാതൽ. ഉപഗ്രഹചിത്രങ്ങൾ നാസ പണ്ടേ എടുത്തിട്ടുണ്ടത്രെ. എന്നിട്ടിപ്പോഴിത് ഇളക്കിവിട്ടതെന്തിനാവാം? നിർദ്ദോഷമായി ചെയ്തതാവാൻ സാദ്ധ്യതയില്ല എന്നു കരുതുന്നവരാണേറെ. ഇന്ത്യപോലുള്ള ഒരു രാജ്യം ഇത്തരത്തിലുള്ള ഒരു വിഷയം കിട്ടിയാൽ കെട്ടുകഥകളുടെ അടിസ്ഥാനത്തിൽ വൈകാരികമായി തമ്മിലടിച്ച് കാലം കഴിച്ചു കൊള്ളുമെന്നവർ കരുതിയിട്ടുണ്ടാവും. എന്തിന് നാസയുടെ കാര്യം പറയണം, ഇന്ത്യയിലുള്ളവർക്കും ഇതിനെകുറിച്ച് വളരെ പണ്ടേ അറിയാമായിരുന്നുവല്ലോ. പക്ഷേ രാഷ്ട്രീയവും മതപരവുമായ ഒരു നിറം അന്നൊന്നും ഇതിന് നൽകപ്പെട്ടിട്ടില്ല. പാക് കടലിടുക്കിൽ ഈ ഭാഗത്തിന് 'സേതുസമുദ്രം' എന്ന പേര് വന്നത് തന്നെ രാമസേതു അവിടെ ഉണ്ടെന്ന സങ്കൽപ്പത്തിലായിരുന്നുവല്ലോ. പണ്ട് തൊട്ടേ തങ്ങൾ ഈ വിഷയം ഉന്നയിക്കുന്നുവെന്ന് സംഘപരിവാർ അവകാശപ്പെടുന്നുണ്ട്. അതിൽ സത്യമുണ്ട്. പക്ഷേ ആ പണ്ട് എന്നത് കൊണ്ട് 1990-91 കാലഘട്ടമാണ് അവരുദ്ദേശിക്കുന്നത്. അതായത് രാമജന്മഭൂമി-ബാബറി മസ്ജിദ് പ്രശ്നം നിറംകെട്ടു തുടങ്ങിയ കാലഘട്ടത്തിൽ കണ്ടെത്തിയ പുതിയ വൈകാരിക മുദ്രാവാക്യമായിരുന്നു രാമസേതു. അതുകഴിഞ്ഞ് തെരഞ്ഞെടുപ്പ് പലതു കടന്നുപോയെങ്കിലും രാമസേതു മുൻനിർത്തി ഹിന്ദുകക്ഷികൾ ഒരിക്കലും തെരഞ്ഞെടുപ്പിൽ പടച്ചട്ട കെട്ടിയിട്ടില്ല.

അന്വേഷണങ്ങൾ കണ്ടെത്തലുകൾ

വിവാദത്തെ തുടർന്ന് സർക്കാർ നിർദ്ദേശപ്രകാരം ജിയോളജിക്കൽ സർവെ ഓഫ് ഇന്ത്യ (GSI) നടത്തിയ പഠനത്തിന്റെ റിപ്പോർട്ട് സേതുസമുദ്രം പദ്ധതിക്ക് പൂർണ്ണമായും അനുകൂലമായിരുന്നു. നാസയുടെ റിപ്പോർട്ട് വന്നയുടനെതന്നെ അന്നത്തെ കേന്ദ്ര കൽക്കരി-ഖനി മന്ത്രിയായിരുന്ന ഉമാഭാരതി വിശദമായ പഠനത്തിന് ഉത്തരവിട്ടു. പ്രോജക്റ്റ് രാമേശ്വരം എന്ന പേരിൽ 2002 ഡിസംബർ മുതൽ 2003 മാർച്ച് വരെ നീണ്ട വളരെ വിശദമായ പരീക്ഷണ-നിരീക്ഷണങ്ങളാണ് GSI നടത്തിയത്. റേഡിയോ കാർബൺ പരിശോധന, കടലിന്റെ അടിത്തട്ടിനേക്കുറിച്ചുള്ള പഠനം, സാമ്പിൾ ശേഖരണം, മണ്ണ് മാന്തൽ, കടൽതീര സർവ്വെ, അടിത്തട്ടിന്റെ സോണാർ ഇമേജിംഗ് തുടങ്ങിയ നിരവധി ശാസ്ത്രീയ അന്വേഷണ മാർഗ്ഗങ്ങളും ഉപാധികളും ഇതിനായി അവർ അവലംബിക്കുകയുണ്ടായി. വിവാദമായ ആഡംസ്ബ്രിഡ്ജിന്റെ(രാമസേതു) ഭാഗത്ത് നാലു കിലോമീറ്റർ ഇടവിട്ട് നാല് ബോർഹോളുകൾ(Bore holes) കുഴിച്ച് അവിടെ അടിഞ്ഞുകൂടിയ പാറയും മണലും ശേഖരിച്ചു. ധനുഷ്കോടിക്കു ചുറ്റുമുള്ള കടൽ തീരവും ആഡംസ്ബ്രിഡ്ജിന്റെ അടിഭാഗവും പ്രത്യക പഠനത്തിന് വിധേയമാക്കുകയുണ്ടായി. അവസാനം അവർ എത്തിച്ചേർന്ന നിഗമനം ഹിന്ദുത്വശക്തികൾക്ക് കടുത്ത നിരശയാണ് സമ്മാനിച്ചത്. ആഡംസ്ബ്രിഡ്ജിൽ മനുഷ്യനിർമ്മിതമായ യാതൊന്നും തങ്ങൾക്ക് കണ്ടെത്താനായില്ല എന്നാണ് GSI അറിയിച്ചത്. ആഡംസ്ബ്രിഡ്ജിൽ നിന്നെടുത്ത പവിഴപാറകളുടേയും മണൽതിട്ടകളുടെയും സാമ്പിൾ വ്യക്തമാക്കിയത് അവയ്ക്ക് കുറഞ്ഞത് 6000-7000 വർഷം പഴക്കമുണ്ടെന്നാണ്. പക്ഷേ ശ്രീരാമൻ ജീവിച്ചിരുന്ന ത്രേതായുഗം 17 ലക്ഷം വർഷങ്ങൾക്ക് മുമ്പാണെന്നാണ് മതവാദികൾ അവകാശപ്പെടുന്നതെന്ന കാര്യം

പരിഗണിക്കുമ്പോൾ ജിയോളജിക്കൽ സർവെ ഓഫ് ഇന്ത്യയുടെ പഠനം തെറ്റാണെന്ന് പറയാൻ മാത്രമേ അവർക്ക് സാധിക്കൂ.

കടൽത്തീരത്തുള്ള വിവിധ പ്രവർത്തനങ്ങൾ, കാറ്റ്, ഭൂകമ്പം, അഗ്നിപർവ്വത സ്ഫോടനങ്ങൾ, ഊർജ്ജപാറ്റേണുകൾ, മറ്റ് ഭൗമചലനങ്ങൾ തുടങ്ങിയവ മൂലമാണ് പാക് കടലിടുക്കിലുള്ള രാമേശ്വരം പോലുള്ള ദ്വീപുകളും ആഡംസ്ബ്രിഡ്ജ് മാതിരിയുള്ള മണൽത്തിട്ടകളും ഉണ്ടായതെന്ന് GSI സ്ഥിരീകരിച്ചു. ഇതിനോടനുബന്ധിച്ച് നടത്തിയ പാലിയോഗ്രാഫിക് പഠനങ്ങൾ ശ്രദ്ധേയമായ മറ്റ് ചില വിവരങ്ങൾ കൂടി പുറത്ത് കൊണ്ടുവന്നു. ഇന്ത്യയ്ക്കും ശ്രീലങ്കയ്ക്കുമിടയിലുള്ള കടൽഭാഗത്തിന്റെ അടിത്തട്ടിന് ചരിത്രപരമായി വളരെയധികം വ്യതിയാനങ്ങൾ സംഭവിച്ചിട്ടുണ്ടത്രെ. 6000-7000 വർഷങ്ങൾക്ക് മുമ്പ് ജലനിരപ്പ് ഇപ്പോഴുള്ളതിലും 17 മീറ്റർ വരെ താഴെയായിരുന്നു. അന്ന് ജലനിരപ്പ് താണത് അടിത്തട്ട് കൂടുതൽ പ്രകടമാക്കിയിരിക്കണം. കുറെക്കൂടി പിറകോട്ട് പോയാൽ 10000 വർഷങ്ങൾക്ക് മുമ്പ് ജലനിരപ്പ് കുറഞ്ഞത് 60 മീറ്ററെങ്കിലും താണിരുന്നുവെന്നും പഠനങ്ങൾ സൂചിപ്പിച്ചു. റേഡിയോ കാർബൺ പരിശോധനകൾ തെളിയിച്ചത് 20260 (Last Glacial Maxima) കൊല്ലത്തിന് മുമ്പാണ് ജലനിരപ്പ് ഏറ്റവും കുറഞ്ഞത് എന്നാണ്(ഏതാണ്ട് 118 മീറ്റർ വരെ). 18000-7000 വർഷങ്ങൾക്ക് മുമ്പ് രാമേശ്വരത്തിനും തലൈമന്നാറിനും ഇടയ്ക്കുള്ള കടൽത്തട്ട് ഏതാണ്ട് പൂർണ്ണമായും ജലോപരിതലത്തിന് മുകളിൽ പ്രകടമായിട്ടുണ്ടാകാമെന്ന നിഗമനത്തിലാണ് GSI എത്തിയത്. അതിന് ശേഷം ജലനിരപ്പ്, ഇടയ്ക്കിടെ ചില വ്യതിയാനങ്ങളോടെയെങ്കിലും, ക്രമേണ ഉയരുകയായിരുന്നു-അവർ നിരീക്ഷിച്ചു.

GSI-യോടൊപ്പം തന്നെ ISRO-യുടെ കീഴിലുള്ള SAC-ന്റെ(സ്പേസ് ആപ്ളിക്കേഷൻ സെന്ററർ)നേരിട്ടുള്ള നിയന്ത്രണത്തിലുള്ള ദി മറീൻ ആൻഡ് വാട്ടർ റിസോർഴ്സസ് ഗ്രൂപ്പും ആഡംസ് ബ്രിഡ്ജ് ബഹിരാകാശത്തുനിന്നുള്ള നിരീക്ഷണത്തിന് വിധേയമാക്കുകയുണ്ടായി. 2003-ൽ ഇന്ത്യൻ റിമോട്ട് സെൻസിംഗ് സാറ്റലൈറ്റ് (IRS) നൽകിയ വിവരങ്ങളനുസരിച്ചാണ് പഠനം ആസൂത്രണം ചെയ്തത്. ഇതിനായി 2002 ഏപ്രിൽ 18-ാം തീയതി ഐ.ആർ.എസ്-പി-4 (IRS-P4)എടുത്ത ഓഷ്യൻ കളർ മോണിറ്ററിംഗ് ഡേറ്റയും ലിസ്സ് -111 (LISS-11) കാമറാ ഡേറ്റയും അവർ പ്രയോജനപ്പെടുത്തി. പ്രസ്തുത പഠനത്തിന്റെ ഫലവും GSI പഠനത്തെ സ്ഥിരീകരിച്ചു.വിശ്വാസികൾ രാമസേതു എന്ന് ആവേശത്തോടെ വിശേഷിപ്പിക്കുന്ന കടൽഭാഗം വലുതും ചെറുതുമായ 103 മണൽത്തിട്ട/പവിഴപ്പുറ്റുകളുടെ സമുച്ചയമാണെന്ന് GSI പഠനം തെളിയിച്ചു. അവയിൽ പവിഴപ്പുറ്റുകൾക്കു പുറമെ ചരൽ-മണ്ണ്

നിക്ഷേപങ്ങളും, ചുണ്ണാമ്പു കല്ലുകളുമുണ്ട്. ചെറിയതോതിൽ സസ്യ ജാലവും ദൃശ്യമാണ്. ചിന്നിത്തെറിച്ചും മുറിഞ്ഞുമാറിയും കാണപ്പെ ടുന്ന ഈ തിട്ടകൾക്കിടയിൽ വലിയ ഗർത്തങ്ങളും ചാനലുകളും കാണപ്പെടുന്നു. ചിലവ കാഴ്ചയ്ക്ക് ചെറിയദ്വീപുകൾ പോലെയുണ്ട്. വേലിയേറ്റത്തിനും വേലിയിറക്കത്തിനും ഇടയ്ക്ക് നിരീക്ഷിക്കുമ്പോൾ അത് ഉയർന്നുവരുന്നതായും താഴ്ന്ന് പോകുന്നതായും അനുഭവപ്പെടും. ഈ കോറൽറീഫുകൾ ശൃംഖലയാണെങ്കിലും തുടർച്ചയല്ല. ഇവ മനുഷ്യനിർമ്മിതമാണെന്ന വാദം പൂർണ്ണമായും നിരാകരിച്ചു എന്നു മാത്രമല്ല പ്രകൃത്യാതന്നെ ഉണ്ടായതാണെന്നതിന് വ്യക്തമായ നിര വധിതെളിവുകളും GSI നിരത്തി.

സേതുബന്ധനത്തിന്റെ നാൾവഴി

പാക് കടലിടുക്കിലൂടെയുള്ള സമുദ്രപാതയെന്നത് ഒരു നവീന ആശയമേയല്ല. രാമേശ്വരംദ്വീപിന് കുറുകെ സമുദ്രമാർഗ്ഗം നിർമ്മിച്ച് സേതുസമുദ്രം പ്രോജെക്റ്റ് സാക്ഷാത്കരിക്കാനായി മാത്രം 1860 മുതൽ 1992-വരെയായി ഒമ്പത് ശിപാർശകളുണ്ടായി. ആദ്യകാലപാതകൾ ഇന്ത്യൻ തീരത്തോട് അടുത്തുനിൽക്കുന്ന മണ്ഡപം, രാമേശ്വരം തുടങ്ങിയ പ്രദേശങ്ങൾ ഉൾപ്പെട്ടുകൊണ്ടുള്ള പദ്ധതികളായിരുന്നു. എന്നാൽ അവസാനം രാമേശ്വരംവരെ ഒഴിവാക്കിക്കൊണ്ടുള്ള പാതകളാണ് ശിപാർശ ചെയ്യപ്പെട്ടത്. 1860-ൽ ബ്രിട്ടീഷ് നേവി കമാൻഡറായിരുന്ന എ.ഡി. ടെയ്‌ലർ തോന്നിതുറൈ ഉപദ്വീപ് വഴി കനാൽ ഉണ്ടാക്കാനായി ആദ്യമായൊരു നിർദ്ദേശം വെച്ചു. പ്ളൈമൗത്ത് ടൗൺഷെൻഡാകട്ടെ തൊട്ടടുത്ത വർഷം നിലവിലുള്ള പാമ്പൻകനാലിന്റെ ആഴം കൂട്ടാനായി മറ്റൊരു ശിപാർശയുമായി രംഗത്തെത്തി. നിലവിലുള്ള പാമ്പൻപാലത്തിനടിയിലൂടെയുള്ള കനാലാണ് പാമ്പൻകനാൽ. തീരെ ചെറിയ കപ്പലുകൾക്കും ബോട്ടുകൾക്കും കടന്നുപോകാൻ പാകത്തിലുള്ള ഒരു കപ്പൽ ചാലാണിത്. ഇന്ത്യൻ റെയിൽവെ തമിഴ്നാട്ടിൽനിന്ന് രാമേശ്വരത്തേക്ക് കടലിന് മുകളിലൂടെ നിർമ്മിച്ച മീറ്റർഗേജ് റെയിൽവേപാലത്തിന്റെ മധ്യഭാഗത്തിന് കീഴിലായാണ് പാമ്പൻകനാൽ വരുന്നത്.

ഇന്ത്യയിലെ ബ്രിട്ടീഷ് ഓഫീസറായിരുന്ന ജെ.ഡി.എൽഫിസ്റ്റണിന്റെ ശിപാർശപ്രകാരം ബ്രിട്ടീഷ് പാർലമെന്റ് 1862-ൽ ഇത് സംബന്ധിച്ച പഠനം നടത്താനായി ഒരു കമ്മറ്റിയെ നിയോഗിക്കുകയുണ്ടായി. പാമ്പൻകനാലിന് ഒരു കിലോമീറ്റർ പടിഞ്ഞാറ് മാറി വേറൊരു കനാൽ വെട്ടാനാണ് ആ കമ്മറ്റി നിർദ്ദേശിച്ചത്. ഇതിനെതുടർന്ന്, 1863-ൽ മദ്രാസ് ഗവർണറായിരുന്ന സർ.വില്യം ഡെന്നിസ് പാമ്പൻമേഖല സന്ദർശിച്ചു. എഞ്ചിനീയർ കൂടിയായ

അദ്ദേഹം ആദ്യനിർദ്ദേശങ്ങളിൽ നിന്നൊക്കെ വ്യത്യസ്തമായ മറ്റൊരു പാതയാണ് അവതരിപ്പിച്ചത്. തുടർന്ന് വിവിധ ശിപാർശകൾ വന്നുപൊയ്ക്കൊണ്ടിരുന്നു. 1884-ൽ ജോൺ കോഡ് സൗത്ത് ഇന്ത്യൻ ഷിപ്പ് കനാൽ പോർട്ട് ആൻഡ് കോളിംഗ് സ്റ്റേഷനുവേണ്ടി ഒരു കനാൽ നിർമ്മിക്കാനുള്ള നിർദ്ദേശം വെച്ചത് ശ്രദ്ധേയമായി. 1902-ൽ സൗത്ത് ഇന്ത്യൻ റെയിൽവെ കമ്മറ്റി തങ്ങളുടെ പഠനം ആധാരമാക്കി കോഡിന്റെ പ്ളാൻ ശരിവെച്ചു. പക്ഷേ 1922-ൽ ഇന്ത്യാ ഗവൺമെന്റിന്റെ ഹാർബർ എഞ്ചിനീയറായിരുന്ന റോബർട്ട് ബ്രിസ്റ്റോ വേറൊരു പ്ളാനുമായി രംഗത്തെത്തിയതോടെ സംഗതികൾ വീണ്ടും കുഴമറിഞ്ഞു.

ഇന്ത്യക്ക് സ്വാതന്ത്ര്യം ലഭിച്ചശേഷം പദ്ധതി ശ്രമങ്ങൾക്ക് വീണ്ടും ജീവൻ വെച്ചു. തമിഴ്നാട്ടിലെ രാഷ്ട്രീയപാർട്ടികളും തൂത്തുക്കുടിയിലെ വ്യാപാരികളും വ്യവസായികളുമടങ്ങുന്ന വിവിധഗ്രൂപ്പുകളും സേതുസമുദ്രം പദ്ധതിക്കായി നിരന്തരസമ്മർദ്ദം ചെലുത്തിപോന്നു. 1955-ഡിസംബറിൽ നെഹ്റു ഗവൺമെന്റ് ഡോ. എ. രാമസ്വാമി മുതലിയാർ ചെയർമാനായി സേതുസമുദ്രം പ്രോജക്റ്റ് കമ്മറ്റിയെ നിയമിച്ചു. പദ്ധതി തത്വത്തിൽ സ്വീകരിക്കാവുന്നതാണെന്നാണ് കമ്മറ്റി റിപ്പോർട്ട് കൊടുത്തത്. സേതുസമുദ്രം പ്രോജക്റ്റും സമീപത്തുള്ള തൂത്തുക്കുടി തുറമുഖ നവീകരണ പദ്ധതിയും ഒറ്റ സംരംഭമായി കണ്ട് മുന്നോട്ട് പോകാൻ ഡോ.മുതലിയാർ നിർദ്ദേശിച്ചു. പദ്ധതി രണ്ടാം പഞ്ചവൽസരപദ്ധതിയിൽ ഉൾപ്പെടുത്തി മുന്നോട്ട് പോകണമെന്നായിരുന്നു മറ്റൊരു ശിപാർശ. എന്നിട്ടും കാര്യമായി ഒന്നും സംഭവിച്ചില്ല. രണ്ടുംമൂന്നും പഞ്ചവത്സരപദ്ധതികൾ കടന്നുപോയി. 1963-ൽ തൂത്തുക്കുടി തുറമുഖനവീകരണപദ്ധതിക്ക് അന്തിമ അംഗീകാരം ലഭിച്ചു. അതിനെതുടർന്ന്, 1963 സെപ്റ്റംബർ 12-ന് നാലാം പഞ്ചവത്സരപദ്ധതിയിൽ തുടർനടപടികൾ സ്വീകരിച്ച് മുന്നോട്ട് പോകേണ്ട പ്രോജക്റ്റുകളുടെ കൂട്ടത്തിൽ സേതുസമുദ്രംപദ്ധതി കൂടി ഉൾപ്പെടുത്താൻ കേന്ദ്രസർക്കാർ തീരുമാനിച്ചു.

1964-ൽ കേന്ദ്രഗതാഗത സെക്രട്ടറി നാഗേന്ദ്രസിംഗ് ചെയർമാനായി ഒരു കമ്മറ്റിയെ ഇതിനായി നിയോഗിച്ചു. തൂത്തുക്കുടി തുറമുഖനവീകരണവുമായി ബന്ധപ്പെട്ട് തന്നെ പദ്ധതി നടപ്പിലാക്കാൻ ആ കമ്മറ്റിയും പിന്തുണച്ചു. രാമേശ്വരം മുറിച്ചുള്ള പാതയാണ് അന്ന് കമ്മറ്റി അംഗീകരിച്ചത്. പക്ഷേ പിന്നീടും ഇക്കാര്യത്തിൽ കാര്യമായ പുരോഗതിയുണ്ടായില്ല. നാലുംഅഞ്ചും പഞ്ചവത്സരപദ്ധതികൾ കാലാവധി പൂർത്തിയാക്കി; റിപ്പോർട്ടുകൾ ജനിക്കുകയും മരിക്കുകയും ചെയ്തു. തമിഴ്നാട് പൊതുമരാമത്ത് വകുപ്പിൽനിന്നും ചീഫ്

എഞ്ചിനീയറായി വിരമിച്ച ജെ.ഐ കോയിൽപിള്ളി, തൂത്തുകുടി ഹാർബർപ്രോജക്റ്റിലെ അഡ്മിനിസ്ട്രേറ്ററായിരുന്ന എച്ച്. ആർ ലക്ഷ്മിനാരായൺ എന്നിവർ സമർപ്പിച്ച റിപ്പോർട്ടുകൾ ശ്രദ്ധേയമായി. പക്ഷേ പ്രവർത്തനപുരോഗതി പിന്നെയും തടസ്സപ്പെട്ടു. 1986-ൽ തമിഴ്നാട് അസംബ്ളി സേതുസമുദ്രം പദ്ധതി നടപ്പാക്കണമെന്ന് ആവശ്യപ്പെട്ടുകൊണ്ടുള്ള പ്രമേയം ഐകകണ്ഠേന പാസ്സാക്കി.

1998-ൽ അടൽ ബിഹാരി വാജ്പേയിയുടെ നേതൃത്വത്തിലുള്ള എൻ.ഡി.എ സർക്കാരാണ് പദ്ധതി നടപ്പിലാക്കാനുള്ള അന്തിമ തീരുമാനമെടുത്തത്. ആഡംസ്ബ്രിഡ്ജ്(രാമസേതു) മുറിച്ചുകൊണ്ടുള്ള ഇന്നത്തെ പാതയ്ക്ക് തന്നെയാണ് വാജ്പേയി സർക്കാർ അംഗീകാരം നൽകിയത്. 1998 സെപറ്റംബറിൽ ചെന്നൈയിൽവെച്ച് സഖ്യകക്ഷിയായിരുന്ന എം.ഡി.എം.കെ-യുടെ നേതൃത്വത്തിൽ സംഘടിപ്പിച്ച വൻ പൊതുയോഗത്തിനിടെയാണ് ഏറെ കാത്തിരുന്ന ഈ പ്രഖ്യാപനം വാജ്പേയി നടത്തിയത്. പദ്ധതി യാഥാർത്ഥ്യമായതാകട്ടെ 2005-ജൂലൈയിൽ പ്രധാനമന്ത്രി മൻമോഹൻസിംഗ് നടത്തിയ ഉദ്ഘാടനത്തോടെയും. യു.പി.എ സംഘടിപ്പിച്ച ആ യോഗം ഒരു തികഞ്ഞ'ഡി.എം.കെ ഷോ' ആയിരുന്നു. യു.പി.എ അദ്ധ്യക്ഷയായ സോണിയാഗാന്ധിയും ചടങ്ങിൽ പങ്കെടുത്തു. കടലിന്നടിയിൽ മണ്ണ് നീക്കാനുള്ള ചുമതല സേതുസമുദ്രം കോർപ്പറേഷൻ ലിമിറ്റഡ് എന്ന സ്ഥാപനത്തെയാണ് ഏൽപ്പിച്ചത്. മൊത്തം 167 കിലോ മീറ്റർ നീളം, 300മീറ്റർ വീതി, 12 മീറ്റർ ആഴം അതായിരുന്നു നിർണ്ണയിക്കപ്പെട്ട മാനദണ്ഡം. പ്രോജക്റ്റിന്റെ നോഡൽ ഏജൻസിയായി തൂത്തുക്കുടി പോർട്ട് ട്രസ്റ്റിനെയും നിയോഗിച്ചു.

സാമ്പത്തികം കണ്ടെത്തുന്നത്

കൃത്യമായി പറഞ്ഞാൽ 2,427 കോടി രൂപ ചെലവുവരുമെന്ന് കണക്കു കൂട്ടിയിരിക്കുന്ന സേതുസമുദ്രം പദ്ധതിയുടെ കട-ഓഹരി അനുപാതം1:5:1 (Debt-Equity Ratio)ആണ്. 495 കോടി രൂപയുടെ ഓഹരികൾ കേന്ദ്രസർക്കാരിനാണ്. തൂത്തുക്കുടി പോർട്ട് ട്രസ്റ്റ്, ഷിപ്പിംഗ് കോർപ്പറേഷൻ ഓഫ് ഇന്ത്യ എന്നിവർക്ക് 50 കോടിയുടെ ഓഹരികളുണ്ട്. ഡ്രെഡ്ജിംഗ് കോർപ്പറേഷൻ ഓഫ് ഇന്ത്യാ, ചെന്നൈ പോർട്ട് ട്രസ്റ്റ്, എന്നൂർ പോർട്ട് ലിമിറ്റഡ്, വിശാഖപട്ടണം പോർട്ട് ട്രസ്റ്റ്, പാരദീപ് പോർട്ട് ട്രസ്റ്റ് എന്നിവർ 30 കോടിയുടെ ഓഹരി നിക്ഷേപം നടത്തുന്നു. ബാക്കി 226 രൂപയുടെ ഓഹരികൾ പബ്ളിക് ഇഷ്യൂവിലൂടെ സംഭരിക്കാനും ലക്ഷ്യമിട്ടു.. പദ്ധതിച്ചെലവിന് വേണ്ടിവരുന്ന ബാക്കി തുക കടംവാങ്ങാനും തീരുമാനിച്ചു. മിക്ക ഏജൻസികളും കേന്ദ്രത്തിന്റെ നേരിട്ടുള്ള

നിയന്ത്രണത്തിലുള്ളവയായതിനാൽ പദ്ധതി നടപ്പിലായാൽ വലിയ സാമ്പത്തിക ബാദ്ധ്യതയില്ലാതെതന്നെ കനത്തനേട്ടം തമിഴ്നാടിന് ഉണ്ടാകുമെന്ന് സാരം.

ജയലളിത പിടിച്ച പുലിവാൽ

ദ്രാവിഡ കഴക നേതാവായിരുന്ന അണ്ണാദുരൈ അറുപതുകളിൽ ഈ പദ്ധതിക്ക് വേണ്ടി ഇന്ത്യൻ പാർലമെന്റിൽ നിരന്തരം ഉന്നയിച്ച ക്രമപ്രശ്നങ്ങളും പ്രസംഗങ്ങളും ദേശീയശ്രദ്ധ ആകർഷിച്ചിരുന്നു. ദ്രാവിഡ പ്രസ്ഥാനത്തിന്റെ കുലപതിയായിരുന്ന പെരിയാർ ഇ.വി രാമസ്വാമി നായ്ക്കരുടെ നിർദ്ദേശപ്രകാരമാണ് അണ്ണാദുരൈ ശബ്ദമുയർത്തിയത്. സേതുസമുദ്രംപദ്ധതി തമിഴ്നാട്ടിലെ ജനങ്ങൾക്ക് വലിയ നേട്ടമാകുമെന്ന് പെരിയാറും ശിഷ്യരും വിശ്വസിച്ചിരുന്നു. പദ്ധതിയുടെ കാര്യത്തിൽ ഡി.എം.കെ യുടെ പാരമ്പര്യവും അവകാശവും അണ്ണാ ഡി.എം.കെയേക്കാൾ മികച്ചതാണെന്ന് പറയാം. അണ്ണാ ഡി.എം.കെ പദ്ധതി നടപ്പിലാക്കാൻ താല്പര്യമെടുത്തില്ല എന്ന് അതിനർത്ഥമില്ല. ജയലളിത മുഖ്യമന്ത്രിയായിരുന്ന സമയത്ത് സേതുസമുദ്രം പദ്ധതി നടപ്പിലാക്കണമെന്ന അഭ്യർഥനകളുമായി ദൽഹിയിലേക്ക് പോയ അണ്ണാ ഡി.എം.കെ നേതാക്കൾ നിരവധിയാണ്. ജയലളിത പ്രധാനമന്ത്രിയായിരുന്ന വാജ്പേയിയെ നേരിൽ കണ്ടും ടെലിഫോണിലും ഇക്കാര്യം പലതവണ അഭ്യാർത്ഥിച്ചിരുന്നു. തങ്ങളുടെ കാലത്ത് പദ്ധതി നടപ്പിലാക്കാത്തതു മാത്രമാണ് അണ്ണാ ഡി.എം.കെ ഇപ്പോഴത്തെ പദ്ധതിയിൽ കുറവായി കാണുന്നത്. പദ്ധതി വേണം താനും,ഡി.എം.കെ അത് നടപ്പിലാക്കി ക്രെഡിറ്റ് സ്വന്തമാക്കുന്നത് സഹിക്കാനുമാവില്ല. ചുരുക്കം പറഞ്ഞാൽ കയ്ച്ചിട്ട് ഇറക്കാനും മധുരിച്ചിട്ട് തുപ്പാനും വയ്യാത്ത അവസ്ഥയിലാണ് ഇന്ന് ജയലളിതയും കൂട്ടരും. സംസ്ഥാനത്തിന്റ പൊതുവായ വികസന താല്പര്യത്തിന്റെ കാര്യത്തിൽ ആരാദ്യം എന്ന മട്ടിൽ പരസ്പരം മത്സരിക്കുന്ന ഈ രണ്ട് പ്രാദേശിക പാർട്ടികൾ കേരളത്തിലെ രാഷ്ട്രീയ കക്ഷികൾക്ക് എന്തെങ്കിലും സന്ദേശങ്ങൾ നൽകുന്നുണ്ടോ?

ഡി.എം.കെ ആകട്ടെ കപ്പൽഗതാഗത വകുപ്പും(ടി.ആർ.ബാലു) പരിസ്ഥിതി വകുപ്പും(രാജ) വളരെ ആസൂത്രിതമായി സ്വന്തമാക്കി ഈ സർക്കാരിന്റെ കാലത്ത് തന്നെ ഈ പദ്ധതി നടപ്പിലാക്കുമെന്ന് ഉറപ്പിച്ചിരിക്കുകയാണ്. ആണവകരാർ പ്രശ്നത്തിൽ വിട്ടു വീഴ്ചയ്ക്ക് അവർ കോൺഗ്രസ്സിനെ പ്രേരിപ്പിച്ചത് തന്നെ ഏത് വിധേനെയും സർക്കാരിന്റെ ആയുസ്സ് നീട്ടിയെടുത്ത് സേതുസമുദ്രം പദ്ധതി നടപ്പിലാക്കുക എന്ന് ഒറ്റയിന അജണ്ട മുൻനിറുത്തിയാണത്രെ. സേതുസമുദ്രം പദ്ധതി നടപ്പിലാക്കുന്ന കക്ഷി അടുത്ത ഇലക്ഷനിൽ

സേതുസമുദ്രം പദ്ധതിയുടെ ഉത്ഘാടന ചടങ്ങ്: പ്രധാനമന്ത്രി മൻമോഹൻസിംഹ്, സോണിയാഗാന്ധി, തമിഴ്നാട് മുഖ്യമന്ത്രി കരുണാനിധി, കേന്ദ്ര കപ്പൽഗതാഗത വകുപ്പ് മന്ത്രി ടി.ആർ ബാലു എന്നിവർ.

തോൽക്കില്ല എന്നാണ് ഡി.എം.കെ ചിന്തിക്കുന്നത്. സുനാമിക്ക് ശേഷം പ്രധാനമന്ത്രിയുടെ ഓഫീസ് പദ്ധതിയുടെ പാരിസ്ഥിതിക വശത്തെ പറ്റി വീണ്ടും സംശയം പ്രകടിപ്പിച്ചപ്പോൾ കേന്ദ്ര സെക്രട്ടറിമാരടങ്ങുന്ന ഒരു വിദഗ്ധസംഘത്തെ നിയമിക്കാനും അവരുടെ അനുകൂല അഭിപ്രായം നേടിയെടുക്കാനും ഡി.എം.കെ കാട്ടിയ ശുഷ്കാന്തി എടുത്ത് പറയേണ്ടതാണ്. സുപ്രീംകോടതിയിലെ സർക്കാർ സത്യവാങ്മൂലം സമർപ്പിച്ചതിനേ തുടർന്നുണ്ടായ വിവാദം തണുപ്പിക്കുക എന്ന ലക്ഷ്യത്തോടെ ഭിന്നാ അഭിപ്രായങ്ങൾ സ്വീകരിക്കുന്നതിനായി മറ്റൊരു വിദഗ്ധസമിതികൂടി രൂപീകരിച്ചതും അവരുടെ തന്ത്രമാണ്. അതോടൊപ്പംതന്നെ കാര്യങ്ങൾ മറ്റൊരുവശത്തു കൂടി മുന്നോട്ട് കൊണ്ടുപോകാനും ഡി.എം.കെ യ്ക്ക് സാധിച്ചു.

പാതകളുടെ ജീവചരിത്രം

ആറു പാതകൾ! വീണ്ടും ഭേദഗതി?

സേതുസമുദ്രം പദ്ധതിയുടെ ഭാഗമായി പാക് കടലിടുക്കിനേയും ബംഗാൾ ഉൾക്കടലിനേയും ബന്ധപ്പെടുത്താനായി ആറ് വ്യത്യസ്ത പാതകളാണ് സ്വാതന്ത്ര്യാനന്തരം മാത്രം നിർദ്ദേശിക്കപ്പെട്ടത്. ഇവയിൽ 1961-ലെ ആദ്യത്തെ പാത മണ്ഡപം ക്യാമ്പിന് കുറുകെ ലക്ഷ്യമിട്ടു. ഇന്ത്യൻ സമുദ്രതീരത്തോട് അടുത്ത് നിൽക്കുന്നതായിരുന്നു ആ പാത. രണ്ടാമത്തേത് രാമേശ്വരം ദ്വീപ് മുറിച്ചുള്ള മറ്റൊരു പാത(1968). തീരത്തോട് അടുത്തുള്ള ജൈവവ്യവസ്ഥയ്ക്കും ദ്വീപുകളിലെ ജനവാസത്തിനും പ്രശ്നങ്ങളുണ്ടാകുമെന്ന കണ്ടെത്തലത്തിന്റെ അടിസ്ഥാനത്തിൽ ആദ്യ രണ്ട് പാതകൾ ഒഴിവാക്കപ്പെട്ടു. ഇത് സംബന്ധിച്ച് നിയമയുദ്ധങ്ങളും ആക്ഷേപങ്ങളും നിരവധിയുണ്ടായിരുന്നു.

ആദ്യമാദ്യം പദ്ധതികളുടെ സാമ്പത്തികവശം മാത്രമേ പരിഗണിക്കപ്പെട്ടിരുന്നുള്ളൂ. 1997-ൽ കേന്ദ്ര പരിസ്ഥിതിമന്ത്രാലയത്തിന്റേയും നാഷണൽ എൻവയറോൺമെന്റ് എഞ്ചിനീയറിംഗ് റിസർച്ച് ഇൻസ്റ്റിറ്റ്യൂട്ടിന്റേയും(NEERI) ഇടപെടലിനെ തുടർന്നാണ് പാരിസ്ഥിതികവശം പഠിക്കാനുള്ള ശ്രമം പുഷ്ടിപ്പെട്ടത്. ഗൾഫ് മന്നാറിലുള്ള മറൈൻ പാർക്കുകൾ സംരക്ഷിക്കപ്പെടണമെന്ന് NEERI നിഷ്കർഷിച്ചു. മാത്രമല്ല, പാക് ഉൾക്കടലിനോട് അനുബന്ധിച്ചുള്ള പാരിസ്ഥിതിക ദുർബല പ്രദേശങ്ങളിൽ നിന്നും മതിയായ അകലത്തിലേ പാത നിർമ്മിക്കാവൂ. കടലിടുക്കിലുള്ള ഷിംഗിൾ ദ്വീപിന് 12 കിലോമീറ്റർ അകലത്ത് ഗൾഫ് ഓഫ് മന്നാർ മറൈൻ നാഷണൽ പാർക്കിന് സമീപത്തുകൂടി ധനുഷ്കോടിയിലേക്കുള്ള സമുദ്രമാർഗ്ഗം മുറിച്ചു കൊണ്ടുള്ള പാതയെ NEERI പിന്തുണച്ചു. ഫലത്തിൽ ഇതായിരുന്നു മൂന്നാമത്തെ പാത (1996).

ഈ പാതയാകട്ടെ ഗൾഫ് മന്നാറിലെ ജൈവമണ്ഡലത്തിന്റെ സംരക്ഷിതമേഖലയ്ക്ക് അത്ര അകലെയല്ലായിരുന്നു. ധനുഷ്കോടിയിലേക്കുള്ള മാർഗ്ഗത്തിന് കുറുകെ പാത കടന്നുപോയതും പ്രശ്നമായി. ധനുഷ്കോടി ദ്വീപ് നൂറ് കണക്കിന് തീർത്ഥാടകർ സന്ദർശിക്കുന്ന സ്ഥലമാണ്. മാത്രമല്ല, ലക്ഷ്യമിട്ട പാതയ്ക്ക് വളരെ സമീപത്തുള്ള രാമേശ്വരത്തെ കൊണ്ടാരസ്വാമിക്ഷേത്രത്തിനും അവിടുത്തെ തീർത്ഥാടനത്തിനും വിഘാതമുണ്ടാകുമെന്ന വിഷയവും ഉന്നയിക്കപ്പെട്ടു. പുനർവിന്യാസത്തിന്റെയും മാറ്റിപാർപ്പിക്കലിന്റെയും കാര്യം പരിഗണിക്കേണ്ടിവന്നു. കൊണ്ടാരസ്വാമി ക്ഷേത്രത്തിന് കേടുവരുമെന്ന രീതിയിലുള്ള പ്രചരണം യഥാർത്ഥത്തിൽ വ്യാപകമാക്കിയത് വാല്മീകി രാമായണം ചൂണ്ടിക്കാട്ടിയാണ്. രാമ-രാവണ യുദ്ധത്തിന് ശേഷം രാമൻ വിഭീഷണനെ ലങ്കാധിപനായി വാഴിച്ചത് ഇവിടെ വെച്ചായിരുന്നുവത്രെ. സേതുസമുദ്രംപദ്ധതിയുടെ നടത്തിപ്പിനിടയിൽ മതവിശ്വാസം ആദ്യമായി എത്തിനോക്കിയത് അപ്പോഴായിരുന്നു. എങ്കിലും അത് പ്രധാനമായ കാരണങ്ങളിൽ ഒന്നുമാത്രമായിരുന്നു. സ്വഭാവികമായും 'വിവാദ'ത്തെ തുടർന്ന് ഈ മൂന്നാമത്തെ പാതയും ഒഴിവാക്കപ്പെട്ടു.

ഒരോരോ കാരണത്താൽ പദ്ധതികൾ ഒന്നിനുപുറമെ ഒന്നായി നിറുത്തിവെക്കുന്നത് തുടർന്നു. നാലുംഅഞ്ചും പാതകൾ ധനുഷ്കോടിക്ക് പടിഞ്ഞാറ് വശത്തുകൂടിയും അഞ്ചാമത്തേത് ധനുഷ്കോടിയുടെ കിഴക്കുകൂടിയും നിർദ്ദേശിക്കപ്പെട്ടു. കൂടതൽ വിശദമായ പാരിസ്ഥിതിക പഠനത്തിന്റെ ആവശ്യങ്ങൾ ഉയർന്നു. കേന്ദ്രമന്ത്രിസഭയിൽ തന്നെ ഭിന്നതയുണ്ടായതിനെ തുടർന്ന് പ്രശ്നം പഠിക്കാനായി കേന്ദ്രഗതാതഗ മന്ത്രാലയം സെക്രട്ടറിമാരുടെ ഒരു കമ്മറ്റിയെ നിയോഗിച്ചു. തൂത്തുക്കുടി പോർട്ട് ട്രസ്റ്റിന്റേയും NEERI-യുടേയും അഭിമുഖ്യത്തിൽ വിശദമായ പരിസ്ഥിതി-സാങ്കേതിക പഠനങ്ങൾ നടന്നത് അതിനുശേഷമായിരുന്നു. എൻവയറോൺമെന്റ് ഇംപാക്റ്റ് അസ്സസ്സ്മെന്റ്(EIA), ഡീറ്റെയ്ൽഡ് ഫീസിബിലിറ്റി സ്റ്റഡി(DFS) തുടങ്ങിയ രണ്ടു പഠനങ്ങളാണ് നടത്തപ്പെട്ടത്. ആഡംസ് ബ്രിഡ്ജ് വെട്ടിമുറിച്ച് കൊണ്ടായാലും ചെലവ് അൽപ്പം കൂടിയാലും ധനുഷ്കോടിയിൽനിന്ന് വളരെ അകന്നുമാറിയുള്ള പാതയാണ് അഭികാമ്യമെന്ന ഉപദേശമാണ് അവസാനം കമ്മറ്റി സർക്കാരിന് മുന്നിൽവെച്ചത്. പ്രസ്തുതപാത ധനുഷ്കോടി മുനമ്പിന് വളരെ അടുത്തുകൂടെ കടന്നുപോകുന്നതിനാൽ കപ്പൽ നിയന്ത്രിക്കുന്നതിൽ വിഷമതയുണ്ടായേക്കുമെന്നും നിരീക്ഷിക്കപ്പെട്ടു. അതോടെ വീണ്ടും പുതിയപാത പ്രഖ്യാപിക്കപ്പെട്ടുമെന്ന് ഉറപ്പായി. കേന്ദ്രം ആത്മാർത്ഥതയില്ലാതെ വെറുതെ 'പാത പ്രഖ്യാപിച്ച്'കളിക്കുകയാണെന്ന് തമിഴ്നാട്ടിലെ

മണ്ണു നീക്കംചെയ്യലിൽ ഏർപ്പെട്ടിരിക്കുന്ന തുറമുഖ വകുപ്പിന്റെ കപ്പൽ

മിക്കകക്ഷികളും ആക്ഷേപിക്കുമായിരുന്നു.

NEERI 2002-ഒക്ടോബറിൽ തന്നെ പുതിയപാത നിർദ്ദേശിച്ചു കൊണ്ടുള്ള പരിസ്ഥിതി പഠനറിപ്പോർട്ട് സമർപ്പിച്ചിരുന്നു. പ്രതീക്ഷിക്കപ്പെട്ടതുപോലെ ധനുഷ്കോടിയിൽനിന്നും വളരെ അകന്നുമാറിയാണ് ആറാമത്തെ പാത അവതരിപ്പിക്കപ്പെട്ടത്. അതാണ് ഇന്നു നാം ചർച്ച ചെയ്യുന്ന പാത. ഇതിന് 2005 മാർച്ച് 31 ന് അനുമതി ലഭിച്ചു. ആകെ 167 കിലോമീറ്റർ ദൂരമാണ് ഈ പാതയിൽ പ്രതീക്ഷിക്കപ്പെടുന്നത്. അതിൽ, 35 കിലോമീറ്റർ ആഡംസ്ബ്രിഡ്ജിനെ മുറിച്ച് കടക്കുന്നു. 54 കിലോമീറ്റർ പാക് സ്ട്രെയിറ്റിലൂടെയും ബാക്കി 78 കിലോമീറ്റർ പാക് ഉൾക്കടലിലൂടെയും കടന്ന് പോകണം. ഓരോ പാത വരുമ്പോഴും അത് ഇന്ത്യയുടെ സമുദ്രതീരത്ത് നിന്നകന്നകന്ന് പൊയ്ക്കൊണ്ടേയിരുന്നു എന്നതാണിതിൽ സവിശേഷകരമായ കാര്യം. വിവാദം വിട്ട് ഓടിയകലാനുള്ള പ്രവണത പദ്ധതികൾക്കുണ്ടോ?!

മണ്ണ് നീക്കംചെയ്യാനുള്ള ചെലവ് കൂടുന്നുവെന്ന് മാത്രമല്ല ചുറ്റി പോകുന്നതനുസരിച്ച് മണ്ണുമാറ്റേണ്ട സ്ഥലത്തിന്റെ വിസ്തീർണ്ണവും ദൂരവും വർദ്ധിക്കുകയാണ്. എങ്കിലും പാതകളെല്ലാം തമിഴ്നാട് തീരത്തുള്ള തൂത്തുക്കുടി തുറമുഖത്തിൽനിന്ന് തന്നെയാണ് തുടക്കം. അതായത് പാത ഏതു വഴി പോയാലും തമിഴ്നാടിന് ലക്ഷ്യമിടുന്ന നേട്ടമുണ്ടാകും. ആദ്യത്തെ അഞ്ചു പാതകൾക്കെതിരെ

ചൂണ്ടികാണിക്കാട്ടപ്പെട്ട മിക്ക പ്രശ്നങ്ങളും ഒരു പരിധിവരെ ആറാമത്തേതിൽ പരിഹരിച്ചുവെന്നാണ് നിനച്ചിരുന്നത്. പക്ഷേ ആദ്യ അഞ്ചെണ്ണത്തിനുമില്ലാത്ത ന്യൂനതയാണ് ആറാമത്തതിൽ ഉണ്ടായത്. സമ്മർദ്ദത്തിന് വഴങ്ങി ഇനി മറ്റൊരു പാത, (അതായത് ഏഴാമത്തെ) സ്വീകരിക്കുകയാണെങ്കിൽ അത് ശ്രീലങ്കൻ തീരത്തോട് കൂടുതൽ അടുത്തുപോകുമെന്ന ആശങ്ക ഉയരുന്നുണ്ട്. അല്ലെങ്കിൽ ആദ്യത്തെ പാതകളിലേതെങ്കിലും ഭേദഗതി ചെയ്തെടുക്കണം. ചുരുക്കത്തിൽ കാര്യങ്ങൾ ഏതിന്റെയോ വാൽ കുഴലിലിട്ട പോലെ പദ്ധതി പൊയ്ക്കൊണ്ടിരിക്കുന്നു എന്നർത്ഥം.

രാമൻ കോടതിയിൽ

സേതു സമുദ്രം പ്രോജക്റ്റ് പ്രധാനമന്ത്രി ഉദ്ഘാടനം ചെയ്തതിന് ശേഷം തമിഴ്നാട്ടിൽ നിലവിലിരിക്കുന്ന രാഷ്ട്രീയ പരിസ്ഥിതിയാണ് ഇപ്പോഴത്തെ പ്രശ്നങ്ങളിലൂടെ ഒരു കാരണം. മുൻ കേന്ദ്രമന്ത്രിയും ജനതാ പാർട്ടി പ്രസിഡന്റുമായ ഡോ.സുബ്രമണ്യം സ്വാമി ഭാരതത്തിന്റെ പൗരാണിക സമ്പത്തായ 'രാമസേതു' പരിരക്ഷിക്കണമെന്ന് ആവശ്യപ്പെട്ടുകൊണ്ട് 2007 മേയ് മാസത്തിൽ മദ്രാസ് ഹൈക്കോടിതിയിൽ ഒരു ഹർജി സമർപ്പിച്ചു. രാമസേതു ഭാരതത്തിന്റെ പൈതൃക സ്വത്താണെന്നും അത് നശിപ്പിച്ചുകൊണ്ടുള്ള യാതൊരു നിർമ്മാണപ്രവർത്തനവും നടത്തരുതെന്നും സ്വാമി ഹർജിയിൽ ആവശ്യപ്പെട്ടു. ചില പരിസ്ഥിതിപ്രശ്നങ്ങളും പരാതിയിൽ ചൂണ്ടിക്കാണിച്ചിരുന്നു. പുരാണവും പരിസ്ഥിതിവാദവും സമാസമം കുഴച്ചാണ് ഹർജി തയ്യാർ ചെയ്തിരുന്നത്. ആഡംസ്ബ്രിഡ്ജ് പരിരക്ഷിക്കാൻ കേന്ദ്രസർക്കാർ വരുത്തുന്ന വീഴ്ച ഭരണഘടനയിലെ ആർട്ടിക്കിൾ 49, 1958-ലെ ഏൻഷ്യന്റ് മോനുമെന്റ് ആൻഡ് ആർക്കിയോളജിക്കൽ സൈറ്റ്സ് ആൻ റിമൈൻസ് ആക്റ്റ് എന്നിവയുടെ(Ancient monuments and Archaeological Sites and Monument and Remains Act,1958)നഗ്നമായ ലംഘനമാണെന്ന് സ്വാമി തറപ്പിച്ച് പറഞ്ഞു.

സമാന സ്വഭാവമുള്ള മറ്റു ചില ഹർജികളും സമർപ്പിക്കപ്പെടുകയുണ്ടായി. മിക്കവയുടേയും പിന്നിൽ ചരട് വലിച്ചത് ഹിന്ദുസംഘടനകളോ അവയുടെ പ്രതിനിധികളോ ആയിരുന്നു. ഒപ്പം ചില പരിസ്ഥിതി സംഘടനകളും സർക്കാരിനേയും കോടതിയേയും സമീപിക്കുകയുണ്ടായി. ആഡംസ് ബ്രിഡ്ജ് ശ്രീരാമൻ നിർമ്മിച്ചതിനുള്ള തെളിവായി സ്വാമിയും കൂട്ടരും ചൂണ്ടിക്കാട്ടിയത് ഇന്ത്യയുടെ പ്രാചീനചരിത്രം, ഹിന്ദുപുരാണങ്ങൾ, രാമായണം എന്നിവയായിരുന്നു. ലോകത്ത് നൂറ് കണക്കിന് രാമായണങ്ങളുണ്ടെങ്കിലും

വാല്മീകിയുടേയും തുളസിദാസിന്റേയും രാമായണങ്ങളാണ് മാത്രമാണ് ഹർജിക്കാർ പരാമർശിച്ചത്.

കേന്ദ്ര മന്ത്രാലയങ്ങളുടെ പ്രതികരണം ആവശ്യമുള്ള കേസ് എന്ന നിലയിൽ ദേശീയതാല്പര്യം പരിഗണിച്ച് ഹർജി പിന്നീട് സുപ്രീംകോടതിയിലേക്ക് മാറ്റപ്പെട്ടു. പ്രാരംഭവാദം കേട്ട സുപ്രീംകോടതി ആഡംസ്ബ്രിഡ്ജിൽ SSCP(സേതുസമുദ്രം കനാൽ പ്രോജക്റ്റ് കോർപ്പറേഷൻ) നടത്തിക്കൊണ്ടിരുന്ന മണ്ണുനീക്കംചെയ്യൽ അടിയന്തരമായി നിറുത്തിവെക്കാൻ നിർദ്ദേശിച്ചു. മറ്റുള്ള ഭാഗത്ത് പണി തുടരാം, പക്ഷേ മണൽത്തിട്ടകളെ തൊടരുത്. തുടർന്ന് കേന്ദ്രഗവൺമെന്റിനോട് സത്യവാങ്മൂലം ആവശ്യപ്പെട്ടു. പ്രതികരണമറിയിക്കേണ്ട ചുമതല സ്വാഭാവികമായും കേന്ദ്രത്തിന്റെ ബന്ധപ്പെട്ട സ്ഥാപനങ്ങൾക്കായി. കേന്ദ്ര കപ്പൽ മന്ത്രാലയവും ആർക്കിയോളജിക്കൽ സർവെ ഓഫ് ഇന്ത്യയും(ASI) വെവ്വേറെ സത്യവാങ്മൂലം സമർപ്പിച്ചു. അതിൽ ASI സമർപ്പിച്ച സത്യവാങ്മൂലത്തിലെ ചില പരാമർശങ്ങളാണ് ഇപ്പോൾ കത്തിക്കാളുന്ന വിവാദം സൃഷ്ടിക്കാൻ സംഘപരിവാറിനെ സഹായിച്ചത്.

ഹർജിക്കാർ വാല്മീകിരാമായണവും തുളസിദാസിന്റെ രാമചരിതമാനസവുമൊക്കെ അവലംബിച്ച് എത്തിച്ചേരുന്ന നിഗമനങ്ങൾക്ക് ശാസ്ത്രീയമായ യാതൊരടിസ്ഥാനവുമില്ലെന്ന് ASI സുപ്രീംകോടതിയെ ബോധിപ്പിച്ചു. ഇതിഹാസങ്ങളും പുരാണങ്ങളും മാത്രം ആശ്രയിച്ച് ചരിത്രസത്യങ്ങൾ കണ്ടെത്താനാവില്ലെന്നും അവരറിയിച്ചു: 'The Petitioners, while seeking relief have primarily relied upon the contents of Valmiki Ramayana, the Ramacharitha manasa by Tulasidas and other mythological texts, which admittedly form an important part of Ancient Indian literature, but which can not be said to be historical record to incontrovertibly prove the existence of characters, or the occurance of events, depicted therein'(Para 20 of the CA filed by ASI/ C Dorjee, Director (Monuments), ASI, New Delhi)

ഈ വിഷയത്തിൽ കേന്ദ്ര കപ്പൽഗതാഗത മന്ത്രാലയം സമർപ്പിച്ച സത്യവാങ്മൂലവും സ്വാമിയുടേയും കൂട്ടരുടേയും വാദങ്ങൾക്ക് പൂർണ്ണമായും എതിരാണ്. ASI-യുടെ സത്യവാങ്മൂലം പിൻവലിച്ചെങ്കിലും കപ്പൽ ഗതാഗത മന്ത്രാലയം സമർപ്പിച്ച സത്യവാങ്മൂലം നിലനിൽക്കുകയാണ്. ഇന്ത്യൻഭരണഘടനയിലെ ആർട്ടിക്കിൾ-49 പ്രകാരം ദേശീയപ്രാധാന്യമുള്ളതും കലാപരവും ചരിത്രപരവുമായി സവിശേഷമൂല്യമുണ്ടെന്ന് കരുതപ്പെടുന്നതുമായ എല്ലാ സ്മാരകങ്ങളും

അവശിഷ്ടങ്ങളും സംരക്ഷിക്കാനുള്ള ബാദ്ധ്യത കേന്ദ്രസർക്കാരിനുണ്ട്. ഈ ഭരണഘടനാ വിഷയവും ദേശീയസ്മാരകങ്ങൾ സംബന്ധിച്ച 1958-ലെ ആക്റ്റും ഹർജിക്കാരൻ പ്രത്യേകം ഉന്നയിച്ചുകൊണ്ടാണ് രാമസേതു ദേശീയസ്മാരകമാകില്ലെന്നും ശ്രീരാമൻ പുരാണകഥാപാത്രം മാത്രമാണെന്നും കൃത്യമായി എടുത്ത് പറയാൻ ASI നിർബന്ധിതമായത്. അതുകൊണ്ടുതന്നെ മതവികാരം വ്രണപ്പെടുത്താനായി മനപൂർവ്വം നടത്തിയ ഒരു പ്രസ്താവമല്ലതെന്ന് വ്യക്തമാണ്. 'In the light of the scientific study conducted, the said formation can not, therefore, be said to be man-made structure.The same is merely a sand and coral formation which can not be said to be of historical, archaeological or artistic importance'-Para 20 of the CA filed by ASI/ C Dorjee, Director (Monuments), ASI, New Delhi)

ആർക്കിയോളജിക്കൽ സർവെ ഓഫ് ഇന്ത്യ(ASI) ഒരു മതസ്ഥാപനമല്ല. മതത്തെ തൊട്ടുകളിക്കാൻ അവർക്ക് താൽപര്യമുണ്ടാവാനും വഴിയില്ല. വിവിധ മതസ്ഥർ അവിടെ ജോലിചെയ്യുന്നുണ്ട്. കാര്യങ്ങൾ പഠിക്കാനും വിലയിരുത്താനുമായി അവരവലംബിക്കുന്നത് ശാസ്ത്രീയവും വസ്തുനിഷ്ഠവുമായ മാർഗ്ഗങ്ങളാണ്. മതവിശ്വാസമോ ഇഷ്ടാനിഷ്ടങ്ങളളോ അനുസരിച്ച് റിപ്പോർട്ടുകൾ പടച്ചുവിടാനുള്ള അധികാരമൊന്നും അവിടാർക്കുമില്ല. പറയുന്ന കാര്യങ്ങൾക്കൊക്കെ കൃത്യമായ വസ്തുനിഷ്ഠ തെളിവും സാധൂകരണവും നിർബന്ധമാണ്. മതസാഹിത്യവും പുരാണങ്ങളും ചൂണ്ടിക്കാട്ടി ജനത്തെ കുത്തിയിളക്കാൻ മതസംഘടനകൾക്ക് പ്രയാസമുണ്ടാവില്ല. ഭാവനയും മതാന്ധതയും സമം ചാലിച്ചാൽ ഇന്ത്യയുടെ എന്നല്ല അന്റാർട്ടിക്കയുടെ വരെ ചരിത്രം മതപരമായി'തെളിയിക്കാനാവും'. പക്ഷേ അതൊന്നും ശാസ്ത്രീയ അടിസ്ഥാനത്തിൽ പ്രവർത്തിക്കാൻ ബാദ്ധ്യസ്ഥമായ ഒരു സർക്കാർഏജൻസിക്ക് സാദ്ധ്യമല്ല. ഇതിഹാസങ്ങളും പുരാണവും വായിച്ച് കാര്യങ്ങൾ നിശ്ചയിക്കാനാണെങ്കിൽ ASI പോലുള്ള സ്ഥാപനങ്ങളുടെ ആവശ്യവുമില്ല. മുസ്ളീംങ്ങൾ രാമസേതു ആദാമിന്റെ പാലമായാണല്ലോ കരുതുന്നത്. അത്തരത്തിലൊരു റിപ്പോർട്ട് നൽകണമെന്ന ശാസന നൽകിയാലും ASI നിസ്സഹായയാരായിരിക്കും. ആഡംസ്ബ്രിഡ്ജ് പവിഴപ്പുറ്റുകളും മണൽത്തിട്ടകളും അടങ്ങിയ ഭൗമനിക്ഷേപം മാത്രമാണെന്ന് മാത്രമേ ASI-ക്ക് പറയാനാവൂ. മറിച്ച് പറഞ്ഞാലും അവർക്കത് ശാസ്ത്രീയമായി തെളിയിക്കാനാവില്ല. മാത്രമല്ല, അന്തർദേശീയരംഗത്തും ശാസ്ത്രലോകത്തും പരിഹാസ്യരായി തീരുകയുംചെയ്യും. പക്ഷേ അപ്പോഴും അടിത്തട്ട് യാഥാർത്ഥ്യങ്ങൾ മാറ്റമില്ലാതെ തുടരും. അതായത് ASI കണ്ണടച്ചു കൊണ്ടുമാത്രം ഇരുട്ടാവില്ലെന്നർത്ഥം. ദേശീയസ്മാരകമാണെന്ന് വാദത്തിന് വേണ്ടി

സമ്മതിച്ചാൽ തന്നെ, 1958-ലെ ആക്റ്റനുസരിച്ച് അതേറ്റെടുത്ത് സംരക്ഷിക്കുക ഏറെക്കുറെ അസാദ്ധ്യമായിരിക്കും. മാത്രമല്ല, രാമസേതുവിന്റെ കുറേഭാഗം ശ്രീലങ്കയുടെ സമുദ്രാധികാര പരിധിയിലാണെന്ന കാര്യം ഡോ.സുബ്രഹ്മണ്യൻ സ്വാമിക്കും കൂട്ടർക്കും പരിഗണിക്കേണ്ടതില്ല;പക്ഷേ സംരക്ഷണം ഏൽക്കുന്നവർക്ക് അതു സാധിക്കില്ലല്ലോ.

രാമനെപ്പറ്റിയുള്ള പരാമർശത്തെക്കുറിച്ച് സംഘപരിവാർ ഇത്രയും വികാരം കൊള്ളുമ്പോഴും പറയത്തക്ക പ്രകോപനമുണ്ടാക്കാത്ത ഭാഷയിലാണ് ASI യുടെ സത്യവാങ്മൂലമെന്ന് വ്യക്തമാണ്. രാജ്യത്തെ സംസ്ക്കാരത്തെയും മതവിശ്വാസങ്ങളെയും ബഹുമാനത്തോടെയാണ് തങ്ങൾ കാണുന്നുവെന്നാണ് അവർ സുപ്രീം കോടതിയെ എഴുതിയറിയിച്ചത്. പക്ഷേ ശാസ്ത്രീയമായ രീതിയിൽ മാത്രം പഠനം നടത്താൻ ബാദ്ധ്യസ്ഥമായ സർക്കാർ ഏജൻസിയെന്ന നിലയ്ക്ക് തങ്ങൾക്ക് കാര്യങ്ങൾക്ക് ശാസ്ത്രീയവും വസ്തുനിഷ്ഠവുമായ രീതിയിൽ മാത്രമേ വിശകലനം ചെയ്യാനാവൂ എന്നുകൂടി അവർ ബോധിപ്പിച്ചു: 'Whereas it is submitted that the ASI is aware of, and duly respects the deep religious import bestowed upon these texts by the Hindu community across the globe, it is also submitted that the study of human history which is primary object of the ASI is, like other sciences, and fields of study, must be carried out in scientific manner, using available technological aids, and its finding must be based on tangible material evidence'(Para.20 of the CA filed by the ASI)

രാമായണം ഇതിഹാസകാവ്യമാണ്; ശ്രീരാമൻ പുരാണകഥാപാത്രവും. രാമൻ ജീവിച്ചിരുന്നുവെന്നതിന് ചരിത്രപരമോ വസ്തുനിഷ്ഠമോ ആയ യാതൊരു തെളിവുമില്ല. ഇക്കാര്യത്തിൽ ASI നിസ്സഹായരാണെന്ന് മനസ്സിലാക്കാൻ സാമാന്യബുദ്ധി മതിയാകും. ശ്രീരാമൻ കടൽപ്പാലം നിർമ്മിച്ചെന്ന് വാദിക്കാൻ സംഘപരിവാറിന് മന:സാക്ഷിക്കുത്ത് തോന്നേണ്ട കാര്യമില്ല. വസ്തുനിഷ്ഠമായ തെളിവ് അവരോടാരും ചോദിക്കില്ല;കൊടുക്കേണ്ട ബാധ്യതയുമില്ല. രാമായണവും പുരാണങ്ങളും ഉയർത്തികാട്ടി ചില ശ്ളോകങ്ങൾ ഉദ്ധരിച്ചാൽ കാര്യം തീർന്നു.

ഇന്ത്യ തിളങ്ങിയപ്പോൾ രാമസേതു 'തിളങ്ങാ'ഞ്ഞതെന്ത്?

വാദം ആര് നടത്തിയാലും കോടതികൾ തെളിവ് ചോദിക്കും. തെളിവ് ശാസ്ത്രീയവും യുക്തിസഹവുമായിരിക്കണമെന്നും നിർബന്ധമുണ്ട്. ഭാവിയിലും ഇതല്ലാതെ മറ്റൊരു സത്യവാങ്മൂലം കൊടുക്കാൻ ASI-ക്ക് കഴിയില്ല. ഏറിയാൽ ഭാഷ കുറേക്കൂടി മൃദുവാക്കാം, കുറേക്കൂടി

വളച്ചുകെട്ടാം, രാമന്റെ കാര്യത്തിൽ നിശബ്ദത പാലിക്കാം-അത്രമാത്രം. കാര്യങ്ങൾ 'വിവാദമാക്കിയ' സ്ഥിതിക്ക് ആറാമത്തെ പാത ഉപേക്ഷിച്ച് ഏഴാമത്തെ പാതയുടെ സാധ്യത ആരായുകയെന്ന ലളിത തീരുമാനമാണ് ഇപ്പോൾ പലരും പ്രതീക്ഷിക്കുന്നത്. ഇതുവരെ സംഭവിച്ച് പോന്നതും അതൊക്കെ തന്നെയാണല്ലോ. പാക് കടലിടുക്കിൽ ആഡംസ് ബ്രിഡ്ജ് മുറിച്ച് കപ്പൽപാത നിർമ്മിക്കാനുള്ള തീരുമാനം ബി.ജെ.പി ഗവൺമെന്റ് എടുത്തത്'രാമസേതു'അവിടെയുണ്ടെന്ന് അറിഞ്ഞുതന്നെ. വാജ്പേയി സേതുസമുദ്രം പ്രോജക്റ്റ് സംബന്ധിച്ച തീരുമാനം ചെന്നൈയിൽ പ്രഖ്യാപിച്ച സമയത്ത് സംഘപരിവാർ ഇതുപോലെ ഉറഞ്ഞ് തുള്ളിയിരുന്നില്ല. പക്ഷേ അപ്പോഴും'ശാസ്ത്രീയ തെളിവ്' ആയി നാസചിത്രങ്ങൾ അവരുടെ കീശയിലുണ്ടായിരുന്നു.

നാസചിത്രങ്ങളുയർത്തികാട്ടി രാമസേതു സംരംക്ഷണത്തിനായി സംഘപരിവാർ പ്രക്ഷോഭപരിപാടികൾ തുടങ്ങിവെച്ചത് വാജ്പേയ് സർക്കാരിന്റെ കാലത്തായിരുന്നുവെങ്കിലും അതൊക്കെ കേവലം കാട്ടിക്കൂട്ടലുകളായിരുന്നു. പരാതികൾ തടസ്സമായി കണ്ട് പദ്ധതി തടയാൻ യാതൊരു ശ്രമവും ബി.ജെ.പി സർക്കാർ നടത്തിയിരുന്നമില്ല. വാജ്പേയി ഗവൺമെന്റിന്റെ അവസാനകാലത്ത് ബന്ധപ്പെട്ട വകുപ്പുകളുടെ ഫയലുകൾ നിറയെ പദ്ധതി എത്രയും പെട്ടെന്ന് നടപ്പാക്കാൻ സഹായകരമായ ശിപാർശകളാണ് എൻ.ഡി.എ മന്ത്രിമാർ മത്സരിച്ചെഴുതിക്കൊണ്ടിരുന്നത്. നാസചിത്രങ്ങൾ വന്നത് 2002-ലായിരുന്നു. 2003 ഏപ്രിലിലും വാജ്പേയിയായിരുന്നു ഇന്ത്യൻ പ്രധാനമന്ത്രി. അപ്പോഴൊക്കെ പദ്ധതി കേന്ദ്രസർക്കാരിന്റെ പൂർണ്ണപിന്തുണയോടെ മുന്നോട്ട് കുതിക്കുകയായിരുന്നു. ഇതിനെല്ലാം പുറമേ, ഇന്ത്യ തിളങ്ങുന്നു എന്ന പ്രചരണപരിപാടിയിൽ ബി.ജെ.പി സർക്കാർ അഭിമാനപൂർവം ഉയർത്തി കാണിച്ച ഒരു നേട്ടമായിരുന്നു സേതുസമുദ്രം പ്രോജക്റ്റ്. ഈ നേട്ടം വിളംബരം ചെയ്യുന്ന വാജ്പേയിയുടെ തലയുള്ള കൂറ്റൻ പോസ്റ്ററുകൾ ഇന്നും ചെന്നൈ നഗരത്തിൽ അവശേഷിക്കുന്നു.

ASI സമർപ്പിച്ച സത്യവാങ്മൂലത്തിൽ രാമൻ ജീവിച്ചിരുന്നുവെന്ന് ചരിത്രപരമായോ പുരാവസ്തുശാസ്ത്രപരമായോ യാതൊരു തെളിവുമില്ലെന്ന വരികളാണ് ബി.ജെ.പി-ക്ക് പിടിവള്ളിയായതെന്ന് നാം കണ്ടു. പ്രസ്തുത പ്രസ്താവന മതവികാരം വ്രണപ്പെടുത്തുന്നതാണെന്നും ഹിന്ദുക്കളെ ആകമാനം അപമാനിക്കുന്നതാണെന്നും പ്രചരിപ്പിക്കുക താരതമ്യേന എളുപ്പമായി. അത്തരമൊരു പരാമർശം എങ്ങനെ ചൂഷണം ചെയ്യണമെന്നത് ബി.ജെ.പി-യെ ആരും

പഠിപ്പിക്കേണ്ടതില്ലല്ലോ! പ്രതിഷേധ പ്രസ്താവനകളുമായി സംഘപരിവാറും ബി.ജെ.പി-യും രംഗത്തെത്തിയത് പലതും മുന്നിൽ കണ്ടുകൊണ്ടായിരുന്നു;പ്രത്യേകിച്ചും ഒരു ലോക്സഭാ തെരഞ്ഞെടുപ്പ്. പക്ഷേ അവരെ അമ്പരപ്പിച്ചുകൊണ്ട് സമർപ്പിച്ച സത്യവാങ്മൂലം കേന്ദ്രസർക്കാർ അപ്പാടെ പിൻവിലിക്കുകയാണുണ്ടായത്. രാജാവിനേക്കാൾ വലിയ രാജഭക്തിയെന്ന് പറയാം. വാജ്പേയി സർക്കാരായിരുന്നുവെങ്കിൽപോലും അത്രത്തോളം പോകുമായിരുന്നോ എന്ന് സംശയിക്കണം. പിൻവലിക്കാനുള്ള കാരണമായി അഡീഷണൽ സോളിസിറ്റർ ജനറൽക്ക് സുപ്രീംകോടതി മുമ്പാകെ കഴമ്പുള്ള ന്യായങ്ങളൊന്നും പറയാനുണ്ടായിരുന്നില്ല. സത്യവാങ്മൂലത്തിൽ എന്തെങ്കിലും തെറ്റോ ക്രമക്കേടോ ഉണ്ടെന്നദ്ദേഹം പ്രസ്താവിച്ചില്ല; വസ്തുതകൾ വളച്ചൊടിച്ചതായോ ഭരണഘടനാപരമായ അവകാശാധികാരങ്ങളുടെ ഏതെങ്കിലും തരത്തിലുള്ള ലംഘനം നടത്തിയതായോ പറഞ്ഞില്ല. മറിച്ച് കോടതിയിൽ'ഭാഷാവ്യായാമം'നടത്തി തടിതപ്പുകയായിരുന്നു അദ്ദേഹം.

രാജ്യത്തെ ജനങ്ങളുടെ പൊതുവികാരം പരിഗണിച്ച് ഉന്നത ജനാധിപത്യ മൂല്യങ്ങൾക്കാനുപാതികമായി, പിന്നീട് ലഭിച്ച കൂടുതൽ വസ്തുതകൾ കൂടി കണക്കിലെടുത്തുകൊണ്ടുള്ള ഒരു സമീപനം സ്വീകരിക്കുന്നതിന്റെ ഭാഗമായി വിഷയം പുനഃപരിശോധനയ്ക്ക് വിധേയമാക്കിയ ശേഷം പുതിയ സത്യവാങ്മൂലം സമർപ്പിക്കേണ്ടതിലേക്കായി നിലവിലുള്ള സത്യവാങ്മൂലം പിൻവലിക്കാൻ അനുവദിക്കണമെന്നൊക്കെയാണ് വലിച്ചുനീട്ടി, വളച്ചുകെട്ടി അദ്ദേഹം സുപ്രീംകോടതിയോട് അഭ്യർത്ഥിച്ചത്. ഇതിനായി മൂന്ന് മാസത്തെ സമയവും അഭ്യർത്ഥിച്ചു:'Having regard to public sentiment, and having regard to the fact that representations, including additional material, are being brought to the attention of the Government since the filing of this affidavit, the Central Government, without any reservation, in a spirit of inclusiveness and high democratic tradition, to consider a different point of view, withdraws the present affidavit, to re-examine the entire matter'

വാദം:
അനുകൂലം, പ്രതികൂലം

പോരാട്ടം ജയലളിതയും കരുണാനിധിയും തമ്മിൽ

140 വർഷത്തെ നീണ്ട കാത്തിരിപ്പിന് ശേഷം വളരെ പ്രതീക്ഷയോടെയാണ് പ്രധാനമന്ത്രി മൻമോഹൻസിംഗ് 2005 ജൂലൈ 2-ന് മധുരയിൽ സേതുസമുദ്രം ഷിപ്പിംഗ് കനാൽ പ്രോജക്റ്റ് (SSCP) ഉദ്ഘാടനം ചെയ്തത്. വൈകാരികവും രാഷ്ട്രീയവുമായ കാരണങ്ങളാൽ അന്നത്തെ മുഖ്യമന്ത്രി ജയലളിത ചടങ്ങിൽ നിന്നു വിട്ടുനിന്നു. പ്രത്യേക ബഹുമാന്യ അതിഥിയായി അവരെ ക്ഷണിച്ചിരുന്നു. അതിവൈകാരികതയും തീവ്ര നിലപാടുകളും തമിഴ് രാഷ്ട്രീയത്തിന്റെ പൊതു സ്വഭാവമായി കാണണം. തന്റെ സ്വപ്നപദ്ധതി സാക്ഷാത്കരിച്ച ആ ചടങ്ങിൽ വൈക്കോ ഗോപാലസ്വാമിയും എം.ഡി.എം.കെ(മറുമലർച്ചി ദ്രാവിഡ മുൻറേറ്റ കഴകം) പ്രവർത്തകരും വലിയ ഉത്സാഹത്തിലായിരുന്നു. വൈക്കോ സ്വപ്ന സാഫല്യം കണ്ടെത്തിയവനേപോലെ വികാരാധീനനായി കാണപ്പെട്ടു. എങ്കിലും 16 ഡി.എം.കെ എം.പി മാരുടെ ബലത്തിൽ ഡൽഹി രാഷ്ട്രീയത്തിന്റെ കടിഞ്ഞാൺ കയ്യിലെടുത്ത കരുണാനിധിയുടെ വിജയമായാണ് ഉദ്ഘാടനം പൊതുവെ വിലയിരുത്തപ്പെട്ടത്. ഡി.എം.കെ-യുടെ സഖ്യ കക്ഷിയായ പട്ടാളിമക്കൾ കച്ചിയുടെ അദ്ധ്യക്ഷനായ രാംദോസ് പിണങ്ങി മാറിനിന്നെങ്കിലും അദ്ദേഹത്തിന്റെ മകനും കേന്ദ്ര ആരോഗ്യവകുപ്പ് മന്ത്രിയുമായ ഡോ. അൻപുമണി രാംദോസ് വളരെ സജീവമായി ചടങ്ങിൽ സംബന്ധിച്ചിരുന്നു. പക്ഷേ ഉദ്ഘാടനദിവസം തന്നെ കരിങ്കൊടികൾ ഉയർന്നു. തൂത്തുക്കുടിയിലെ മത്സ്യതൊഴിലാളികളിൽ ഒരു വിഭാഗം പരസ്യപ്രതിഷേധവുമായി രംഗത്തെത്തി. തമിഴ്നാട്ടിലെ രാമനാഥപുരത്തു നിന്നും 100 മത്സ്യബന്ധന ബോട്ടുകളിൽ കരിങ്കൊടികൾ നാട്ടിയാണ് തൊഴിലാളികൾ പ്രകടനം നടത്തിയത്. അന്നുവരെ ദൃശ്യമല്ലാതിരുന്ന തരത്തിലുള്ള

വീറും വാശിയും പ്രകടനത്തിൽ കാണാമായിരുന്നു. തീരപ്രദേശങ്ങളിൽ പദ്ധതി സംബന്ധിച്ച് അസ്വസ്ഥതകൾ ഇളക്കി വിടുന്നത് അണ്ണാ ഡി.എം.കെ യാണെന്ന് ഡി.എം.കെ ആരോപിച്ചിരുന്നു. പക്ഷേ ജയലളിത സ്വഭാവികമായും ഇത് നിഷേധിച്ചു. രാമനാഥപുരത്തെ മത്സ്യ തൊഴിലാളി മേഖലയിൽ പദ്ധതിക്കെതിരെ രഹസ്യ പ്രചാരണം നടത്തിയ ചില അണ്ണാ ഡി.എം.കെ പ്രവർത്തകരെ ലഘുലേഖകൾ സഹിതം കയ്യോടെ പിടികൂടിയത് ജയലളിതയ്ക്ക് തിരിച്ചടിയായി. എങ്കിലും മത്സ്യതൊഴിലാളികളുടെ സംശയം ദൂരീകരിക്കാനുള്ള പ്രചരണ പരിപാടികൾക്ക് ഡി.എം.കെ-യും തയ്യാറായി.

കനാൽ യാഥാർത്ഥ്യമായാൽ അത് തങ്ങളുടെ മത്സ്യബന്ധനത്തെ പ്രതികൂലമായി ബാധിക്കുമെന്ന് തൊഴിലാളികൾ ആശങ്കപ്പെട്ടു. മണ്ണുനീക്കി ആഴം കൂട്ടിയ കനാൽ കടന്ന് മീൻപിടിക്കാൻ നിലവിലുള്ള യാനങ്ങൾക്ക് കഴിയാതെവരും. അതിശക്തമായ എൻജിൻ ഘടിപ്പിച്ച വലിയ ബോട്ടുകൾക്ക് മാത്രമേ പിന്നീട് മത്സ്യബന്ധനത്തിനായി ദക്ഷിണ സമുദ്രത്തിലേക്ക് പോകാനാവൂ. ഭാവിയിൽ ഈ മേഖലയിലെ മത്സ്യബന്ധനത്തിന് നിബന്ധനകൾ വരാനുമിടയുണ്ട്. മാത്രമല്ല മണ്ണുനീക്കൽ വളരെകാലം നീണ്ടുനിൽക്കുന്ന ഒരു പ്രക്രിയയാണ്. അത് മത്സ്യബന്ധന മേഖലയിൽ നിയന്ത്രണങ്ങൾ അടിച്ചേൽപ്പിക്കുമെന്ന് മാത്രമല്ല സമുദ്രത്തിലെ ആവാസ വ്യവസ്ഥയ്ക്ക്പരിക്കേൽപ്പിക്കുകയും ചെയ്യും. സേതുസമുദ്രത്തിൽ ഇന്ന് കൂടുതലായി കാണപ്പെടുന്ന മത്സ്യങ്ങളുടെ പ്രജനനവും വളർച്ചയും അപകടത്തിലാകാനിടയുണ്ട്. ആഴംകുറഞ്ഞ സമുദ്രഭാഗത്ത് മാത്രം കാണപ്പെടുന്ന ചില പ്രത്യേകയിനം മത്സ്യസമ്പത്ത് ഇപ്പോഴവിടെയുണ്ട്. ആഴംകൂടിയ സമുദ്രഭാഗത്ത് ഇത്തരം മത്സ്യങ്ങൾ വിരളമാണ്. വൻകപ്പലുകുടെ വരവുംപോക്കും ശാന്തമായ ആവാസവ്യവസ്ഥയ്ക്ക് ഹാനികരം തന്നെ. കപ്പൽപ്പാതയ്ക്കായി നശിപ്പിക്കുന്ന രാമസേതുവിൽ ഇന്ത്യൻ ആണവനിലയങ്ങളിൽ ഇന്ധനമായി ഉപയോഗിക്കാവുന്ന തോറിയത്തിന്റെ കനത്ത നിക്ഷേപമുണ്ട്... ഇങ്ങനെ പോകുന്നു പദ്ധതിക്കെതിരായ വാദങ്ങൾ.

ഇത് സംബന്ധിച്ച് ചില പരിസ്ഥിതിസംഘടനകൾ നടത്തിയ അഭിപ്രായപ്രകടനങ്ങളും പ്രതിഷേധിക്കാൻ മത്സ്യതൊഴിലാളികളെ പ്രേരിപ്പിച്ചിട്ടുണ്ടാവണം. ഇന്ത്യയുടെ തെക്ക്-കിഴക്ക് തീരപ്രദേശത്ത് നടത്തുന്ന നിരന്തരമായ മണ്ണുമാന്തൽ ദുർബലമായ സമുദ്രപരിസ്ഥിതിക്ക് വലിയ ആഘാതം എൽപ്പിക്കുമെന്ന് പല പരിസ്ഥിതിപ്രവർത്തകരും എൻ.ജി.ഒ സംഘടനകളും നേരത്തെ കേന്ദ്രസർക്കാരിനെ അറിയിച്ചിരുന്നു. സമുദ്രത്തിനടിയിൽനിന്ന് മണ്ണ് നീക്കംചെയ്യുന്നത്

മൂലം പാക് കടലിടുക്കിനും തലൈമന്നാറിനും ഇടയ്ക്കുള്ള കടൽഭാഗത്തെ സവിശേഷമായ ആവാസ വ്യവസ്ഥ തകരാറിലാവും. കോറൽ റീഫുകൾ, മണൽതിട്ടകൾ, ജൈവ- മത്സ്യസമ്പത്ത് ഒക്കെ തകർന്നടിയും. വളരെ കൊട്ടിഘോഷിച്ച് പാത നിർമ്മിച്ചാലും 12 മീറ്റർമാത്രം ആഴമുള്ള പാതയിലൂടെ വലിയ കപ്പലുകൾ വരാനിടയില്ല. ഈ ഭാഗത്ത് കടലിന് ആഴം പൊതുവെ കുറവാണ്. ഒരിക്കൽ ഡ്രഡ്ജിംഗ് നടത്തി പാതയുണ്ടാക്കി കഴിഞ്ഞാലും മണ്ണ് വന്നടിഞ്ഞ് വീണ്ടും ആഴം കുറയും. ആഴം നിലനിർത്താനുള്ള ചെലവ് നികത്താനാവുന്ന തരത്തിലുള്ള ആദായം പദ്ധതിമൂലം ലഭിക്കില്ല. മണ്ണുമാന്തിയുണ്ടാക്കുന്ന തുറമുഖങ്ങളിൽ വീണ്ടും മണ്ണ് വന്നടിയുന്നത് തടഞ്ഞ് ആഴം നിലനിറുത്തുന്നത് ശ്രമകരമാണ്. തുറമുഖങ്ങൾ തീരത്താണ്, അതുപോലെയല്ല പുറം കടലിലുള്ള ഒരു സമുദ്രപാതയുടെ ആഴം കൃത്യമായി നിലനിറുത്തുക എന്നത്. സേതുസമുദ്രം പദ്ധതിയുടെ പ്രധാനനേട്ടം ഇന്ത്യൻ കപ്പലുകൾക്ക് ശ്രീലങ്ക ചുറ്റേണ്ടതില്ല എന്നതാണ്. 700 കിലോമീറ്റർ ലാഭം ഉണ്ടാകുന്നത് ഇന്ത്യയ്ക്ക് മാത്രമാണ്. അറബികടലിൽനിന്ന് വരുന്ന വിദേശ കപ്പലുകൾക്ക് ദൂരത്തിന്റെ കാര്യത്തിൽ അത്തരം ലാഭം പ്രതീക്ഷിക്കാനില്ല. വിദേശകപ്പലുകളൊക്കെ പരിചിതമായ റൂട്ടാവും(trodden path) കൂടുതൽ ഇഷ്ടപ്പെടുക. അല്പദൂരം ലാഭിക്കാനായി ആഴംകുറഞ്ഞ ഒരു കടലിലൂടെയുള്ള ഒരു അപരിചിത പാത അവർ പരിഗണിക്കാനിടയില്ല.

എന്നാൽ അനുകൂലവാദങ്ങളുടെ തിളക്കം ഒട്ടും കുറവല്ല. ചാനൽ നിർമ്മാണം യാത്രാദൂരം ഏതാണ്ട് 700 കിലോമീറ്റർ കുറയ്ക്കും;മാത്രമല്ല, സമയം, ഇന്ധനം, ഊർജ്ജം, ചെലവ്, മനുഷ്യശേഷി എന്നീ ഇനങ്ങളിൽ വൻ ലാഭമാണുണ്ടാകുക. തൂത്തുക്കുടി അടക്കമുള്ള ഇന്ത്യയിലെ പല തുറമുഖങ്ങൾക്കും വർദ്ധിച്ച പ്രാധാന്യം കൈവരും. സമുദ്രപാത യാഥാർത്ഥ്യമായാൽ തമിഴ്നാട്, ആന്ധ്രാ പ്രദേശ്, പശ്ചിമ ബംഗാൾ, ഒറീസ്സ എന്നീ സംസ്ഥാനങ്ങളിലെ 15 ചെറിയ തുറമുഖങ്ങൾക്കാണ് അത് നവജീവൻ പകരുക. അവിടെയൊക്കെയുള്ള വികസന -തൊഴിൽ-കയറ്റുമതി സാധ്യതകൾ നിസ്സാരമായി കാണാനാവില്ല. കണ്ടെയിനർ കപ്പലുകളെ വരെ സ്വീകരിക്കാൻ ശേഷിയുള്ള തൂത്തുക്കുടി തുറമുഖമാകട്ടെ വൻ കുതിച്ചുചാട്ടമാണ് ലക്ഷ്യമിടുന്നത്. വിഴിഞ്ഞം പോലുള്ള വരാനിരിക്കുന്ന പദ്ധതികൾക്ക് ശോഭനമായ ഭാവിയാണ് മുന്നിൽ. കപ്പൽചാലിലെ ആഴം നിലവിലുള്ള മത്സ്യസമ്പത്തിന് പുറമെ ബംഗാൾ ഉൾക്കടലിലെ മറ്റ് ഭാഗങ്ങളിൽ നിന്ന് വൻതോതിൽ ആഴക്കടൽ മത്സ്യസമ്പത്ത് സേതുസമുദ്രത്തിലേക്ക് ഒഴുകിയെത്തും. ഇന്ത്യയുടെ നാവികസേനയ്ക്കാവട്ടെ, സ്വന്തം സമുദ്രാതിർത്തിയിലുള്ള ഒരു കപ്പൽ ചാനൽ വലിയ കരുത്താവും.12 മീറ്റർ

കുഴിക്കുന്നത് കടലിന്നടിത്തട്ടിലാണ്;ജലോപരിതലത്തിൽ നിന്നുള്ള കണക്കല്ലത്. അതുകൊണ്ടുതന്നെ പാതയ്ക്ക് 12 മീറ്ററേ ആഴമുണ്ടാകുക യുള്ളൂ എന്ന വാദം റദ്ദാക്കപ്പെടുന്നു.

ചില ഭാഗങ്ങളിൽ ആഴം കിലോമീറ്ററുകളോളം വരും. മാത്രമല്ല പാതനിർമ്മാണം കഴിഞ്ഞാൽ സൗകര്യം പോലെ ആഴംകൂട്ടി വലിയ കപ്പലുകളെ ക്ഷണിക്കാവുന്നതേയുള്ളൂ. തോറിയം വാദം തീർത്തും ഉപരിപ്ളവപരമാണ്. 30 കിലോമീറ്ററിൽ 10 കിലോമീറ്ററിലേ മണ്ണ് നീക്കുന്നുള്ളൂ;20 കിലോമീറ്റർ ഭാഗം അവിടെ ബാക്കിയുണ്ട്. തോറിയം ഉപയോഗച്ച് പ്രവർത്തിക്കുന്ന എത്ര ആണവനിലയങ്ങളാണ് ഇന്ത്യയ്ക്കുള്ളത്?! അതിനുള്ള സാങ്കേതികവിദ്യ ഇനിയുമായിട്ടില്ല;ഇപ്പോൾ നമ്മുടെ മുഖ്യഇന്ധനം യുറേനിയവും പ്ളൂട്ടോണിയവുമാണ്. ഭാവിയിൽ തോറിയത്തിലേക്ക് മാറേണ്ടിവന്നാലും ലോകത്തേറ്റവും കൂടുതൽ തോറിയമുള്ള ഇന്ത്യക്ക് അതിനായി പുറംകടൽ കുത്തികുഴിക്കേണ്ട കാര്യമില്ല. ഇനി രാമസേതുവിൽനിന്ന് തോറിയം എടുക്കാനായാലും അത് നശിപ്പിക്കേണ്ടിവരില്ലേ? സേതു കടലിൽ കിടന്നാൽ തോറിയം ആണവനിലയത്തിലെത്തില്ലല്ലോ?! തോറിയമെടുക്കാൻ നശിപ്പിക്കാം, എന്നാൽ കപ്പൽപ്പാതയുണ്ടാക്കാൻ നശിപ്പിക്കാൻ പാടില്ല-ഈ ആണവപ്രേമം സത്യത്തിൽ ഒരു കറുത്ത ഫലിതമാണ്.

മണ്ണ് നീക്കംചെയ്യൽ അത്രവലിയ പ്രശ്നമാവില്ലെന്നാണ് നിരീക്ഷിക്കപ്പെടുന്നത്. കടൽതീരത്തും തുറമുഖത്തുമൊക്കെ വന്നടിയുന്ന അളവിൽ മണ്ണും എക്കലും പുറം കടലിൽ നിറയാറില്ല. തീരത്ത് നിന്ന് അകലും തോറും ജലത്തിന്റെ ചലനാത്മകത കുറയും. തിരമാലകൾ പോലുള്ള ജലചലനങ്ങളും ഊർജ്ജപ്രവാഹങ്ങളുമാണ് നിക്ഷേപങ്ങളുടെ പ്രധാനമായ കാരണം. ഉൾക്കടലിൽ അത്തരത്തിലുള്ള പ്രവർത്തനങ്ങൾ താരതമ്യേന കുറവായിരിക്കും. മാത്രമല്ല ആഡംസ്ബ്രിഡ്ജിന്റെ ഭാഗത്തെ കടൽ തടാകം പോലെ ശാന്തമാണ്. കോറൽറീഫ് നിലനിൽക്കുന്ന സ്ഥലങ്ങളിൽ ഒരിക്കൽ അവ നീക്കം ചെയ്തു കഴിഞ്ഞാൽ മണൽ-ചെളി നിക്ഷേപം സാധാരണഗതിയിൽ കുറയുകയാണുണ്ടാവുക. മണ്ണ് നീക്കം ചെയ്യുന്നതിന് തീർച്ചയായും സാമ്പത്തികചെലവുണ്ടാകും;പക്ഷേ അതിലും നിരവധി ഇരട്ടി വരുമാനം പദ്ധതിയിൽനിന്ന് ദീർഘകാലാടിസ്ഥാനത്തിൽ ലഭിക്കുന്നതാണ്. മണ്ണുനീക്കൽതന്നെ ഒരു വലിയ വ്യവസായമാണ്. ഇന്ത്യയ്ക്കാകട്ടെ ലോകനിലവാരത്തിലുള്ള നിരവധി മണ്ണുമാന്തി കപ്പലുകളുള്ള സ്ഥിതിക്ക് അതൊരു ബാദ്ധ്യതയായല്ല മറിച്ച് വലിയൊരു അനുഗ്രഹമായിതന്നെ കാണണം.

പരിസ്ഥിതിപരമായ ആശങ്കളിൽ കഥയില്ലെന്നാണ് പദ്ധതിയെ അനുകൂലിക്കുന്ന ജീയോളജിസ്റ്റുകൾ അഭിപ്രായപ്പെടുന്നത്.

ടെക്ടോണിക് ചലനങ്ങളും ഭൗമാന്തർഭാഗത്തെ പ്രവർത്തനങ്ങളും ഭൗമോപരിതലത്തിൽ നിന്ന് കുറച്ച് മണ്ണിടിച്ചതുകൊണ്ടോ സമുദ്രത്തിനടിയിലെ കുറെ കോറൽ റീഫുകൾ നീക്കം ചെയ്യുന്നത് കൊണ്ടോ സംഭവിക്കുന്നതല്ല. ഭൗമാന്തർഭാഗത്തെ ചലനങ്ങളേയും മാറ്റങ്ങളേയും സ്വാധീനിക്കാനുള്ളത്ര വലുപ്പമോ പ്രാധാന്യമോ രാമസേതുവിലെ കോറൽ റീഫുകൾക്കില്ലെന്ന് ഇക്കൂട്ടർ തറപ്പിച്ച് പറയുന്നുണ്ട്. വളരെ വിദഗ്ധമായി ക്ലോസ്-അപ് ചെയ്താണ് ഈ മണൽതിട്ടകളുടെ ചിത്രമെടുത്തത്. നിലവിലുള്ള റീഫുകൾ രൂപം കൊണ്ടിട്ട് 6000-7000 വർഷമേ ആയിട്ടുള്ളൂ എന്നാണ് GSI കണ്ടെത്തിയിട്ടുള്ളത്. ആഡംസ് ബ്രിഡ്ജ്(രാമസേതു)രൂപം കൊള്ളുന്നതിന് മുമ്പോ അതിന് ശേഷമോ എടുത്തുപറയത്തക്ക എന്തെങ്കിലും വൻകിട ഭൗമചലനങ്ങളോ മാറ്റങ്ങളോ ഈ മേഖലയിലുണ്ടായിട്ടില്ല;മാത്രമല്ല ആഡംസ് ബ്രിഡ്ജ് നിൽക്കുന്ന ഭാഗം പ്ളേറ്റുകളുടെ കിടപ്പനുസരിച്ച് ഭൗമചലന സാധ്യത കുറഞ്ഞ സ്ഥലമാകുന്നു. വിദേശകപ്പലുകൾ പുതിയ കനാലിലേക്ക് വരില്ലെന്ന് പറയുന്നത് സമുദ്ര ഗതാഗതത്തിന്റെ സവിശേഷതകളെ കുറിച്ചറിയാത്തവരാണ്. ഒരിക്കൽ ഇന്ത്യൻ കപ്പലുകൾ നിർദ്ദിഷ്ട റൂട്ട് തെളിച്ചെടുത്തു കഴിഞ്ഞാൽ ഇന്ത്യയുടെ കിഴക്കൻ തീരത്തുള്ള ഇറക്കുമതി-കയറ്റുമതി സാദ്ധ്യതകൾ കൂടി പരിഗണിച്ച് വിദേശകപ്പലുകളിൽ പകുതിയിലധികവും സേതുസമുദ്രം കനാലിലൂടെ തന്നെ പോകാൻ തയ്യാറാവും. ഒരു സമുദ്രപാത നിർമ്മിക്കുന്നതുമായി ബന്ധപ്പെടുത്തി,ഒരു പക്ഷേ, ഉണ്ടാകാനിടയുള്ള ഏറ്റവും കുറഞ്ഞ ചെലവാണ് സേതുസമുദ്രം പദ്ധതിക്കുള്ളത്.

പനാമകനാൽ മാതിരി!

സേതുസമുദ്രം പദ്ധതി നടപ്പിലാക്കിയാൽ അത് 'ഇന്ത്യാവുക്ക് പനാമാ കനാൽ മാതിരി' എന്നാണ് കരുണാനിധിയും കൂട്ടരും പൊതുയോഗങ്ങളിൽ പ്രസംഗിക്കുന്നത്. കേൾക്കുമ്പോൾ വലിയ ഹർഷാരവമാണ് ജനങ്ങൾക്കിടയിൽ നിന്നും ഉയരുന്നത്. കലൈജ്ഞർ ടി.വി യിലൂടെയും മറ്റും വൻപ്രചരണമാണ് ഡി.എം.കെ സേതുസമുദ്രം പദ്ധതിക്ക് നൽകിവരുന്നത്. സേതുസമുദ്രംപദ്ധതി പനാമകാനാലിനേയോ സൂയസ് കനാലിനേയോ പോലെയാണെന്ന് പറയുന്നത് അതിശയോക്തിപരം തന്നെ. അവ രണ്ടുമായി തട്ടിച്ച് നോക്കുമ്പോൾ സേതുസമുദ്രം പദ്ധതി തീർത്തും ഒരു 'ചിന്ന പദ്ധതി' മാത്രം. എന്നിരുന്നാലും ഇത്തരത്തിലുള്ള ഒരു താരതമ്യം വരാനിടയാക്കാൻ കാരണമില്ലാതില്ല.

1914 ആഗസ്റ്റ് 15-ന് അന്താരാഷ്ട്ര കപ്പൽഗതാഗതത്തിനായി ഔദ്യാഗികമായി തുറന്നുകൊടുത്ത പനാമാകനാൽ ഇതിലും എത്രയോ വലിയ പ്രോജക്റ്റായിരുന്നു! രണ്ടു മഹാസമുദ്രങ്ങളെ(അത്ലാന്റിക്കും

പെസഫിക്കും) തമ്മിൽ ബന്ധിപ്പിക്കുന്ന ഏറിയക്കുറും മനുഷ്യ നിർമ്മിതമായ അന്താരാഷ്ട്ര കപ്പൽപ്പാതയാണത്. ഏതാണ്ട് 792 വർഷങ്ങൾക്ക് മുമ്പാണ് ഈ സമുദ്രഭാഗം ഗതാഗതത്തിനായി തുറന്ന് കൊടുത്തതെങ്കിലും വലിയ കപ്പലുകൾക്ക് സഞ്ചരിക്കാനുള്ള സാഹചര്യം ഒരുങ്ങിയത്, സമുദ്രത്തിന്റെ ആഴം വർദ്ധിപ്പിച്ച് കനാൽ നിർമ്മിച്ച ശേഷം മാത്രമാണ്. പ്രകൃതിദത്തമായ നിരവധി അനുകൂല സാഹചര്യങ്ങൾ മുതലാക്കിയാണ് പനാമാകനാൽ നിർമ്മിച്ചിട്ടുള്ളത്. എങ്കിലും മനുഷ്യനിർമ്മിതമായ അത്ഭുതങ്ങളിലൊന്നായി നാമതിനെ ഗണിക്കുന്നു. അത്തരം പ്രാധാന്യമൊന്നും ഇന്ത്യൻ സമുദ്രത്തിൽ കഷ്ടിച്ച് 700 കിലോമീറ്റർ ലാഭിക്കാവുന്ന ഒരു കപ്പൽപ്പാതയുടെ കാര്യത്തിൽ ഉണ്ടാകുമെന്ന് കരുതാനാവില്ല. പക്ഷേ അത്രയ്ക്കൊക്കെയുള്ള വലുപ്പവും ചെലവുമേ സേതുസമുദ്രം പദ്ധതിക്കുള്ളൂ.

അമേരിക്കൻ പണവും ഫ്രഞ്ച് സാങ്കേതികവിദ്യയും പനാമാ കനാലിന്റെ കരുത്തായിരുന്നു. 1904 മുതൽ 1914 വരെയുള്ള കാലഘട്ടത്തിൽ അമേരിക്കയുടെ ഏറ്റവുംവലിയ ദേശീയ ചെലവായിരുന്നു പനാമാ കനാലിന്റെ നിർമ്മാണം. കനാലിന്റെ നിർമ്മാണവേളയിൽ വലിയ തോതിൽ ആശങ്കകൾ ഉയർന്നിരുന്നു. പനാമ എന്ന രാജ്യം തന്നെ കടലിനടിയിലായി പോകുമെന്നായിരുന്നു പലരുടേയും ആശങ്ക. 'മകളെ പ്രസവിക്കുന്നതോടെ മാതാവ് മരിക്കു'മെന്ന വാദമുയർത്തിയ വൻ പ്രതിഷേധം നിലനിൽക്കെ തന്നെയാണ് പനാമാകനാൽ വിജയകരമായി നടപ്പിലാക്കിയത്. പനാമയുടെ പരാമാധികാരത്തിന് മുകളിൽ അമേരിക്കയുടെ കടന്നുകയറ്റമായി കനാൽ നിർമ്മാണം വിലയിരുത്തപ്പെട്ടിരുന്നു. കാരണം, കനാൽ പനാമയേക്കാളും അമേരിക്കയുടെയും യൂറോപ്യൻ ശക്തികളുടെയും ആവശ്യമായിരുന്നു. പക്ഷേ രണ്ടാം ലോകമഹായുദ്ധത്തിന് ശേഷം കപ്പൽ ഗതാഗതാരംഗത്ത് സംഭവിച്ച വിപ്ളവകരമായ മാറ്റങ്ങളെ വിജയകരമായി ഉൾക്കൊണ്ടുകൊണ്ട് തന്നെ പനാമാകനാൽ ഇന്നും വിജയകരമായി മുന്നോട്ട് പോകുന്നു. പനാമ എന്ന ചെറു രാജ്യത്തിന്റെ സാമ്പത്തികവ്യവസ്ഥയുടെ നട്ടെല്ലാണ് ഇന്നീ കനാലിൽനിന്ന് ലഭിക്കുന്ന വരുമാനം. അതായത് പനാമയുടെ മൊത്തം ദേശീയ വരുമാനത്തിന്റെ 80% കനാൽ റെവന്യൂ ആണ്!

പനാമകനാൽ പനാമയ്ക്ക് നൽകുന്നത്

വടക്കെ അമേരിക്കയ്ക്കും തെക്കേ അമേരിക്കയ്ക്കും ഇടയിൽ അത്ലാന്റിക്-പെസഫിക് സമുദ്രങ്ങൾ തമ്മിൽ ചേരുന്ന ഭാഗത്ത് ഒരു ഇസ്ത്മസ് (Isthmus) ഉണ്ട്. കടലിൽ മണ്ണ്, എക്കൽ, പവിഴപ്പാറകൾ എന്നിവ അടിഞ്ഞുകൂടിയുണ്ടാകുന്ന തുരുത്ത് അല്ലെങ്കിൽ

കരപ്രദേശമാണ് ഭൂമിശാസ്ത്രത്തിൽ ഇസ്ത്മസ് എന്നറിയപ്പെടുന്നത്. ഈ ഇസ്ത്മസിന്റെ തെക്കേ അറ്റത്തോട് ചേർന്ന് സ്ഥിതിചെയ്യുന്ന കേരളത്തിന്റെ രണ്ടിരട്ടിയിലധികം വലുപ്പമുള്ള ഒരു രാജ്യമാണ് പനാമ. 77082 ചതുരശ്ര കിലോമീറ്റർ വിസ്തീർണ്ണവും 30 ലക്ഷം ജനങ്ങളുമുള്ള ഒരു കുഞ്ഞൻ രാജ്യം. തെക്കെഅമേരിക്കൻ രാജ്യമായ കൊളംബിയയുടെ കോളനിയായിരുന്ന പനാമ 1903-ലാണ് സ്വതന്ത്ര രാജ്യമായത്. 1979-വരെ കനാൽ മേഖലയ്ക്ക് മേൽ പനാമയ്ക്ക് പൂർണ്ണ അധികാരം ഉണ്ടായിരുന്നില്ല.1979-ൽ സ്ഥാപിച്ച അമേരിക്കകൂടി ഉൾപ്പെട്ട പനാമാകമ്മീഷൻ കരാർ പ്രകാരം 1979-ൽ പനാമയ്ക്ക് കനാൽപ്രദേശത്ത് സ്വയംഭരണാധികാരവും 2000-ജനവരിയിൽ പൂർണ്ണനിയന്ത്രണവും ലഭ്യമായി. 2000-വരെ കനാലിന്റെ ഭരണപരമായ ചുമതലകൾ നിർവ്വഹിച്ചിരുന്നത് അമേരിക്കയായിരുന്നു. പനാമയ്ക്കും അമേരിക്കയ്ക്കും ഇടയിൽ പലപ്പോഴും തർക്കവിഷയമായിരുന്നു ഈ കനാൽ. ഇടയ്ക്ക് വെച്ച് പനാമതന്നെ പിടിച്ചെടുത്ത് തങ്ങളുടെ രാജ്യത്തിന്റെ കൂടെ ചേർക്കണമെന്ന വികാരം അമേരിക്കയിൽ ശക്തമായിരുന്നു!

മനുഷ്യന്റെ നിശ്ചയദാർഢ്യത്തിനും ഇച്ഛാശക്തിക്കും മകുടോദാഹരണമാണ് പനാമകനാൽ. 9000-ൽ പ്പരം അമേരിക്കൻ-പനാമ തൊഴിലാളികളാണ് ഒരേസമയം കനാൽനിർമ്മാണത്തിൽ മുഴുകിയിരുന്നത്. 81.6 കിലോമീറ്ററാണ് കനാലിന്റെ നീളം. ശരാശരി 8 മുതൽ 10 മണിക്കൂർ വരെ സമയമാണ് കനാൽ താണ്ടാൻ കപ്പലുകൾ എടുക്കുക. കനാലിലേക്ക് കപ്പൽ കടക്കുന്നത് മഹാസമുദ്രത്തിൽ നിന്നാണല്ലോ. പനാമയിലൂടെ കടന്നുപോകുന്ന വലിയ കപ്പലുകൾക്ക്"പനാമക്സ്"എന്ന വിളിപ്പേരുണ്ട്. പനാമാക്സിലും വലിയ കപ്പലുകൾക്ക് കനാൽ ഉപയോഗിക്കാനാവില്ല. കടലിൽനിന്ന് കനാലിലേക്ക് കപ്പൽ കയറ്റി വീണ്ടും കടലിലേക്ക് തന്നെ തിരിച്ചിറങ്ങുക -അതാണ് സംഭവിക്കുന്നത്. 8000 നോട്ടിക്കൽ മൈൽ(ഏതാണ്ട് 15000 കിലോമീറ്റർ) യാത്രാ ദൂരം കുറയുന്നു എന്നതുകൊണ്ടാണ് ഈ സാഹസത്തിന് മനുഷ്യൻ മുതിർന്നത്. പനാമ കനാൽ ഇല്ലായിരുന്നുവെങ്കിൽ തെക്കെ അമേരിക്കൻ വൻകര മുഴുവൻ ഒരു വലത്ത് വെച്ച് മാത്രമേ പെസഫിക്കിൽ നിന്ന് അത്‌ലാന്റിക്കിലേക്ക് കപ്പലുകൾക്ക് പ്രവേശിക്കാനാവൂ. ഒരു കപ്പൽ മാത്രം 15000 കിലോമീറ്റർ അധികയാത്ര ചെയ്യാനെടുക്കുന്ന സമയവും ചെലവും ഇന്ധനവും ഒന്നു സങ്കൽപ്പിച്ചുനോക്കൂ. അത്തരം ലക്ഷക്കണക്കിന് യാത്രകളാണ് പനാമകനാൽ കാരണം ഇതുവരെ റദ്ദാക്കപ്പെട്ടിട്ടുള്ളത്!

കപ്പൽ കനാലിലൂടെ കടന്ന് പോകുന്നത് വലിയ അളവിൽ സാങ്കേതികവിദ്യയും ആസൂത്രണവും പ്രയോജനപ്പെടുത്തിയാണ്.

പെസഫിക് സമുദ്രത്തിൽനിന്ന് കപ്പൽ പനാമകനാലിൽ പ്രവേശിക്കുന്നു, അത്ലാന്റിക് സമുദ്രത്തിൽ ഇറങ്ങുന്നു. തിരിച്ചങ്ങോട്ടും ഇതു തന്നെ സംഭവിക്കുന്നു. ഇവിടെ ശ്രദ്ധിക്കേണ്ട കാര്യം സമുദ്രജലനിരപ്പും കനാൽ ജലനിരപ്പും തമ്മിൽ ഉയരത്തിൽ വ്യത്യാസമുണ്ടെന്നതാണ്. കനാൽ പൂർണ്ണമായും കടലിന്റെ ഭാഗമല്ല. കടലിന്റേയും തടാകത്തിന്റേയും സ്വഭാവം ഈ ജലപാതയ്ക്കുണ്ട്. സമുദ്രജലത്തെ അപേക്ഷിച്ച് ലവണസാന്ദ്രതയിലും പ്ളവക്ഷബലത്തിന്റെ കാര്യത്തിലും കനാലിലെ ജലം ഭിന്നമാണ്. ഇത്തരം വ്യത്യാസങ്ങൾ നിലനിൽക്കുന്നതിനാൽ കപ്പലുകൾക്ക് കനാലിലേക്ക് കയറുമ്പോഴും ഇറങ്ങുമ്പോഴും പ്രശ്നമുണ്ടാകുന്നു. അതായത് ഒരു ബമ്പ് കയറുകയും ഇറങ്ങുകയും ചെയ്യുന്നത് പോലെ. 81.6 കിലോമീറ്റർ നീളമുള്ള ഈ കനാലിൽ ചീപ്പ് സംവിധാനമുള്ള മൂന്ന് പ്രധാന ലോക്കുകളുണ്ട്: ഗാറ്റുൺ, പെഡ്രോ, മിഗ്വൽ ആൻഡ് മിറാഫ്ലോർസ.

കനാൽ മുഖത്തെത്തുന്ന കപ്പലുകൾ അവിടെ നിറുത്തിയിടുന്നു. കപ്പലുകളുടെ മുൻഭാഗം ഉയർത്തിയെടുത്തെങ്കിൽ മാത്രമെ കനാലിലേക്ക് കയറ്റാനാവൂ. കനാലിന്റ പ്രവേശനദ്വാരത്തിൽ ഒരു ചീപ്പ് സംവിധാനമുണ്ട്. ഈ ചീപ്പ് തുറന്ന് ജലം പമ്പ് ചെയ്യുന്നു. ഇതിനായി പ്രത്യേക ഡാം പണിഞ്ഞ് വൻതോതിൽ ജലം ശേഖരിച്ച് വെച്ചിട്ടുണ്ട്. ചീപ്പ് തുറന്ന് ജലമെത്തുന്നതോടെ കപ്പലിന്റെ മുൻവശം മെല്ലെ പൊങ്ങുന്നു. മുൻവശം പൊങ്ങികിട്ടിയാൽ കപ്പൽ മുന്നോട്ടെടുത്ത് കനാലിലേക്ക് ആനയിക്കപ്പെടുന്നു. പിന്നീട് ക്രമമായി 25 മീറ്റർവരെ (രണ്ട് ഇലക്ട്രിക്ക് പോസ്റ്റിന്റ ഉയരം!) കപ്പൽ ഉയരുന്നു. കനാലിലൂടെ സഞ്ചരിച്ച ശേഷം മറുവശത്ത് കപ്പൽ എത്തുമ്പോൾ കനാലിൽനിന്ന് ജലം പിൻവലിച്ച് ഉയരം കുറച്ച് കടലിലേക്ക് 'ഇറക്കുന്നു'. ഒന്നിലധികം കപ്പലുകൾക്ക് കനാലിലൂടെ ഒരേസമയം സഞ്ചരിക്കാം. പക്ഷേ ഒരുസമയം ഒരു കപ്പലിന് മാത്രമേ കയറുകയോ ഇറങ്ങുകയോ ചെയ്യാനാവൂ. കനാലിന്റെ 81.6 കിലോമീറ്റർ ദൂരത്തിന്നിടയ്ക്ക് നിരവധി പോയിന്റുകളിൽ കപ്പലുകൾക്ക് നങ്കൂരമിടാനുള്ള സൗകര്യമുണ്ട്.

അമേരിക്കയുടെയും മറ്റും വൻതോതിലുള്ള സഹായത്തോടെ പണികഴിപ്പിച്ച ഈ കപ്പൽപാതയിലൂടെ അന്താരാഷ്ട്ര കപ്പൽ ഗതാഗതം അനുവദിക്കാൻ പനാമ പ്രതിജ്ഞാബദ്ധമാണ്. സൂയസ് കനാലായാലും പനാമാ കനാലായാലും അടച്ചിട്ടാൽ യുദ്ധത്തിൽ കുറഞ്ഞൊന്നും ചിന്തിക്കാനാവില്ല. വൻശക്തികൾ തങ്ങളുടെ സമുദ്രസഞ്ചാരത്തിനായി പനാമാകനാലിനെ അത്രമാത്രം ആശ്രയിക്കുന്നു. ഓരോ കപ്പലിനും അതിന്റെ വലിപ്പവും ചരക്ക് ഭാരവും കണക്കാക്കി യൂസേഴ്സ് ഫീ കൊടുക്കേണ്ടതായിട്ടുണ്ട്. പനാമയുടെ

സാമ്പത്തികവ്യവസ്ഥയുടെ നട്ടെല്ലാണ് ഈ കനാൽ വഴിപിരിഞ്ഞ് കിട്ടുന്ന തുകയെന്ന് സൂചിപ്പിച്ചല്ലോ. ഇതിനും പുറമേ വിനോദസഞ്ചാരം, വാർത്താവിനിമയം തുടങ്ങിയ മേഖലകളിലും വൻതോതിലുള്ള വികസനമാണ് ഈ കനാൽ മൂലം പനാമ കൈവരിച്ചിട്ടുള്ളത്.

സൂയസ് കനാൽ

മെഡിറ്ററേനിയൻ കടലും ചെങ്കടലും തമ്മിൽ ബന്ധിപ്പിക്കുന്ന മനുഷ്യ നിർമ്മിതമായ കപ്പൽ പാതയാണ് 173 കിലോമീറ്റർ നീളവും,7 ഭാഗങ്ങളുമുള്ള സൂയസ് കനാൽ. മനുഷ്യനിർമ്മിതമെന്ന് പറയുമ്പോൾ തന്നെ നല്ലൊരു പങ്ക് കനാൽ പ്രകൃതിദത്തമാണ്. അതായത് നിലനിന്ന ഒരു കടലിടുക്കിൽ ഉണ്ടായിരുന്ന പ്രതിബന്ധങ്ങൾ പലയിടത്തായി നീക്കം ചെയ്താണ് സൂയസ് കനാൽ നിർമ്മിച്ചിട്ടുള്ളത്. 1869 ലാണ് ആദ്യമായി ഗതാഗതത്തിനായി കനാൽ തുറന്ന് കൊടുത്തത്. അമേരിക്ക, ഫ്രാൻസ്, ബ്രിട്ടൺ, ഈജിപ്റ്റ് തുടങ്ങിയ രാജ്യങ്ങൾ നിർമ്മാണത്തിൽ നിർണ്ണായക പങ്ക് വഹിച്ചിട്ടുണ്ട്. കേണൽ നാസറിന്റെ കാലത്ത് 1956-ൽ കനാൽ ഈജിപ്റ്റ് ദേശസാൽക്കരിച്ചു. ഫ്രാൻസും ബ്രിട്ടണും ഈജിപ്റ്റിനെതിരെ യുദ്ധം പ്രഖ്യാപിക്കുകയുണ്ടായി. 1956-ൽ ഈജിപ്റ്റ് അസ്വാൻ അണക്കെട്ട് നിർമ്മിച്ചവേളയിൽ ബ്രിട്ടണും അമേരിക്കയും സോവിയറ്റ് യൂണിയനോട് ഈജിപ്റ്റ് 'അടുക്കുന്നു' എന്നാരോപിച്ച് പിന്തുണ കൊടുക്കാതെ പിൻമാറിയതാണ് പ്രശ്നത്തിന്റെ പ്രധാന കാരണം. ഇസ്രായേൽ സൂയസ് പ്രശ്നത്തിൽ ഒരു പ്രധാനകക്ഷിയായിരുന്നു. 1967 ൽ കനാൽ റിപ്പയറിംഗിനായി അടച്ചിട്ടു, 1975-ൽ വീണ്ടും തുറന്നു. 24 ദിവസത്തെ കടൽയാത്ര ലാഭിക്കാൻ സഹായിക്കുന്ന സൂയസ്കനാൽ ഈ ഭാഗത്തു കൂടിയുള്ള സമുദ്ര ഗതാഗതത്തിൽ വൻ വിപ്ളവമാണ് സൃഷ്ടിച്ചിട്ടുള്ളത്. പനാമയ്ക്ക് കനാൽ എങ്ങനെയോ അതുപോലെയാണ് ഈജിപ്റ്റിന് സൂയസ് കനാലെന്ന് പറയാം. സൂയസും പനാമയും നടപ്പിലാക്കിയ ഇച്ഛാശക്തിയാണ് അമേരിക്കയേയും ബ്രിട്ടണേയുമൊക്കെ വൻശക്തികളാക്കിയത്. പനാമയും സൂയസുമില്ലായിരുന്നുവെങ്കിൽ ഇന്ന് ഗൾഫ് മേഖല മുഴുവൻ വൻശക്തികളുടെ കോളനികളായി നിലനിൽക്കുമായിരുന്നുവെന്ന് രാഷ്ട്രീയ നിരീക്ഷകർ പറയാറുണ്ട്. ഈ കൃത്രിമ തോടുകളുടെ അഭാവത്തിൽ കോടിക്കണക്കിന് കിലോമീറ്ററുകൾ ലോകത്തെമ്പാടുമുള്ള കപ്പലുകൾ ഇതിനകം അധികയാത്ര ചെയ്തിട്ടുണ്ടാവും. ഇത്തരം അധികയാത്രയ്ക്ക് വേണ്ട ഇന്ധനം കണ്ടെത്തേണ്ടിവരുന്ന വൻശക്തികൾ എണ്ണയ്ക്കെവിടെ പോകും?'എണ്ണയുദ്ധങ്ങൾ' മണക്കുന്നുവോ?!

ഭാഗം 2
ചില ഭൂമിശാസ്ത്ര സങ്കൽപ്പങ്ങൾ

ഭൂമിയുടെ ഉപരിതലത്തേയും സമുദ്രത്തിന്റെ അടിത്തട്ടിനേയും പറ്റിയുള്ള ഭൂമിശാസ്ത്രപഠനങ്ങൾ വിപുലവും സങ്കീർണ്ണവുമാണ്. ശാസ്ത്ര-സാങ്കേതികവിദ്യയുടെ അതിപ്രസരം ഈ വിജ്ഞാനമേഖലയെ സാധാരണക്കാരനിൽനിന്ന് കുറച്ചൊക്കെ അകറ്റുന്നുമുണ്ട്. അനുദിനം മുന്നേറുന്ന ഓഷ്യാനോഗ്രാഫിയും മറൈൻ സയൻസും ഉൾപ്പെടുന്ന ഭൗമപഠനമേഖല ആവേശകരമായ ഫലങ്ങളും കണ്ടെത്തലുകളുമാണ് സംഭാവന ചെയ്തുകൊണ്ടിരിക്കുന്നത്. ഭൂമിയുടെ ഉപരിതലം നിരന്തരം അപനിർമ്മാണത്തിനും പൊളിച്ചെഴുത്തുകൾക്കും വിധേയമായികൊണ്ടിരിക്കുന്നു എന്നതാണ് ജിയോഗ്രാഫിയിലെ അടിസ്ഥാന മതം. ഭൂവൽക്കത്തിന്റെ വൈരൂപ്യങ്ങൾക്കും വ്യതിയാനങ്ങൾക്കും ഹേതുവാകുന്ന ആന്തരിക ശക്തികളെ ടെക്ടോണിക് ബലങ്ങൾ എന്നാണ് പൊതുവെ നാമകരണം ചെയ്തിട്ടുള്ളത്. ഭൂകമ്പം, അഗ്നി പർവ്വതസ്ഫോടനം മുതലായവ ഉണ്ടാകുന്നത് ടെക്ടോണിക് ബലം മൂലമാണ്.

വൻകരകളുടെ നൃത്തം

വൻകരകളും സമുദ്രങ്ങളും എക്കാലത്തും സ്ഥിരമായി ഒരിടത്ത് സ്ഥിതി ചെയ്യുന്നില്ലെന്ന് ഭൂമിശാസ്ത്രം പറയുന്നു. ഇവയുടെ സ്ഥാനമാറ്റവും പരിണാമവും വിശദമാക്കുന്ന രണ്ട് സിദ്ധാന്തങ്ങളാണ് പ്രധാനമായുള്ളത്. വൻകരാവിസ്ഥാപന സിദ്ധാന്തവും ഫലകചലന സിദ്ധാന്തവുമാണവ. വൻകരാ വിസ്ഥാപനസിദ്ധാന്തം: അന്റോണിയോ സ്നിഡർ പെല്ലിഗ്രിനി(1858), ആൽഫ്രഡ് വാഗ്നർ (1910)എന്നീ ശാസ്ത്രജ്ഞരാണ് ഈ സിദ്ധാന്തമാവിഷ്കരിച്ചത്. ഭൗമോപരിതലത്തിൽ വൻകരകളുടെ സ്ഥാനം ആപേക്ഷികമായി മാറിക്കൊണ്ടിരിക്കുന്നുവെന്നാണ് ഈ സങ്കൽപ്പസിദ്ധാന്തം പ്രസ്താവിക്കുന്നത്. ഭൗമോപരിതലത്തിൽ രണ്ട് കരഭാഗമാണുള്ളത്. കടലിന്റെ തറയും

നാം വസിക്കുന്ന വൻകരയും. സാന്ദ്രത കുറഞ്ഞ സിയാൽ(വൻകര മണ്ഡലം) സാന്ദ്രതകൂടിയ കടൽത്തറയെ ഉൾക്കൊള്ളുന്ന സിമാ മണ്ഡലം(കടൽത്തറ) മണ്ഡലത്തിന് മുകളിലൂടെ തെന്നിമാറിക്കൊണ്ടിരിക്കുകയാണെന്ന് വാഗ്നർ നിരീക്ഷിച്ചു. അതായത് കടലിൽ പൊങ്ങിക്കിടക്കുന്ന ഒരു ഭീമൻ തടികഷണമായി നാം കരയെ സങ്കൽപ്പിക്കണം.

ഇന്നത്തെ ഭൂഖണ്ഡങ്ങളെല്ലാം പാൻജിയ എന്ന ഒരൊറ്റ വമ്പൻ ഭൂഖണ്ഡത്തിന്റെ ഭാഗമായിരുന്നുവത്രെ. പാൻജിയ സ്ഥിതിചെയ്തിരുന്നത് പാന്തലാസ എന്ന ഒറ്റ കടലിലായിരുന്നു. അത്‌ലാന്റിക് സമുദ്രത്തിന്റെ ഇരുകരകളും തമ്മിലുള്ള ഈർച്ചവാൾ ചേർച്ച ഈ സിദ്ധാന്തത്തിന് പിൻബലമേകുന്നുണ്ട്. അത്‌ലാന്റിക് സമുദ്രത്തിനിരുവശവുമുള്ള ജന്തുവർഗ്ഗങ്ങളിലും സസ്യജാലങ്ങളിലുമുള്ള അമ്പരപ്പിക്കുന്ന സമാനതയും സിദ്ധാന്തത്തെ പിന്തുണയ്ക്കുന്നു. ഗ്രീൻലാൻഡും വടക്കെഅമേരിക്കയും തമ്മിൽ അടുക്കുന്നതും ഗ്രീൻലാൻഡും ഇംഗ്ളണ്ടും തമ്മിൽ അകലുന്നതും കൃത്യമായി തെളിയിക്കപ്പെട്ടിട്ടുണ്ട്. ഭൂമിയുടെ സിംഹഭാഗത്തേയും ആവരണം ചെയ്തിരിക്കുന്ന തെക്കെ അമേരിക്ക, ദക്ഷിണആഫ്രിക്ക, ഇന്ത്യൻ ഉപദ്വീപ്, അന്റാർട്ടിക്ക എന്നീ ഭൂവിഭാഗങ്ങളുടെ അരികുകളിൽ കാണുന്ന 'ശസ്ത്രക്രിയ അടയാളങ്ങളും' ശ്രദ്ധേയമാണ്. ഭൂമിശാസ്ത്രത്തിലെ ആധുനികസിദ്ധാന്തങ്ങളായ സമുദ്രതട വ്യാപനവും പിന്നീടുവന്ന ഫലകചലനസിദ്ധാന്തവും വൻകരാവിസ്ഥാപനത്തെ സാധൂകരിക്കുന്നുവെങ്കിലും വൻകരകളുടെ ചലനത്തിന് കാരണമായ ബലങ്ങളെക്കുറിച്ച് മതിയായ തെളിവുകൾ ഇനിയും ലഭ്യമായിട്ടില്ല. അത്‌ലാന്റിക്കിന്റെ വശങ്ങളിലുണ്ടെന്ന് പറയുന്ന ഈർച്ചവാൾ സാമ്യം ചില ഭാഗങ്ങളിൽ മാത്രമേ ശരിയാകുന്നുള്ളു എന്നൊരു ന്യൂനതയും ഈ സിദ്ധാന്തത്തിനുണ്ട്.

ഫലകചലന സിദ്ധാന്തവും ഇതിനോട് സാമ്യമുള്ളത് തന്നെ. ഈ സിദ്ധാന്തപ്രകാരം സ്ഥലമണ്ഡലം ചെറുതും വലുതുമായ അനേകം ഫലകങ്ങൾ അഥവാ പാളികളായി സ്ഥിതിചെയ്യുന്നു. വൻകരാവിസ്ഥാപന സിദ്ധാന്തം വൻകരയെ ഒറ്റ ഭൗമരൂപമായി കാണുമ്പോൾ ഫലകചന സിദ്ധാന്തത്തിൽ അത് നിരവധി കൂറ്റൻ ഫലകങ്ങൾ അഥവാ പേ്ളറ്റുകളാണ്. ഈ പേ്ളറ്റുകൾ അർദ്ധ ദ്രാവകാവസ്ഥയിലുള്ള അസ്തനോസ്ഫിയറിന് മേൽ തെന്നി നീങ്ങികൊണ്ടിരിക്കുന്നു. 6 വലിയ ഫലകങ്ങൾ ഉള്ളതായി ഇതിനകം സ്ഥിരീകരിച്ചിട്ടുണ്ട്. അമേരിക്കൻഫലകം, പെസഫിക്ഫലകം, ആഫ്രിക്കൻഫലകം, യൂറേഷ്യൻഫലകം, ഇന്തോ-ആസ്ത്രേലിയൻ, അന്റാർട്ടിക്ഫലകം എന്നിവയാണവ. ഗോണ്ട്വാനലാൻഡ് എന്ന ആദിമഫലകം

പൊട്ടിപിളർന്നാണ് ഇന്തോ-ആസ്ട്രലിയൻ ഫലകം, ആഫ്രിക്കൻ, തെക്കെ അമേരിക്കൻഫലകം, അന്റാർട്ടിക്കൻ ഫലകം എന്നിവയുണ്ടായതത്രെ. മറ്റൊരു ആദിമഫലകമായ ലൗറേഷ്യ പൊട്ടിപിളർന്ന് വടക്കെ അമേരിക്കയും യൂറേഷ്യയുമുണ്ടായി.ഗോണ്ട്വാനലാൻഡിന്റെ അതിരിലാണ് ഹിമാലയം മടക്ക്പർവ്വതമായി ഉയർന്ന് വന്നത്. ഫലക ചലനങ്ങൾ മൂന്ന് തരമാണ്. പ്ളേറ്റുകൾ പരസ്പരം അകന്നു പോകുന്ന ചലനം, പരസ്പരം അടുത്തുവരുന്ന ചലനം, പരസ്പരം ഒന്നിനോടൊന്നായി ഉരസി നീങ്ങുന്ന ചലനം എന്നിവയാണവ.

ഫലകചലനസിദ്ധാന്തം പൊതുവിൽ അംഗീകരിക്കപ്പെട്ടിട്ടുണ്ട്. കടൽത്തറയുടെ പ്രായം വൻകരകളുടെ ഭാഗത്തേക്കാൾ കുറവാണെന്ന് കണ്ടെത്തിയത് ഈ സിദ്ധാന്തത്തിന് പിൻബലമേകുന്നു. സമുദ്രതട വ്യാപനമാണിതിന് കാരണം. കടൽത്തറയുടെ ഏറിയപങ്കും ബസാൾട്ട് അഥവാ അഗ്നിപർവ്വതജന്യ ശിലകളാൽ നിർമ്മിക്കപ്പെട്ടിരിക്കുന്നു. ഭൂമിയുടെ കാന്തികധ്രുവങ്ങൾ പലതവണ മാറിയിട്ടുള്ളതായി നിരീക്ഷിച്ചിട്ടുണ്ട്. ഭൂമിയുടെ പ്രാചീന കാന്തികത്വത്തെ പറ്റിയുള്ള ആധുനികപഠനങ്ങൾ ഈ നിഗമനം ശരിവെക്കുന്നു. ഇരുമ്പിന്റെ അംശമുള്ള പാറകളാണല്ലോ ഭൂമിയുടെ കാന്തികശക്തി നിർണ്ണയിക്കുന്നത്. ഈ പാറകൾക്ക് ഭൂമി ഉണ്ടായ കാലത്ത് ഭൂമിയുടെ പൊതുവായ കാന്തികക്ഷേത്രത്തിനുണ്ടായിരുന്ന തെക്കു വടക്ക് ദിശയിലുള്ള ധ്രുവീകരണമുണ്ടായിരുന്നു. എന്നാൽ ഇപ്പോൾ കാന്തിക ക്ഷേത്രത്തിന്റെ വിപരീതദിശയിലാണ് ധ്രുവീകരണം. ഫലകങ്ങൾ മാറിപോയത് കൊണ്ടാണിതെന്ന് വ്യക്തമാകുന്നു. ഫലകങ്ങൾ പല കാലയളവിൽ വിവിധഭാഗങ്ങളിൽ പോയതിന്റെ ഏറ്റവും വലിയ തെളിവാണിത്. മാത്രമല്ല ഫലകങ്ങളുടെ അരികുകൾ ശക്തമായ ഭൂകമ്പ പ്രവർത്തനങ്ങളുടെ വ്യക്തമായ തെളിവുകൾ നൽകുന്നുമുണ്ട്. അഗ്നിപർവത പ്രവർത്തനവും ഭൂകമ്പങ്ങളും ഫലകചലനസിദ്ധാന്തത്തെ പിന്തുണയ്ക്കുന്നതായി കാണാം. ഒരേതരത്തിലുള്ള ജീവികൾ വിഭിന്ന വൻകരകളിൽ കാണപ്പെടുന്നതും ഈ സിദ്ധാന്തത്തെ ശരിവെക്കുന്നു. പക്ഷേ ഈ സിദ്ധാന്തവും നൂറ് ശതമാനം ശരിയാണെന്ന് ഇതിന്നർത്ഥമില്ല. ഹിമാലയത്തിന്റെ ഉത്പത്തി ഇന്നും വിവാദ വിഷയമാണ്.

ഗോണ്ട്വാനലാൻഡ് എന്ന ഫലകം ഇന്നുള്ള ആഫ്രിക്ക, ഇന്ത്യ, ആസ്ത്രേലിയ എന്നീ ഭൂഖണ്ഡങ്ങൾ ചേർന്നതാണ്. ഇത് പണ്ട് ഒന്നായിരുന്നുവത്രെ. പിന്നീട് ടെക്ടോണിക് ബലങ്ങളുടെ പ്രവർത്തനം മൂലം ഭിന്നിച്ച് പോയി. ആസ്ത്രേലിയയാകട്ടെ വലിയ ദൂരത്തേക്ക് പോയി. ഗോണ്ട്വാനലാൻഡിന്റെ അതിര് ഹിമാലയമാണ്. പക്ഷേ ഗോണ്ട്വാനലാൻഡ് ഹിമാലയം വരെയല്ല മറിച്ച് ടിയാനഷെൻ

പർവ്വതങ്ങൾ വരെയുണ്ടായിരുന്ന എന്നൊരു മറുവാദവുമുണ്ട്. അങ്ങനെയെങ്കിൽ ഹിമലയം ഉണ്ടായത് ഒരു ഫലകത്തിൽതന്നെ ഉണ്ടായ ആന്തരികസംഘർഷം വഴിയാണെന്ന് അനുമാനിക്കണം. രണ്ട് ഫലകങ്ങൾ തമ്മിൽ അടുത്തപ്പോൾ അതിനിടയിലുള്ള ഭൗമനിക്ഷേപം മടക്കുപർവ്വതമായി ഉയർന്നുവന്നതാണ് ഹിമലയം എന്നുള്ള കൂടുതൽ പ്രചാരമുള്ള സിദ്ധാന്തം ചോദ്യം ചെയ്യപ്പെടുകയാണിവിടെ. വൻകരയിലുള്ളതുപോലെ സമുദ്രത്തിനടിയിലും ഒരു വലിയ പർവ്വത ശൃംഖല കാണാം. അതിലെ പല പർവതങ്ങളും ഹിമാലയത്തേക്കാൾ വലുതുമാണ്. രണ്ട് ഫലകങ്ങൾ പരസ്പരം അകലുമ്പോൾ സമുദ്രപർവതനിരയിലുടനീളം അതീദീർഘങ്ങളായ വിള്ളലുകളുണ്ടാകുന്നു. ഈ വിള്ളലുകളിലൂടെ ശിലാദ്രവം മുകളിലേക്ക് വന്ന് തണുത്തുറഞ്ഞ് ഖരീഭവിച്ച് ഫലകങ്ങളുടെ അരികുകളോട് ചേരുന്നുണ്ട്. ഇതുമൂലം സമുദ്രതട ഭ്രവൽക്കത്തിന്റെ വിസ്തൃതി വർദ്ധിക്കും. ഈ പ്രതിഭാസത്തെ സമുദ്രതട വികസനം എന്ന പേരിലാണ് അറിയപ്പെടുന്നത്. ഇതൊക്കെ ജിയോഗ്രാഫിയെ സംബന്ധിച്ച പൊതുവായ ചില വസ്തുതകളാണ്. കൂടുതൽ സങ്കീർണ്ണമായ കാര്യങ്ങളിലേക്ക് പോകേണ്ടതില്ല. നമുക്ക് ഇന്ത്യയും ശ്രീലങ്കയും ഇടയ്ക്കുള്ള വിടവിനേയും അതിനിടയിലുള്ള കടൽഭാഗത്തേയും പറ്റി ചിന്തിക്കാം.

ഇന്ത്യയും ലങ്കയും തമ്മിൽ ഉണ്ടായിരുന്നത്

ഇന്ത്യയും ശ്രീലങ്കയും 7 കോടി മുതൽ 15 കോടി വർഷങ്ങൾക്ക് മുമ്പ് ഗോണ്ട്വാനാലാൻഡ് എന്ന ഒറ്റ ഭ്രഖണ്ഡത്തിന്റ ഭാഗമായിരുന്നുവെന്ന് നാം പഠിക്കുന്നുണ്ട്. ഒറ്റ നോട്ടത്തിൽ ഇന്ത്യാ ഉപഭ്രഖണ്ഡത്തിൽ നിന്ന് വിട്ടുമാറിയ രീതിയിൽ തന്നെയാണ് ലങ്കയുടെ കിടപ്പ്. ശരിക്കും പറിച്ച് മാറ്റിയത് പോലെയുണ്ട്. പക്ഷേ ച്യൂയിംഗം വലിച്ച് പൊട്ടിച്ചതു പോലെ ഇടയ്ക്ക് ചില അവശിഷ്ടങ്ങൾ അവശേഷിക്കുന്നു. വേർപിരിഞ്ഞ സ്ഥാനത്ത് കരയുടെ അവശിഷ്ടങ്ങൾ, മണൽതിട്ടകൾ, പവിഴപ്പുറ്റുകൾ തുടങ്ങി നിരവധി ഭൗമരൂപങ്ങൾ ദൃശ്യമാണ്. പാക് കടലിടുക്ക് പൊതുവെ ധാരാളം ചെറിയ ദ്വീപുകളും മണൽതിട്ടകളും കൊണ്ട് നിറഞ്ഞതാണ്. ഇന്ത്യക്കും ശ്രീലങ്കക്കും ഇടയിലുള്ള മുഴുവൻ സമുദ്രത്തിനും പൊതുവെ ആഴം കുറവാണ്. ചിലയിടങ്ങളിൽ അടിത്തട്ട് വ്യക്തമായി കാണത്തക്ക ആഴമേയുള്ളൂ. ഈ ചുരുങ്ങിയ കടൽഭാഗത്ത് കാണപ്പെടുന്ന ഭൗമരൂപങ്ങൾ പുറംകടലിൽ കാണപ്പെടുന്നതിലും ഏറെയാണെന്ന് ശാസ്ത്രജ്ഞൻമാർ നിരീക്ഷിക്കുന്നു. ശ്രീലങ്കയിലുംഇന്ത്യയിലും കാണപ്പെടുന്ന സസ്യജാലവും ജന്തുവിഭാഗങ്ങളും സമാനമാണ്. പൊതുവെ ഇന്ത്യൻ ഉപഭ്രഖണ്ഡത്തിൽ കാണപ്പെടുന്ന സസ്തനികളും പറവകളുമാണ് ശ്രീലങ്കയിലുമുള്ളത്.

ആനകളുടെ കാര്യം നല്ല ഉദാഹരണമാണ്. ഇന്ത്യൻ ആനകളും ശ്രീലങ്കൻ ആനകളേയും തമ്മിൽ തിരിച്ചറിയാൻ പലപ്പോഴും പ്രയാസമാണ്. ഇന്ത്യൻ ആനകൾക്ക് തായ്‌ലൻഡിലെ ആനകളുമായോ ആഫ്രിക്കൻ ആനകളുമായോ ഇത്തരം സാമ്യം കണ്ടെത്താനാവില്ല. ആനകളുടെ കാര്യം ഉദാഹരണമായി സൂചിപ്പിച്ചെന്നേയുള്ളൂ; മനുഷ്യൻ ഉൾപ്പടെയുള്ള മിക്ക ജീവജാലങ്ങളുടെ കാര്യത്തിലും ഇന്ത്യയും ശ്രീലങ്കയും തമ്മിലുള്ള സമാനത അമ്പരപ്പിക്കുന്നതാണ്. അവ ഒരേ ഭൂവിഭാഗത്തു നിന്നുത്ഭവിച്ചതാണെന്ന് മനസ്സിലാക്കാൻ പരിണാമസിദ്ധാന്തം മുഴുവൻ തച്ചിനിരുന്ന് പഠിക്കേണ്ട കാര്യമില്ലെന്നർത്ഥം.

ഇന്ത്യൻ തീരത്തെ മണ്ഡപം മുതൽ ശ്രീലങ്കൻ തീരത്തെ തലൈമന്നാർ വരെയുള്ള ഭാഗത്താണ് ശരിക്കും പാക് കടലിടുക്ക്. ഇവിടെ ഇന്ത്യയുംശ്രീലങ്കയും തമ്മിലുള്ള അകലം കുറവാണ്. ഈ കടലിടുക്ക് പലരും നീന്തി കടന്നിട്ടുണ്ടെന്ന് നാം സ്കൂളിൽ പഠിക്കുന്നുണ്ട്. ഇന്ത്യൻ തീരത്ത് നിന്ന് നോക്കുമ്പോൾ മണ്ഡപം കഴിഞ്ഞാൽ പിന്നെ വരുന്നത് രാമേശ്വരം ദ്വീപാണ്. മണ്ഡപത്തു നിന്നും രാമേശ്വരത്തേക്ക് 90 വർഷങ്ങൾക്ക് മുമ്പ് കടലിലൂടെ ഒരു മീറ്റർഗേജ് റെയിൽവേപാലം നിർമ്മിച്ചിരുന്നു. രാമേശ്വരത്താണ് മുൻ പ്രസിഡന്റ് അബ്ദുൾകലാമിന്റെ ഭവനം. ഇന്ത്യക്ക് പുറത്ത് ജനിച്ച ഒരാൾ ഇന്ത്യൻ പ്രസിഡന്റായി എന്നു വേണമെങ്കിൽ ഒരു കൗതുകത്തിനായി പറയാം.

രാമേശ്വരം മുതൽ തലൈമന്നാർ വരെയുള്ള ഇടുങ്ങിയ കടലിടുക്ക് അങ്ങേയറ്റം സങ്കീർണ്ണമായി വിഭജിക്കപ്പെട്ടിരിക്കുന്നു. ഇന്ത്യയുടെ സമുദ്രാതിർത്തി, ശ്രീലങ്കയുടെ സമുദ്രാതിർത്തി, അന്താരാഷ്ട്ര മേഖല എന്നിങ്ങനെ വിഭജിതമായ ഈ മേഖലയിൽ ലക്ഷ്യം തെറ്റി ഇന്ത്യൻ മത്സ്യബന്ധനതൊഴിലാളികൾ ശ്രീലങ്കൻ നേവിയുടേയും തമിഴ്പുലികളുടേയും പിടിയിൽപെടുക സാധാരണമാണ്. പലപ്പോഴും താക്കീത് നൽകി വിട്ടയക്കുകയാണ് പതിവെങ്കിലും പല മത്സ്യതൊഴിലാളികളും ലങ്കൻ ജയിലിലിലാകുകയോ കൊല്ലപ്പെടുകയോ ചെയ്തിട്ടുണ്ട്. ഇക്കാര്യത്തിൽ മത്സ്യതൊഴിലാളികളെ കുറ്റംപറഞ്ഞിട്ട് കാര്യമില്ല. അത്ര സങ്കീർണ്ണമാണവിടെ കാര്യങ്ങൾ. ചെറിയൊരു കാറ്റോ പ്രകൃതിക്ഷോഭമോ ഉണ്ടായാൽതന്നെ മത്സ്യയാനങ്ങൾ ഗതിതെറ്റി ശ്രീലങ്കൻ സമുദ്രാതിർത്തിയിൽ എത്തിപ്പോയെന്ന് വരാം. രണ്ടു രാജ്യങ്ങൾക്കിടയിലുള്ള കടലിൽ മധ്യഭാഗത്ത് കുറെ ഭാഗം അന്താരാഷ്ട്ര സമുദ്രമേഖലയായി നിലനിർത്തണമെന്നാണ് നിയമം. ആ ഭാഗത്ത് ഇരു രാജ്യങ്ങൾക്കും സവിശേഷമായ അധികാരമുണ്ടാകാൻ

പാടില്ല. തീരെ ഇടുങ്ങിയ പാക് കടലിൽ അന്താരാഷ്ട്ര അതിർത്തി മേഖലയുൾപ്പെടെ സ്വന്തമാക്കുന്ന വല്യേട്ടൻ മനോഭാവമാണ് ഇന്ത്യയ്ക്കെന്ന് ശ്രീലങ്ക പരാതിപ്പെടാറുണ്ട്. ശ്രീലങ്കയ്ക്ക് മാത്രം അധികാരമുള്ള തീരകടൽവരെ ഇന്ത്യൻ മത്സ്യതൊഴിലാളികൾ തങ്ങളുടേതായി കണക്കാക്കുന്നതാണ് പലപ്പോഴും പ്രശ്നങ്ങൾക്ക് കാരണമെന്ന് അവർ പറയും. ഇന്ത്യ ഗവൺമെന്റാകട്ടെ എന്നും ഈ വാദങ്ങൾ ശക്തിയുക്തം നിരാകരിച്ചിട്ടേയുള്ളൂ.

മണ്ഡപത്തേയും രാമേശ്വരത്തേയും തമ്മിൽ ബന്ധിപ്പിക്കുന്നതിനായാണ് വിശ്വപ്രസിദ്ധമായ പാമ്പൻപാലം നിർമ്മിച്ചിട്ടുള്ളത്. 'പാമ്പൻപാലത്തിന്റെ കരുത്ത്'' എന്ന ഒരു സിമിന്റ് കമ്പനിയുടെ പരസ്യം ഓർക്കുക. ഡെഫ്റ്റ് ഐലണ്ട്, ധനുഷ്കോടി, പാമ്പൻ തുടങ്ങി നിരവധി വാസയോഗ്യവും അല്ലാത്തതുമായ ദ്വീപുകളോ കരപ്രദേശങ്ങളോ പാക് കടലിടുക്കിലുണ്ട്. അതിൽ പലതിലും ജനവാസവുമുണ്ട്. തീർത്ഥാടനം മുതൽ മത്സ്യബന്ധനം വരെ നടന്നുവരുകയും ചെയ്യുന്നു. ഉപഗ്രഹ നിരീക്ഷണമാകട്ടെ മിഴിവുള്ള ചിത്രങ്ങൾ സമ്മാനിക്കാറുണ്ട്. സമുദ്രത്തിന്റെ അടിത്തട്ടിൽ രൂപം കൊള്ളുന്ന മണൽതിട്ടകളുടെ നിരയെ കോറൽ റീഫ് സിസ്റ്റം എന്നാണല്ലോ വിളിക്കുക. അത്തരത്തിലുള്ള ഒരു റിബൺ കോറൽറീഫ് സിസ്റ്റമാണ് ഇന്ത്യയ്ക്കും ശ്രീലങ്കയ്ക്കും ഇടയിൽ കാണപ്പെടുന്ന ആഡംസ് ബ്രിഡ്ജി(രാമസേതു)ന്നാധാരം എന്ന് സൂചിപ്പിച്ചല്ലോ.

ഇന്ത്യയ്ക്കും ശ്രീലങ്കയ്ക്കും ഇടയിലുള്ള റിബൺ കോറൽ റീഫിന്റെ ആകൃതിക്ക് 1990-2000 കാലയളവിലും പിന്നീട് 2000-05 കാലയളവിലും വലിയതോതിൽ മാറ്റം സംഭവിച്ചതായി നിരീക്ഷിക്കപ്പെട്ടിട്ടുണ്ട്. ഇത്തരം മണൽക്കുനകളും പവിഴപുറ്റുകളും മറ്റു നിക്ഷേപങ്ങളും ഒരു ശൃംഖലയായി മിക്ക സമുദ്രങ്ങളിലും കാണപ്പെടുന്നുണ്ട്. ആഡംസ്ബ്രിഡ്ജുപോലെ കൗതുകരമായ രീതിയിൽ കാണപ്പെടുന്നില്ല എന്നേയുള്ളൂ. ഇവ ഉരുവംകൊള്ളുന്നതിന് നിരവധി കാരണങ്ങൾ ശാസ്ത്രജ്ഞർ ചൂണ്ടിക്കാട്ടുന്നുണ്ട്. ഇത്തരത്തിൽ ജപ്പാൻ, ഫിലിപ്പൈൻസ് തുടങ്ങിയ രാജ്യങ്ങൾക്കിടയിൽ കാണപ്പെടുന്ന കോറൽറീഫുകൾ ആ മേഖലയുണ്ടാക്കുന്ന അതിശക്തമായ അഗ്നിപർവ്വതങ്ങളും അനുബന്ധ ഭൗമചലനങ്ങളുമായി ബന്ധപ്പെട്ടുണ്ടാകുന്നവയാണ്. ഹാവയ് ദ്വീപുകളിൽ കാണുന്നവയാകട്ടെ, ഭൗമപാളിയുടെ ഉപരിതലത്തിലുണ്ടാകുന്ന വിള്ളലുകളും തെന്നിമാറലും കാരണമായി നിർമ്മിക്കപ്പെട്ടിരിക്കുന്നു. കടലിന്റെ അടിത്തട്ടിലുള്ള വിള്ളലുകൾ മൂലവും ഇത് സംഭവിക്കാം.

ഐസ്‌ലാൻഡിന്റെ സമീപമുള്ള സമുദ്രത്തിലെ കോറൽറീഫ് സിസ്റ്റം ഇത്തരത്തിൽ രൂപം കൊണ്ടതാണെന്ന് കരുതപ്പെടുന്നു. സെന്റ് ഹെലേന ദ്വീപിന് സമീപവും ഇത്തരം പ്രക്രിയ സംഭവിക്കുന്നുണ്ട്. കരീബിയൻ ദ്വീപുകൾക്കും മറ്റുള്ള തെക്കനമേരിക്കൻ രാജ്യങ്ങൾക്കും സമീപമുള്ള കോറൽറീഫുകൾ പ്രധാനമായും എക്കലും ചരലും അടിഞ്ഞ് കൂടിയുണ്ടായവയാണ്. ഇത് തീരവുമായി ബന്ധപ്പെട്ട ചലനങ്ങളുടെ ഫലമായുണ്ടാകുന്നവയാണെന്നാണ് നിഗമനം. ചുരുക്കത്തിൽ, മണൽതിട്ടയും പവിഴപുറ്റുകളുമൊക്കെ ആഗോള പ്രതിഭാസമാണെർത്ഥം. ആഡംസ് ബ്രിഡ്ജ് അഥവാ രാമസേതു എന്നത് അസാധാരണമായ ഒരു സംഗതിയല്ല തന്നെ.

വാത്മീകിരാമായണത്തിലെ ലങ്ക എവിടെ?

ഭാരതത്തിനകത്തും പുറത്തും വളരെയധികം പഠനത്തിന് വിധേയമായ കൃതിയാണ് രാമായണം. പ്രമുഖ ചരിത്രകാരനായ പ്രൊഫസർ സങ്കാലിയയെപ്പോലുള്ളവർ രാമായണത്തെപ്പറ്റി നടത്തിയ പഠനങ്ങൾ ഗൗരവതരമാണ്. ലോകത്ത് ഇന്ന് നിലവിലുള്ള വിവിധ രാമായണങ്ങളെകുറിച്ച് പഠനം നടത്തിയ ഫാദർ കാമില ബുൽക്കയുടെ'രാമകഥ'എന്ന ഗ്രന്ഥം വിശ്വപ്രസിദ്ധമാണല്ലോ. പല ചരിത്രകാരൻമാരും രാമായണത്തിൽ താല്പര്യം കാട്ടിയിട്ടുണ്ട്. വിവിധദേശങ്ങളിൽ വായ്മൊഴി രൂപത്തിൽ നിലനിന്ന രാമായണകഥ സംസ്കൃതത്തിലാക്കിയത് വാല്മീകിയാണെങ്കിലും പിന്നീടത് ബ്രാഹ്മണപ്രകീർത്തന സാഹിത്യമായി മാറ്റപ്പെടുകയായിരുന്നു എന്ന നിഗമനത്തിൽ പലരും എത്തിച്ചേരുന്നുണ്ട്. വാല്മീകി എന്നത് മദ്ധ്യപ്രദേശ്, ഛത്തീസ്ഗഡ്, ഝാർഖണ്ഡ് എന്നീ ഉത്തരേന്ത്യൻ സംസ്ഥാനങ്ങളിലുള്ള ഒരു വിഭാഗം അയിത്തജാതിക്കാർക്ക് പൊതുവായുള്ള ജാതിപ്പേരാണ്. വാല്മീകി പ്രതിഷ്ഠയുള്ള ക്ഷേത്രങ്ങളിൽ ഇന്നും സവർണ്ണർ പോകാറില്ല. രാമായണത്തിലെ ലങ്ക ഗോദാവരി തീരത്തെ ഒരു ചെറിയ ദ്വീപാണെന്നാണ് പ്രൊഫ.സങ്കാലിയയുടെ അഭിപ്രായം. വാത്മീകി ബ്രാഹ്മണൻ ആയിരുന്നുവെന്ന് തെളിയിക്കുന്ന ഗവേഷണവും സമാന്തരമായി മുന്നേറുന്നുണ്ട്.

ഗോദാവരി തീരത്ത് അനേകം തുരുത്തുകൾ ഇപ്പോഴും കാണപ്പെടുന്നുണ്ട്. വിന്ധ്യ-ശത്പുര മലനിരകൾ ഉത്തരേന്ത്യയ്ക്കും ദക്ഷിണേന്ത്യയ്ക്കും മധ്യേ ഒരു വൻമതിൽപോലെ നിലനിൽക്കുന്നു. പണ്ട് ഈ പർവ്വതങ്ങൾ മറികടന്ന് ദക്ഷിണേന്ത്യയിലേക്ക് സൈന്യം പോയിട്ട് സാധാരണയാത്രപോലും ദുഷ്കരമായിരുന്നുവെന്നാണ് അദ്ദേഹത്തിന്റെ നിഗമനം. രാമൻ ദക്ഷിണേന്ത്യയിൽ വന്നിട്ടേയില്ല എന്നദ്ദേഹം അനുമാനിക്കുന്നു. ആര്യസാഹിത്യത്തിൽ വിന്ധ്യനിപ്പുറമുള്ള

സ്ഥലങ്ങൾ പൊതുവെ പരാമർശിക്കപ്പെടുന്നില്ല. ആര്യൻമാരുടെ ലോകം പൊതുവെ ഗംഗാതീരവും ഹിമാലയ തടവുമടങ്ങുന്ന ഉത്ത രേന്ത്യയാണ്. ഇതിലും തെക്കോട്ടുള്ള സ്ഥലങ്ങൾ ആദ്യകാല ആര്യസാഹിത്യത്തിലില്ല;വേദസാഹിത്യത്തിൽ പ്രത്യേകിച്ചും. ലങ്ക ഗുജറാത്തിനടുത്തുള്ള റാൻ ഓഫ് കച്ചിലുള്ള ഒരു പ്രദേശത്തെ പറ്റി യുള്ള വിവരണവുമായി ഒത്തുപോകുന്നുവെന്ന് പഠനങ്ങളുണ്ട്. കട്ടക്ക്, ഷോട്ടാനാഗ്പൂർ എന്നീ സ്ഥലങ്ങളിലും രാമായണത്തിലെ ലങ്കയുടെ വിശദാംശങ്ങളുമായി സമാനതകളുള്ള സ്ഥലങ്ങളുണ്ട്. കിഴക്കോട്ട് ചെന്നാൽ മണിപ്പൂരിൽ 'ലങ്ക'എന്ന പേരുള്ള സ്ഥലം ഇപ്പോഴുമുണ്ട്.

ലങ്ക എവിടെയെന്ന ചോദ്യം എന്നും തീക്ഷ്ണമായ വാദപ്രതിവാദ ത്തിനിടയാക്കിയിട്ടുണ്ട്. രാമായണത്തിലെ ലങ്ക ഇന്നത്തെ ശ്രീലങ്ക തന്നെയാണെന്ന കാര്യത്തിൽ രാമഭക്തർക്ക് യാതൊരു സംശയ വുമില്ല. അവർക്കതിന് പ്രത്യേകിച്ച് തെളിവിന്റെ ആവശ്യവുമില്ല. ഇന്നത്തെ ശ്രീലങ്കയ്ക്ക് ആ പേര് ഉണ്ടായത് എന്നുമുതലാണെന്ന താണ് പരിശോധിക്കേണ്ട ആദ്യവിഷയം. തീർച്ചയായും സിലോൺ എന്നറിയപ്പെട്ടപ്പോഴും ലങ്ക എന്ന പേര് ആ രാജ്യത്തിനുണ്ടായി രുന്നു. പക്ഷേ ആദ്യകാലം മുതലേ ആ പേരില്ലതാനും. തമിഴിലെ ഇലങ്കൈ, ഈലം എന്നീ വാക്കുകൾക്കുണ്ടായ രൂപാന്തരത്വമായി ലങ്കയെ പരിഗണിക്കുന്നവരുണ്ട്.

മൗര്യൻമാരുടെ കാലത്ത് ഗ്രീക്ക് ഭാഷയിൽ ശ്രീലങ്കയുടെ പേര് താമ്രപർണി (ഗ്രീക്ക് ഭാഷയിൽ തപ്രബേൻ) എന്നായിരുന്നു. ബി.സി മൂന്നാം നൂറ്റാണ്ടിൽ അശോക ചക്രവർത്തി പുറപ്പെടുവിച്ചതായി കണ്ടെടുത്തിട്ടുള്ള ഒരു ശാസനമനുസരിച്ച് താമ്രപർണിയെ മൗര്യ സാമ്രാജ്യത്തിന്റെ അതിർത്തിയായി പരാമർശിച്ചിട്ടുണ്ട്. അശോകൻ ബുദ്ധമത പ്രചരണത്തിനായി ബുദ്ധഭിക്ഷുക്കളെ ശ്രീലങ്കയിലേക്കയ ച്ചത് ചരിത്രവസ്തുതയാണ്. പിന്നീട് സംസ്കൃതത്തിൽ ശ്രീലങ്കയ്ക്ക് കൂടുതലും ഉപയോഗിച്ച് കാണുന്നത് സിംഹള,സിംഹളദ്വീപ് എന്നൊ ക്കെയാണ്(ഗ്രീക്കിൽ സിലം ,സെയ്‌ലം ദ്വീപ് എന്ന പേരാണ് കാണ പ്പെടുന്നത്. ഈ സിലം ആണ് പിന്നീട് സിലോണായി മാറിയത്). സിലോണാണ് വാല്മീകി ഉദ്ദേശിച്ചിരുന്നതെങ്കിൽ ലങ്ക എന്ന പേര് അദ്ദേഹം ഒരിക്കലും ഉപയോഗിക്കാനിടയില്ല. കാരണം ലങ്ക എന്ന പദം പോലും എ.ഡി. പത്താം നൂറ്റാണ്ടിന് ശേഷമാണ് ഉരുത്തി രിഞ്ഞത്. അങ്ങനെയെങ്കിൽ, വാല്മീകി ഉപയോഗിക്കേണ്ട പദം താമ്രപർണിയോ സിംഹള ദ്വീപോ ആയിരുന്നുവെന്ന് പറയേണ്ടി യിരിക്കുന്നു. ലങ്ക എന്ന പേരുള്ള സ്ഥലങ്ങൾ ഉത്തരേന്ത്യയിൽതന്നെ പലതുണ്ടായിരുന്നുവെന്ന വാദം ശക്തിപ്പെടുന്നത് അങ്ങനെയാണ്.

മുൻ ഗവൺമെന്റ് സെക്രട്ടറിയും എഞ്ചിനിയറുമായ ആർ.എൽ ഗുപ്തയുടെ(R.L. Gupta) അഭിപ്രായത്തിൽ വിന്ധ്യപർവതത്തിനടുത്ത് നർമതാ താഴ്‌വരയിലെ ഒരു തടാകമാണ് രാമായണത്തിലെ 'നൂറ് യോജന കടൽ'('The Antiquity of Rama's Era', in the journal Prachya Pratibha(published by Prachya Niketan, a Birla sponsored institution in Bhopal/Vol. 11-1, 1982). ഇന്ന് ബംഗ്റാ ഹിൽ (Bagra hill)എന്നറിയപ്പെടുന്ന നർമതതടാകത്തിലെ ഒരു ദ്വീപാണ് ലങ്ക. രാമായണത്തിൽ പരാമർശിക്കുന്ന സ്ഥലനാമങ്ങൾ സ്ഥലവർണ്ണന വിശകലനം ചെയ്ത് ഇന്നത്തെ മധ്യപ്രദേശിലാണെന്നും ഗുപ്ത സമർത്ഥിക്കുന്നുണ്ട്. പഞ്ചവടി, മൈനാകം, കിഷ്ക്കിന്ദ, ദാവൽഗിരി, ഋഷ്യമുഖ, സേതു, ത്രികൂടപർവതം, പമ്പാവതിനദി... തുടങ്ങിയ ഒട്ടനവധി സ്ഥലങ്ങൾ ഈ പട്ടികയിലുൾപ്പെടുന്നു. രാമായണത്തിലെ ലങ്ക ഇന്തോനേഷ്യൻ-ജാവ ദ്വീപസമൂഹങ്ങളിലാണെന്ന് വാദിക്കുന്ന പഠനങ്ങൾ അന്നാട്ടിൽ സുലഭമാണ്. രണ്ടായാലും രാമായണത്തിലെ ലങ്ക ഇന്നത്തെ ശ്രീലങ്കയാണെന്ന വാദങ്ങൾക്ക് പണ്ഡിതർക്കിടയിൽ പൊതുവെ ചാർജ് കുറവാണ്. ലങ്കാവിവാദങ്ങളുടെ തുടക്കംകുറിക്കാൻ ഈ ലിങ്ക് പ്രയോജനപ്പെടും(http://www.indiadivine.org/audarya/hare-krishna-forum/398531-ceylon-lanka-mentioned-ramayana.html)

ഹനുമാന്റെ ആകാശസഞ്ചാരം

വാല്മീകി രാമായണത്തിൽ രാമ-രാവണ യുദ്ധത്തിനിടയിൽ ഹനുമാൻ മൃതസഞ്ജീവിനി തേടി പോകുന്നത് ഹിമാലയത്തിലേക്കാണ്. യുദ്ധസ്ഥലത്തിന്റെ തൊട്ടടുത്തുള്ള ഏറ്റവും വലിയ പർവ്വതം ഹിമാലയമാണെന്ന സൂചനയാണിത് നൽകുന്നത്. ശ്രീലങ്കയും ഹിമാലയവും തമ്മിലുള്ള അകലം വളരെ വലുതാണെന്ന് നമുക്കറിയാം. ഹിമാലയം മാത്രമാണ് ദിവ്യാഷൗധമുള്ള പർവ്വതമെന്ന് പറഞ്ഞ് നിസ്സാരമായി തള്ളാനാവുന്ന നിഗമനമല്ലിത്. രാമസൈന്യത്തിന് അല്ലെങ്കിൽ വാല്മീകിക്ക് അറിയാമായിരു വലിയപർവ്വതം ഹിമാലയമാണ്. പുരാണകഥയിൽ ഭൂമിശാസ്ത്രപരമായ സത്യങ്ങൾ കണ്ടെത്താൻ ആയാസപ്പെടേണ്ടതില്ല. എങ്കിലും ഒരു കൗതുകത്തിനായി പരിഗണിക്കുകയാണെങ്കിൽ ചില പൊരുത്തക്കേടുകൾ ദൃശ്യമാകും. ശ്രീലങ്കയിൽനിന്നാണ് ആകാശയാത്ര ചെയ്തതെങ്കിൽ വിന്ധ്യ-ശത്പുര പർവ്വതങ്ങളുടെ മുകളിലൂടെയാവണം ഹനുമാൻ അങ്ങോട്ടും ഇങ്ങോട്ടും പോയിട്ടുണ്ടാവുക. ആദിസംസ്കൃത കാവ്യങ്ങളുടെ പൊതു സ്വഭാവം നോക്കിയാലും, രാമായണം പ്രത്യേകിച്ചെടുത്ത് പരിശോധിച്ചാലും അത്തരം കുറ്റൻ പർവ്വതങ്ങളെപ്പറ്റി

യാത്രാവർണ്ണന അനിവാര്യമാണ്. പക്ഷേ വാല്മീകിരാമായണം അത്തൊരമൊരു വിവരണം നൽകാത്തതിനാൽ ലങ്കയിൽ നിന്ന് ഹിമാലയത്തിൽ പോയി എന്നത് യുക്തിസഹമല്ല.

ഇനി ഹനുമാൻ ബംഗാൾ ഉൾക്കടലിന്റെ തീരത്ത് കൂടി ബഹുദൂരം പറന്ന് വിന്ധ്യാ-ശത്പുര പർവ്വതം സമുച്ചയം മന:പൂർവ്വം ഒഴിവാക്കി പറന്നെന്നു വാദിച്ചാലും അതിന് ഉപോൽബലകമായ സമുദ്രതീര വർണ്ണന വാല്മീകി രാമയണത്തിലുണ്ടാവേണ്ടതാണ്. രാമസേതു നിർമ്മിച്ചത് മധ്യ ഇന്ത്യയിലെ ഏതോ തടാകത്തിലാണെ് പല ചരിത്രകാരൻമാരും അഭിപ്രായപ്പെടുന്നുണ്ട്. രാമായണത്തിന്റെ അവാന്തരകഥകളിൽ സേതുവിനെകുറിച്ചുള്ള പരാമർശങ്ങളിലെല്ലാം വ്യത്യസ്ത സ്ഥലങ്ങളാണ് സൂചിപ്പിക്കപ്പെടുന്നത്. ഇന്ത്യയ്ക്ക് പുറത്തുള്ള രാമായണ കഥകളിൽ സേതു നിർമ്മിക്കുന്നത് ലങ്കയിലേക്കേയല്ല. ഇനി ശ്രീലങ്ക തന്നെയാണ് വാല്മീകി ഉദ്ദേശിക്കുന്നതെങ്കിൽ സിലോണിന് ലങ്ക എന്ന പേര് വന്നതിന് ശേഷം മാത്രമാണ് രാമായണം രചിക്കപ്പെട്ട തെന്ന് സമ്മതിക്കണം. അങ്ങനെവന്നാൽ രാമായണം ആദികാവ്യ മല്ലാതാകുമെന്ന് മാത്രമല്ല താരതമ്യേന ആധുനിക കൃതിയാണെന്നും പറയേണ്ടി വരും. പക്ഷേ മത്സ്യപുരാണത്തിൽ വാല്മീകി രാമായണ ത്തെക്കുറിച്ചുള്ള പരാമർശവും രാമായണത്തിലെ കഥാതന്തുവുമായി ബന്ധപ്പെട്ട കോസലം, വൈദേഹം തുടങ്ങിയ ദേശങ്ങളുടെ ചരിത്രവും ചേർത്തുവായിക്കുമ്പോൾ ആ വാദവും ദുർബലപ്പടുകയാണ്. രാമനെ കേന്ദ്രകഥയാക്കുന്ന രാമായണകഥകളിലൊന്നും തന്നെ സേതുബന്ധനം സമാനമല്ലെന്നതും വിഷയമാണ്.

തമിഴ്നാട്ടിലെ രാമൻ

തമിഴ്നാടണല്ലോ രാമസേതു വിവാദത്തിന്റെ കേന്ദ്രബിന്ദു. തമിഴ്നാട്ടിലെ രാഷ്ട്രീയം പല കാരണങ്ങളാൽ സവിശേഷമാണെന്ന് നമുക്കറിയാം. സിനിമാരാഷ്ട്രീയമൊക്കെ നാം കളിയാക്കും. ഇവിടെ ദ്രാവിഡരാഷ്ട്രീയം കൈകാര്യം ചെയ്യുന്ന രണ്ട് പ്രമുഖ പ്രാദേശിക പാർട്ടികളാണ് ഡി.എം.കെ യും അണ്ണാ ഡി.എം.കെ യും. ദ്രാവിഡ രാഷ്ട്രീയം അടിസ്ഥാനപരമായി ബ്രാഹ്മണവിരോധത്തിലും നിരീശ്വരവാദത്തിലും അധിഷ്ഠിതമാണ്. കേരളത്തിൽ ശ്രീനാരയണഗുരു നടത്തിയതിന് തുല്യമോ ഉപരിയോ ആയ സാമൂഹികവിപ്ളവമാണ് തമിഴ്നാട്ടിൽ പെരിയാർ ഇ.വി. രാമസ്വാമി നായ്ക്കർ നടത്തിയത്.

യുക്തിചിന്തയ്ക്കും ശാസ്ത്രബോധത്തിനും തമിഴ്മണ്ണിൽ നല്ല വേരോട്ടമുണ്ടാക്കിയ ധിഷണാ ശാലിയായിരുന്നു പെരിയാർ. അദ്ദേഹത്തിന്റെ നേതൃത്വത്തിലാണ് ദ്രാവിഡ കഴക പ്രസ്ഥാനം പിറന്നത്. പെരിയാറിന്റെ ശിഷ്യനായിരുന്ന അണ്ണാദുരൈയായിരുന്നു ദ്രാവിഡകഴകത്തിൽ നിന്നുള്ള ആദ്യ മുഖ്യമന്ത്രി. അദ്ദേഹം 1969 ഫെബ്രുവരിയിൽ അന്തരിച്ചു. പിന്നീട് കരുണാനിധി-എം.ജി.ആർ ഭിന്നത പാർട്ടിയിൽ ശക്തിപ്രാപിക്കുകയും അണ്ണാദുരൈയുടെ പേരിൽ പുതിയ ദ്രാവിഡ കഴകം പിറക്കുകയും ചെയ്തു. അങ്ങനെയാണ് ആൾ ഇന്ത്യാ അണ്ണാ ഡി.എം.കെ സ്ഥാപിക്കപ്പെട്ടത്. എ.ഐ.എ.ഡി.എം.കെ-യിലെ ആദ്യകാല നേതാക്കൾ പെരിയാറിന്റേയും അണ്ണായുടേയും പ്രത്യയശാസ്ത്രപരമായ നിലപാടുകൾ പിന്തുടർന്നെങ്കിലും എം.ജി. ആറിന്റെ അവസാന കാലമെത്തിയപ്പോഴേക്കും കഥ മാറി. സിനിമാ രാഷ്ട്രീയത്തിന്റെ വർദ്ധിച്ച സ്വാധീനവും അതിവൈകാരികതയും തമിഴ് രാഷ്ട്രീയത്തിന്റെ പര്യായമായിത്തീർന്നു. എം.ജി.ആർ ക്രമേണ ഭൗതികവാദപരമായ കാഴ്ചപ്പാടിൽ നിന്ന് തെന്നി ജനപ്രിയ നിലപാടുകളിലേക്ക് മാറി. മതവികാരം പ്രീണിപ്പിക്കുന്നതും വിശ്വാസം ചൂഷണം ചെയ്യുന്നതും രാഷ്ട്രീയത്തിൽ കൂടുതൽ നേട്ടമുണ്ടാക്കുമെന്ന് അദ്ദേഹം കണ്ടു. പിന്നീട് വന്ന ജയലളിതയ്ക്ക് അധികാരം മാത്രമായിരുന്നു

പ്രധാനം. പ്രത്യേയശാസ്ത്രപരമായ കടുംപിടുത്തങ്ങൾ ഒരിക്കലും അവരെ അലട്ടിയില്ല. വഴിപാടുകളും നടയ്ക്കിരത്തലുകളും തൊട്ട് ന്യൂമറോളജിയും പക്ഷിശാസ്ത്രവും വരെ ദ്രാവിഡ ഭരണാധികാരികൾക്ക് പ്രിയംകരമായി. ഇന്ന് ദ്രാവിഡകഴക രാഷ്ട്രീയം അന്ധവിശ്വാസങ്ങളുടെ ഊട്ടുപുരയാണ്.

പക്ഷേ ഇക്കാലമത്രയും കരുണാനിധിയും ഡി.എം.കെ യും നിരീശ്വരവാദപരമായ പ്രത്യയശാസ്ത്രവിശുദ്ധി നിലനിർത്താൻ ശ്രമിച്ചു. ഡി.എം.കെ-യിൽ നിന്ന് പുറത്തുപോയ വൈകോ ഗോപാലസ്വാമിയുടെ നേതൃത്വത്തിലുള്ള എം.ഡി.എം.കെ-യാകട്ടെ സമൂഹ്യപരിഷ്കരണത്തിൽ കൂടുതൽ താല്പര്യം കാട്ടി. കഴിഞ്ഞ എ.ഐ.എ.ഡി.എം.കെ സർക്കാരിന്റെ ഭരണകാലത്ത് അനാചാരങ്ങൾക്കും അന്ധവിശ്വാങ്ങൾക്കുമെതിരെ വൈകോ സംസ്ഥാനമൊട്ടുക്ക് നടത്തിയ പദയാത്ര ദേശീയതലത്തിൽ ശ്രദ്ധിക്കപ്പെട്ടു. കരുണാനിധിസർക്കാർ തമിഴ്നടൻ സത്യരാജിനെ നായകനാക്കി പെരിയാറിനെക്കുറിച്ച് സർക്കാർ ചെലവിൽ സിനിമ നിർമ്മിച്ചിരുന്നു. ഇതൊക്കെ പറയുമ്പോഴും ഡി.എം.കെയുടേയും എം.ഡി.എം.കെ യുടേയും അണികളിൽ മതവിശ്വാസികളാണ് ഭൂരിപക്ഷവും. പ്രത്യയശാസത്രപരമായ ജീർണ്ണത വലിയ അളവിൽ ദ്രാവിഡപ്രസ്ഥാനത്തേയും ബാധിക്കുന്നു. ഭാവി തമിഴ്നാട് മുഖ്യമന്ത്രിയായി സ്വയം സങ്കൽപ്പിക്കുന്ന തമിഴ് നടനാണ് വിജയകാന്ത്. സ്വന്തമായൊരു രാഷ്ട്രീയപാർട്ടി സ്ഥാപിച്ചശേഷം നടന്ന ആദ്യ അസംബ്ളി തെരെഞ്ഞെടുപ്പിൽ തന്നെ സാമാന്യം നല്ലൊരു തുടക്കം കുറിക്കാനും വിജയകാന്തിനായിരുന്നു. പുള്ളി ഈയ്യിടെ പെരിയാറിന്റെ ജന്മദിനമാഘോഷിച്ചത് അദ്ദേഹത്തിന്റെ ഫോട്ടോയ്ക്ക് മുമ്പിൽ നിലവിളക്ക്, ചന്ദനത്തിരി, പഴം തുടങ്ങിയവ സമർപ്പിച്ച് ചെറിയൊരു പൂജതന്നെ നടത്തിയാണത്രെ!

ബി.ജെ.പി പ്രതിനിധാനം ചെയ്യുന്ന രാഷട്രീയത്തിന് തമിഴ്നാട്ടിൽ അന്നും ഇന്നും വലിയ സാധ്യതയൊന്നുമില്ല. കാഞ്ചി കാമകോടി മഠാധിപതിപോലുള്ള ഒരു മതനേതാവിനെ കൊലക്കുറ്റത്തിന് അറസ്റ്റ് ചെയ്ത് മാസങ്ങളോളം ജയിലിലിടയ്ക്കാൻ കഴിയുന്നത് ഒരു പക്ഷേ തമിഴ്നാട്ടിൽ മാത്രമായിരിക്കും. തമിഴ്നാട്ടിൽ ഒരുപക്ഷേ ഇനിയുമത് സാധിക്കും. ജയലളിത എപ്പോഴും ബി.ജെ. പി-യോടൊപ്പം കൂടുന്നത് കരുണാനിധിയെ ഒരു പാഠംപഠിപ്പിക്കുക എന്ന ഒരൊറ്റ അജണ്ട മുന്നിൽ കണ്ടാണ്. ജയലളിത കാഞ്ചി മഠാധിപതി ജയേന്ദ്രസരസ്വതിയെ ജയിലിലടച്ചതിൽ തമിഴ്നാട്ടിലെ വോട്ട് ബാങ്കിന്റെ സവിശേഷ സ്വഭാവങ്ങൾ അടയാളപ്പെടുത്തിയിട്ടുണ്ട്. അറസ്റ്റിനെതിരെ അങ്ങ് ഡൽഹിയിൽ ഹിന്ദുശക്തികൾ

വേവലാതിപ്പെട്ട് പരക്കംപാഞ്ഞെങ്കിലും തമിഴ്നാട് പൊതുവെ ശാന്തമായിരുന്നു. എന്തുചെയ്യണമെന്നറിയാതെ കരുണാനിധി പോലും കുഴങ്ങി. ബ്രാഹ്മണവിരോധം എക്കാലത്തും ദ്രാവിഡ രാഷ്ട്രീയത്തിന്റെ മുഖമുദ്രയായിരുന്നു. ബ്രാഹ്മണയായ ജയലളിത ജയേന്ദ്ര സരസ്വതിയെ തടങ്കലിലടച്ചത് താനും തരക്കേടില്ലാത്ത ഒരു ബ്രാഹ്മണവിരോധിയാണെന്ന് സ്ഥാപിക്കാനായിരുന്നുവത്രെ. തമിഴ്നാട്ടിലെ ജൂതരാണ് തങ്ങളെന്ന് അവിടെ ബ്രാഹ്മണർ സ്വയം സങ്കൽപ്പിക്കാറുണ്ട്.

പിന്നാക്കാരും സംവരണവിഭാഗങ്ങളും ഭൂരിപക്ഷം വരു തമിഴ്നാട്ടിൽ എപ്പോഴും രാഷ്ട്രീയപാർട്ടികൾ അതനുസരിച്ചാണ് കൃഷിയിറക്കുക. സുപ്രീംകോടതി നിർദ്ദേശം അവഗണിച്ച് 69% വരെ സംവരണം ഏർപ്പെടുത്തിയ സംസ്ഥാനമാണല്ലോ തമിഴ്നാട്. സംവരണ തോത് ഇനിയും വർദ്ധിപ്പിക്കാൻ അവിടെ ശ്രമം നടക്കുന്നുണ്ട്. ഈയൊരു രാഷ്ട്രീയ പശ്ചാത്തലത്തിലാണ് സേതുസമുദ്രം പദ്ധതിക്ക് ഉത്ഘാടന ശേഷവും പുതിയ തടസ്സം നേരിട്ടത് കരുണാനിധിയെ ചൊടിപ്പിച്ചത്. രാമസേതു മനുഷ്യനിർമ്മിതമാണെന്ന വാദത്തെ പെരിയാറിന്റെ ശിഷ്യനായ കരുണാനിധി വല്ലാതെ പരിഹസിച്ചു.

രാമൻ എന്ന എഞ്ചിനീയറാ?!-എന്നാണദ്ദേഹം ചോദിച്ചത്. രാമൻ ദൈവമല്ലെന്നും കേവലം പുരാണ കഥാപാത്രം മാത്രമാണെന്നും പറഞ്ഞ കരുണാനിധി രാമൻ ഒരു കുടികാരൻ!(രാമൻ ഒരു മദ്യാപാനി)-എന്നും തുറന്നടിച്ചു. രാമായണത്തിന്റെ കാര്യത്തിൽ തുറന്ന സംവാദത്തിന് അദ്ദേഹം ബി.ജെ.പി അദ്ധ്യക്ഷൻ എൽ.കെ. അദ്വാനിയെ വെല്ലുവിളിക്കുകയുണ്ടായി. സംഘപരിവാറിന്റെ ഒരു പ്രമുഖ സംസ്ഥാന നേതാവായ റാം വിലാസ് വേദാന്തി കരുണനിധി മതനിന്ദ നടത്തിയെന്നാരോപിച്ച് അദ്ദേഹത്തിന്റെ തലവെട്ടുന്നവർക്ക് തലതുക്കം സ്വർണ്ണം സമ്മാനമായി പ്രഖ്യാപിച്ചു. മതവിമർശനം നടത്തുന്നവർക്കെതിരെ വേണ്ടിവന്നാൽ ഇന്ത്യയിലും തലയ്ക്ക് സമ്മാനം പ്രഖ്യാപിക്കാമെന്ന പ്രഖ്യാപനം ഉൾക്കിടലത്തോടെയാണ് മതേതരവാദികൾ ശ്രവിച്ചത്. കർണ്ണാടകത്തിലെ ബി.ജെ.പി-യാകട്ടെ നിരപരാധികളായ രണ്ടു തമിഴരെ ബാംഗ്ളൂരിൽ ബസ്സിലിട്ട് ചുട്ടുകൊന്ന് ആർഷഭാരത സംസ്ക്കാരത്തോടുള്ള തങ്ങളുടെ പ്രതിബദ്ധത തെളിയിച്ചു. ജോലിതേടി ബാംഗ്ളൂരിലെത്തിയ ഹതഭാഗ്യരാണ് കരുണാനിധിയോടുള്ള ചില കക്ഷികളുടെ രാഷ്ട്രീയവൈരത്തിന്റെ പിഴയൊടുക്കേണ്ടിവന്നത്;തമിഴ്നാട്ടിൽ ചെയ്യാൻ കഴിയാത്തത് കർണ്ണാടകത്തിൽ സാധ്യമാക്കുകയായിരുന്നു.

പിറ്റേന്ന് താനങ്ങനെയൊന്നും പ്രസ്താവിച്ചിട്ടില്ലെന്ന് വേദാന്തി

പറഞ്ഞെങ്കിലും ഡി.എം.കെ അനുയായികൾ എന്തുകൊണ്ട് അങ്ങനെ പറയാൻ പാടില്ലെന്ന് തികച്ചും കായികമായി തന്നെ ബി.ജെ.പി-ക്കാരെ തമിഴ്നാട്ടിലുടനീളം ധരിപ്പിക്കുകയായിരുന്നു. പരിഭ്രാന്തരായ ബി.ജെ.പി ദേശീയ നേതൃത്വം തമിഴ്നാട് ഗവമെന്റിനെ പിരിച്ച് വിടണമെന്ന് രാഷ്ട്രപതിയോടവശ്യപ്പെട്ടു. ഡി.എം.കെ-യാകട്ടെ സേതുസമുദ്രം പദ്ധതിയെ അട്ടിമറിക്കാൻ ശ്രമിക്കുന്നതിനെതിരെ തമിഴ്നാട്ടിലാകെ ഹർത്താലിന് ആഹ്വാനംചെയ്താണ് തിരിച്ചടിച്ചത്. ഭരണത്തിലിരുന്ന് ഹർത്താൽ നടത്താൻ ഡി.എം.കെ-യെ അനുവദിക്കരുതെന്ന് അഭ്യർത്ഥിച്ച് അണ്ണാ ഡി.എം.കെ സുപ്രീം കോടതിയിലെത്തിയെങ്കിലും സുപ്രീം കോടതിയുടെ കടുത്ത വിമർശനങ്ങളും വിലക്കുകളും അവഗണിച്ച് ഡി.എം.കെ സംസ്ഥാനത്ത് ഹർത്താൽ നടത്തുകയാണുണ്ടായത്.

തമിഴ്നാട് സർക്കാരിനെ പിരിച്ച് വിടാൻ കേന്ദ്ര സർക്കാർ തയ്യാറാകണമെന്നുവരെ സുപ്രീംകോടതി ചരിത്രത്തിലാദ്യമായി പ്രതികരിച്ചത് അമ്പരപ്പോടെയാണ് രാഷ്ട്രം ശ്രവിച്ചത്. പക്ഷേ ഭഗവത്ഗീത ഇന്ത്യൻ നിയമവ്യവസ്ഥയുടെ അടിസ്ഥാനമാക്കണമെന്ന് പരസ്യമായി അഭിപ്രായപ്പെട്ട ഹൈക്കോടതി ജഡ്ജിമാരുള്ള രാജ്യത്ത് സുപ്രീംകോടതിയുടെ പരാമർശങ്ങൾക്ക് തങ്ങൾ വലിയ പ്രാധാന്യമൊന്നും കൊടുക്കാൻ പോകുന്നില്ലെന്ന നിലപാടിലായിരുന്നു ഡി.എം.കെ. ആർക്കിയോളജിക്കൽ സർവെ ഓഫ് ഇന്ത്യ സുപ്രീംകോടതിയിൽ സമർപ്പിച്ച സത്യവാങ്മൂലം വിവാദമായപ്പോൾ സാംസ്ക്കാരികവകുപ്പിന്റെ ചുമതലയുള്ള ക്യാബിനറ്റ് മന്ത്രികൂടിയ അംബികാസോണി ജപ്പാനടക്കമുള്ള രാജ്യങ്ങളിൽ വിദേശപര്യടനത്തിലായിരുന്നു. വിവാദത്തെതുടർന്ന് അവർ വിദേശത്ത് വെച്ചുതന്നെ ഇതു സംബന്ധിച്ച് ഒരു പ്രസ്താവനയിറക്കുകയുണ്ടായി. തുടർന്ന് പര്യടനം നേരേചൊവ്വെ ആസ്വദിക്കാൻ കഴിയാതെ തിരിച്ചെത്തിയ സോണിയെ ആശ്വസിപ്പിക്കാൻ മുൻപന്തിയിൽ നിന്നതും കരുണാനിധിയും ഡി.എം.കെ എം.പി മാരുമായിരുന്നു.

തുടൽ പൊട്ടിക്കുന്ന പ്രതിഷേധം

നാസയുടെ (NASA)ചിത്രങ്ങളിൽ നിന്നും ആവേശമുൾക്കൊണ്ട സംഘപരിവാർ'റാംസേതു കി ഹേതു'എന്ന ദേശീയതലത്തിലുള്ള പ്രക്ഷോഭ പരിപാടിക്ക് തുടക്കം കുറിച്ചിരുന്നു. അവിടെനിന്ന് തന്നെ തുടരാം. നാസയുടെ പടങ്ങൾ ശ്രീരാമന്റെ കാലത്തുള്ള കടൽപ്പാലനി ർമ്മാണത്തിന്റെ സാധൂകരണമാണെന്നാണല്ലോ സംഘപരിവാർ പ്രഖ്യാപിച്ചത്. സത്യത്തിൽ നാസപോലും ഞെട്ടിപ്പോയി! തങ്ങൾ അത്തരത്തിലൊന്നും പറഞ്ഞിട്ടില്ലെന്ന് അവർ ആവർത്തിച്ച് പ്രസ്താവിച്ചു. റിമോട്ട് സെൻസിംഗ് ഉപഗ്രഹം ഭൂമിയുടെ ഉപരിതലത്തിൽ നിന്നും വളരെ ഉയർന്ന ഭ്രമണപഥത്തിൽ നിന്നെടുക്കുന്ന ചിത്രങ്ങൾ സമുദ്രാന്തർഭാഗത്തെ മണൽതിട്ടകളുടേയോ ദ്വീപുകളുടേയോ ജനനവും വികാസവും സംബന്ധിച്ച് വ്യക്തമായ നേരിട്ടുള്ള തെളിവുകൾ നൽകാൻ കഴിയുന്നവയല്ല. അത്തരം നിർമ്മാണങ്ങളിൽ മനുഷ്യർ പങ്കാളികളായിരുന്നോ എന്ന കാര്യത്തിലും പ്രസ്തുത ചിത്രങ്ങൾ യാതൊരുവിധ ഉറപ്പോ തെളിവോ ലഭ്യമാക്കുന്നമില്ല-അവർ ചൂണ്ടിക്കാട്ടി. തങ്ങൾ ഈ മേഖലയിൽ നിരവധി ചിത്രങ്ങൾ മുമ്പും എടുത്തിട്ടുണ്ടെന്നും അസാധാരണമായ യാതൊരു കണ്ടുപിടുത്തങ്ങളും ഈ മേഖലയിൽ ഇതുവരെ നടത്തിയിട്ടില്ലെന്നും നാസ വിശദീകരിച്ചു:'Remote sensing images or photographs from orbit can not provide direct information about the origin, age, of a chain of islands, and certainly can not determine whether humans were involved in producing any of the patterns seen'(From the official expalanation by Mr. Mark Hess, the NASA official).

പക്ഷേ സംഘപരിവാറും മറ്റ് ഹർജിക്കാരും നാസയുടെ ചിത്രങ്ങൾ ഉയർത്തി തന്നെ കോടതിയിലെത്തി. അവർക്കിത് വലിയൊരു പിടിവള്ളിയായി തോന്നിയതിൽ അത്ഭുതമില്ല. വേണ്ടത്ര ശാസ്ത്രബോധമില്ലാത്ത ആർക്കും ഒറ്റനോട്ടത്തിൽ അതിശയമുണ്ടാക്കുന്നതായിരുന്ന നാസചിത്രങ്ങൾ. ചിത്രങ്ങളുടെ ഈയൊരു സവിശേഷതയും

ആർക്കിയോളജിക്കൽ സർവെ നടത്തിയതായി പറയപ്പെടുന്ന ശ്രീരാമവിരുദ്ധ പരാമർശവുമാണ് തങ്ങൾ ലക്ഷ്യമിട്ട രീതിയിലു ള്ള പ്രകമ്പനങ്ങൾ സൃഷ്ടിക്കാൻ സംഘപരിവാറിനെ തുണച്ചത്. സംഘപരിവാറിനെ പിന്തുണയ്ക്കുന്ന വെബ്സൈറ്റുകളെല്ലാം ഈ ചിത്രങ്ങൾക്ക് വൻപ്രാധാന്യം നൽകി പ്രസിദ്ധീകരിച്ചു. പക്ഷേ നാസ കുറേക്കൂടി വ്യക്തമായ ഭാഷയിൽതന്നെ കൈയ്യൊഴിഞ്ഞു: "വെബ്സൈറ്റുകളിൽ കാണിച്ചിരിക്കുന്ന ചിത്രം ഞങ്ങളുടെയാവാം, പക്ഷേ അതിന് നൽകപ്പെടുന്ന വ്യാഖ്യാനം തീർച്ചയായും ഞങ്ങളു ടേതല്ല"('the images reproduced on websites may well be ours, but their interpretation is certainly not ours'-(From the official explanation by Mr.Mark Hess)

പാക് കടലിനിടുക്കിന് മുകളിലൂടെ ഹെലികോപ്റ്ററിൽ സഞ്ചരിച്ച് എടുക്കുന്ന ചിത്രങ്ങൾക്ക് തന്നെ നല്ല വ്യക്തതയുണ്ട്. നല്ല വെയിലും തെളിഞ്ഞ കടലുമാണെങ്കിൽ നഗ്നനേത്രങ്ങൾ കൊണ്ടുതന്നെ ഈ മണൽതിട്ടകൾ കാണാൻ കഴിയുമെന്ന് സൂചിപ്പിച്ചുവല്ലോ. ഈ ഭാഗത്ത് സമുദ്രത്തിന് പൊതുവേയുള്ള നീലനിറമല്ല ഉള്ളത്. ഉപഗ്ര ഹചിത്രത്തിലും അത് വ്യക്തമാകുന്നുണ്ട്. ഒറ്റനോട്ടത്തിൽ കാണപ്പെ ടുന്ന സവിശേഷതകളെല്ലാം തന്നെ ഒരിക്കൽ കരയായിരുന്ന ഒരു സമുദ്രഭാഗത്തിന്റെ സൂചന നൽകുന്നവയാണ്. ഇന്ത്യ-ശ്രീലങ്കാ ഭൂവി ഭാഗങ്ങൾ ഒരിക്കൽ ഒന്നായിരുന്നുവെന്നാണ് ഭൂമിശാസ്ത്രം ശരിവെക്കു ന്നതെന്ന് നാം കണ്ടു. വിട്ടുപോയ ഭാഗം ഭൂപടത്തിൽ ഒട്ടിച്ചുവെച്ചാൽ ഇന്ത്യയുടെ ഭാഗത്തുള്ള വിള്ളലിൽ ശ്രീലങ്കയുടെ വിട്ടുപോയ ഭാഗം കൃത്യമായും ചേർന്നിരിക്കുന്നുമുണ്ട്. രാമേശ്വരത്തിനും തലൈമന്നാ റിനും ഇടയ്ക്ക് ആഡംസ് ബ്രിഡ്ജ് കാണപ്പെടുന്ന ഭാഗം ഏതാണ്ട് 18000 വർഷത്തിന് മുമ്പ് ഇപ്പോഴുള്ളതിൽ നിന്നും ജലനിരപ്പ് 128 മീറ്റർവരെ താണിരുന്നുവെന്നും ആ വേളയിൽ ഇപ്പോഴത്തെ അടി ത്തട്ട് സമുദ്രത്തിന്റെ ഉപരിതലംവരെ എത്തിയിട്ടുണ്ടാവാം എന്നൊരു സിദ്ധാന്തവും ഭൗമശാസ്ത്രജ്ഞർ മുന്നോട്ട് വെക്കുന്നുണ്ട്.

പക്ഷേ അതൊന്നും സംഘപരിവാറിനെ പിന്നോട്ടടിച്ചില്ല. രാമസേതുവിന്റെ പ്രചാരകനായി മുന്നോട്ടുവന്ന ഒരു സ്പേസ് ശാസ്ത്ര ജ്ഞനായിരുന്നു പ്രചരണത്തിന്റെ മുന്നണിയിൽ. കേന്ദ്ര ബഹിരാ കാശവകുപ്പിലെ അഡീഷണൽ സെക്രട്ടറിയാണെന്നവകാശപ്പെട്ട അദ്ദേഹം പുനീഷ് തനേജ എന്നാണ് തന്റെ നാമധേയമായി അറി യിച്ചത്. രാമസേതുവിന് വേണ്ടി ജീവിതം ഉഴിഞ്ഞ് വെക്കാനാണ് താൻ സർക്കാർജോലി ഉപേക്ഷിച്ചതെന്നും ഇദ്ദേഹം പ്രസ്താവിച്ചു. ശാസ്ത്രജ്ഞനായ രാമഭക്തൻ! സ്വാഭാവികമായും അദ്ദേഹം സംഘപ രിവാറിന്റെ ഇഷ്ടതാരമായി.

രാമക്ഷേത്രത്തിന് ശേഷം അജണ്ട നഷ്ടപ്പെട്ടിരുന്ന ഹിന്ദുത്വ ശക്തികളെ കോൾമയിർ കൊള്ളിക്കാൻ പുനീഷ് തനേജയ്ക്കായി. ആർ.എസ്.എസ് അദ്ദേഹത്തെ മുഖ്യപ്രചാരക് ആയി നിയമിച്ചു. ബഹിരാകാശ ശാസ്ത്രജ്ഞൻ,അഡീഷണൽ സെക്രട്ടറി തുടങ്ങിയ പദവികൾ തനേജയുടെ വാക്കുകൾക്ക് പൊലിമ കൂട്ടി. താൻ സേതു സമുദ്ര വിഷയത്തിൽ വൻതോതിൽ ഗവേഷണം നടത്തിയെന്ന് അവകാശപ്പെട്ടുവെങ്കിലും പുതിയതായൊന്നും അദ്ദേഹത്തിന് മുന്നോട്ടുവെക്കാൻ കഴിഞ്ഞില്ലെന്ന് സംഘപരിവാറിലുള്ളവരിൽ പലരും വിശ്വസിച്ചിരുന്നു. നാസ കണ്ടെത്തിയത് ശ്രീരാമന് വേണ്ടി വാനരസേന നിർമ്മിച്ച പാലത്തിന്റെ അവശിഷ്ടമാണ്;അതിന്റെ സവിശേഷമായ ആകൃതിയും വളവും അത് മനുഷ്യനിർമ്മിതമാണെന്ന് ഉറപ്പാക്കുന്നു-ഇതൊക്കെതന്നെയായിരുന്നു ശ്രീ. തന്യേജയുടേയും വാദം. അദ്ദേഹം സ്വന്തംവകയിൽ ചില കണക്കുകളും അവതരിപ്പിച്ചു. ശ്രീലങ്കയിൽ 17.50 ലക്ഷം വർഷത്തിന് മുമ്പ് ആദിമ മനുഷ്യരുണ്ടായിരുന്നു. രാമന്റെ ത്രേതായുഗം ഏതാണ്ട് 17 ലക്ഷം വർഷത്തിന് മുമ്പാണ്. അതിനാൽ പാലം രാമൻ പണിഞ്ഞതു തന്നെ-തനേജ വാദിച്ചു. പക്ഷേ സംഘപരിവാർ സംഘടനകൾക്ക് തനേജയുടെ കണക്കുകളിൽ സംശയം ജനിച്ചു. സ്വന്തം യൂണിറ്റുകളിൽ നിന്ന് പല പരാതികളും ലഭിച്ചതോടെ സ്വന്തംനിലയിൽ അവരന്വേഷണം തുടങ്ങി. അതിനുശേഷം തനേജയെകുറിച്ച് വലിയ വിവരമൊന്നുമില്ല. അവസാനം ഈ സ്പേസ് സയന്റിസ്റ്റിനെ പ്രചാരക് സ്ഥാനത്തുനിന്നും പുറത്താക്കി R.S.S തടി തപ്പി.

ആരാണീ ആദം?!

ഇപ്പോൾ ചിത്രങ്ങളിൽ കാണപ്പെടുന്ന മണൽത്തിട്ടകളുടെ ആകൃതിയാണല്ലോ യഥാർത്ഥത്തിൽ മതവിശ്വാസികളുടെ ആവേശം തിളപ്പിക്കുന്നത്. വളഞ്ഞ്, കൃത്യമായ അളവോട്ടുകൂടി ചെയ്തത് എന്ന് തോന്നിപ്പിക്കുന്ന രീതിയിൽ ചിലയിടങ്ങളിൽ മണൽതിട്ടകൾ കാണപ്പെടുന്നു എന്നതാണ് ശ്രദ്ധേയം. ഒരു യക്ഷികഥപോലെ ഭൂതകാലം തന്റെ മുന്നിൽ അനാവരണം ചെയ്യപ്പെടുന്നതായി ആ ചിത്രത്തിന് മുന്നിലിരിക്കുന്ന ക്ഷിപ്രവിശ്വാസിക്ക് തോന്നാം. അവിടെപ്പോയി നിന്നപ്പോൾ മലയാളത്തിലെ ഒരു പ്രമുഖകവി'രാമസ്മരണ'യിൽ മുങ്ങിപ്പോയതായി വാർത്തയുണ്ടായിരുന്നു. ആത്മീയലഹരിതേടി ഹിമാലയത്തിലേക്ക് കുതിക്കുന്ന ആധുനിക തീർത്ഥാടന വ്യവസായത്തിന്റെ യാത്രാദിശ രാമസേതുവിലേക്കും നീണ്ടാലും അത്ഭുതപ്പെടാനില്ലെന്ന അവസ്ഥ.

ഇതേത്തുടർന്ന് വികിമാപ്പിയയുടേതടക്കം ഉപഗ്രഹമാപ്പിംഗ് വഴി ഭൂപടങ്ങൾ ലഭ്യമാക്കുന്ന വെബ്സൈറ്റുകൾ വിശ്വാസികൾ വൻതോതിൽ സന്ദർശിച്ചു. സ്വന്തം വീടും പട്ടണവുമൊക്കെ അടയാളപ്പെടുത്തി കളിക്കുന്നതിന്റെകൂടെ പലരും ഈ ഭാഗത്ത് ശ്രീരാമസേതുവെന്ന് സ്വന്തം നിലയിൽ എഴുതിച്ചേർത്തു. രാമൻ സത്യമാണ്, രാമസേതുവും സത്യമാണ് തുടങ്ങിയ അഭിപ്രായപ്രകടനങ്ങളും അടിക്കുറിപ്പായി ഈ വെബ്സൈറ്റുകളിൽ വിശ്വാസികൾ രേഖപ്പെടുത്തിയിട്ടുണ്ട്. നാസയുടെ ഉപഗ്രഹചിത്രങ്ങൾ കേവലം നിമിത്തം മാത്രമാണെന്നും അതൊക്കെ വരുന്നതിനുമുമ്പ് തന്നെ രാമസേതു സത്യമാണെന്ന് തങ്ങൾക്കറിയാമായിരുന്നുവെന്നും ഇപ്പോഴതിന് ശാസ്ത്രീയമായ തെളിവ് കൂടി ലഭിച്ചുവെന്നേയുള്ളൂ എന്ന മട്ടിലായിരുന്നു ചിലരുടെ അഭിപ്രായപ്രകടനം. അതായത് പാലിൽ അല്പം പഞ്ചസാര കൂടി ഇട്ട സുഖം! അത്രതന്നെ. എങ്കിലും പരാതികൾക്കും കുറവില്ലായിരുന്നു. ഏറ്റവും കൂടുതൽ സൈറ്റുകളിലും പ്രത്യക്ഷപ്പെട്ട മതചോദ്യം ഇതായിരുന്നു: ഇന്ത്യൻ കടലിലെ മണൽത്തിട്ടകൾ. ഭഗവാൻ രാമന്റേതാണെന്ന് ഇപ്പോൾ നാസവരെ സമ്മതിച്ചു കഴിഞ്ഞു. പക്ഷേ എന്തുകാരണത്താലാണ് അതിപ്പോഴും 'ആഡംസ് ബ്രിഡ്ജ്'' എന്നറിയപ്പെടുന്നത്? അത് രാമസേതുവാണ്, രാമന്റേത് മാത്രം! ആരാണീ ആദം?!

പതിനേഴര ലക്ഷം വർഷം!
–കണക്കിലെ കളികൾ

പതിനേഴര ലക്ഷം വർഷം എന്ന സംഖ്യയ്ക്ക് രാമസേതു വിവാദത്തിൽ വല്ലാത്ത പ്രാധാന്യം കൈവന്നതെങ്ങനെ? ആരാണീ സംഖ്യ ആദ്യമുപയോഗിച്ചത്?-എന്നീ ചോദ്യങ്ങൾ സ്വാഭാവികമാണ്. എന്നാൽ ഉത്തരം അത്ര വ്യക്തമല്ല. എങ്കിലും നാസയുടെ ചിത്രങ്ങളെ പറ്റി റിപ്പോർട്ട് ചെയ്ത ഹിന്ദുസ്ഥാൻ ടൈംസ് എന്ന ഇംഗ്ലീഷ് ദിനപത്രത്തിൽ ഇത്തരത്തിലൊരു റിപ്പോർട്ട് വന്നിരുന്നു. ഡൽഹിയിൽ ഏറ്റവുമധികം പ്രചാരമുള്ള ഇംഗ്ളീഷ് ദിനപത്രമാണിത്. രാമസേതുവിനെ പറ്റി നാസ അവിശ്വസനീയമായ സാക്ഷ്യപ്പെടുത്തലുകൾ നടത്തിയിരിക്കുന്നു എന്ന രീതിയിലായിരുന്നു കാല്പനികമായ ഈ റിപ്പോർട്ട്. പുരാവസ്തുഗവേഷകർക്കോ മനുഷ്യന്റെ ഉത്ഭവം കണ്ടുപിടിക്കാൻ അന്വേഷണങ്ങൾ നടത്തുന്ന ശാസ്ത്രജ്ഞർക്കോ ഈ വാർത്തയിൽ വലിയ താല്പര്യം തോന്നാനിടയില്ലെങ്കിലും വിശ്വാസികൾക്കും ആത്മീയവാദികൾക്കും വലിയ ആവേശമുണ്ടാകും എന്നും ഹിന്ദുസ്ഥാൻ ടൈംസ് കൂട്ടിചേർത്തു. എന്തുകൊണ്ടാണ് ശാസ്ത്രസമൂഹത്തിന് ഇത്ര പ്രധാനപ്പെട്ട ഒരു കാര്യത്തിൽ താല്പര്യമില്ലാതെ പോകുന്നതെന്ന് വാർത്തയിൽ പറയുന്നില്ല. ഈ വാർത്താ ശകലം അതേപടി കോപ്പിചെയ്ത് പ്രസിദ്ധീകരിക്കുകയാണ് മിക്ക പത്രങ്ങളും വെബ്സൈറ്റുകളും ചെയ്തിട്ടുള്ളത്.

വൈഷ്ണവ ന്യൂസ് നെറ്റ്വർക്കും ഇൻഡോ ലിങ്ക് ഡോട്ട്കോമുമായിരുന്നു ഹിന്ദുശക്തികൾക്ക് പ്രധാന മാധ്യമപിന്തുണ നൽകിയത്. റിപ്പോർട്ടുകളുടെ രത്നചുരുക്കം ഇതാണ്: ശ്രീലങ്കയിൽ മനുഷ്യവാസം തുടങ്ങിയത് 17.5 ലക്ഷം വർഷം മുമ്പ്. രാമസേതുവിന്റെ പാറകൾക്ക് പ്രായം 17.50 ലക്ഷം വർഷം, ശ്രീരാമൻ ജീവിച്ചിരുന്ന ത്രേതായുഗം തുടങ്ങിയത് 17 ലക്ഷം വർഷം മുമ്പാണ്. എല്ലാം ഏതാണ്ട് ഒത്തുവരുന്നു. എങ്കിലും ഇതിൽ അമ്പതിനായിരം വർഷങ്ങളുടെ കമ്മി

കാണുന്നുണ്ട്. അതൊരു വളരെ വലിയ കാലയളവല്ലേ? വിശേഷിച്ചും,രാമസേതുവിലെ പാറകൾക്കും കോറൽ റീഫിനുമൊക്കെ കഷ്ടിച്ച് 6000-7000 വർഷം പഴക്കമേ ഉള്ളൂവെന്ന് GSI തറപ്പിച്ച് പറയുമ്പോൾ. പതിനേഴ് ലക്ഷം വരെ ശരിയാകാമെങ്കിൽ പിന്നെ അരലക്ഷത്തിന്റെ കാര്യത്തിൽ വാശി പിടിക്കേണ്ടതില്ലെന്ന ഉദാരതയുമായി വിശ്വാസികൾ. പക്ഷേ പതിനേഴര ലക്ഷം വർഷം എന്ന കണക്ക് തുടരുന്നിടത്തോളം കാലം ഈ വിവാദത്തിൽ ശാസ്ത്രവും മതവും തമ്മിൽ ഒത്തുതീർപ്പിന് സാദ്ധ്യതയില്ല.

17.50 ലക്ഷം വർഷം മുമ്പ് ശ്രീലങ്കയിൽ മനുഷ്യർ ജീവിച്ചിരുന്നുവെന്ന വാദം തീർത്തും വ്യാജവും അശാസ്ത്രീയവുമാണെന്ന് തെളിയിക്കപ്പെട്ടിട്ടുണ്ട്. മനുഷ്യന്റെ വംശം(Homo Sapiens Sapiens)തന്നെ രൂപപ്പെട്ടു വന്നിട്ട് കേവലം 2 ലക്ഷം വർഷം മാത്രമേ ആയിട്ടുള്ളൂ എന്ന വസ്തുത നരവംശ ശാസ്ത്രത്തിലുണ്ടായിട്ടുള്ള ആധുനികപഠനങ്ങൾ ശരിവെക്കുന്നുണ്ട്. എന്നാൽ ഇന്ത്യൻ ഉപഭൂഖണ്ഡത്തിൽ ഹോമോ സാപ്പിയൻസ് എത്തിയിട്ട് ഒരു ലക്ഷം വർഷം മാത്രമേ ആയിട്ടുള്ളൂവെന്നാണ് നിഗമനം. ത്രേതായുഗവും 17.50 ലക്ഷം മുമ്പത്തെ മനുഷ്യരും പാലവുമൊക്കെ ഭാവനാസന്തതികളാവാതെ തരമില്ല. ജവഹർലാൽ നെഹ്റു യൂണിവേഴ്സിറ്റിയിലെ പ്രൊഫസർ ബി.ഡി ചതോപാദ്ധ്യയയെ പോലെയുള്ള വിഖ്യാത നരവംശശാസ്ത്ര പണ്ഡിതരുടെ അഭിപ്രായത്തിൽ 17.50 ലക്ഷം വർഷമെന്നത് തീർത്തും വ്യാജമായ കണക്കാണ്. മനുഷ്യന്റെ ആദിമമുൻഗാമികൾ ഇന്ത്യാ ഉപഭൂഖണ്ഡത്തിൽ നിലനിന്നത് ഏറിയാൽ രണ്ടര ലക്ഷം മുതൽ മൂന്നു ലക്ഷം വർഷം മുമ്പായിരുന്നു. അതിനുള്ള തെളിവേ ഇതുവരെ ലഭിച്ചിട്ടുള്ളൂ എന്നാണദ്ദേഹത്തിന്റെ അഭിപ്രായം. രണ്ടായാലും മനുഷ്യന്റെ ആദിമമുൻഗാമികൾ ആദ്യം ആഫ്രിക്കൻ ഭൂഖണ്ഡത്തിലായിരുന്നുവെന്നും അവർ 10 ലക്ഷം വർഷം മുതൽ 20 ലക്ഷം വർഷങ്ങൾക്ക് മുമ്പാണ് ആഫ്രിക്കൻ ഭൂഖണ്ഡത്തിൽ നിന്ന് പുറത്ത് കടന്നതെന്നും പൊതുവേ അംഗീകരിക്കപ്പെട്ട കാര്യമാണ്. ഏതാണ്ട് 60 ലക്ഷം വർഷങ്ങൾക്ക് ശേഷമാണ് മുൻഗാമിയായ പ്രൈമേറ്റ് ജീവിയിൽ നിന്ന് ഹോമോ സാപിയൻസ് ക്രമേണ വഴിപിരിഞ്ഞത്.

വിഖ്യാതമായ നരംവംശ സിദ്ധാന്തമായ ഔട്ട് ഓഫ് ആഫ്രിക്കയിൽ(Out of Africa Theory) പറയുന്നത് ആദിമമനുഷ്യൻ ആഫ്രിക്കയിൽ നിന്ന് പുറത്ത് വന്നിട്ട് കേവലം ഒരു ലക്ഷം വർഷം മാത്രമേ ആയിട്ടുള്ളൂ എന്നാണ്. എന്നാൽ പിൽക്കാലത്ത് അലൻ വിൽസൺ, റെബേക്ക കാൻ, ലൂഗില്യൂസ, പീറ്റർ അണ്ടർനിൽ തുടങ്ങിയവർ വിശദമായ പഠനങ്ങൾക്കും ഡി.എൻ.എ ടെസ്റ്റുകൾക്കും

ശേഷം സ്ഥാപിച്ചത് വെറും 60000 വർഷങ്ങൾക്ക് മുമ്പ് മാത്രമാണ് കിഴക്കൻ ആഫ്രിക്കയിൽ നിന്ന് ഏതാണ്ട് 150 തിനം 200 ഇടയ്ക്കുമുള്ള കൂട്ടമായി ആദിമ മനുഷ്യർ ആഫ്രിക്കയുടെ പുറത്തേക്ക് കുടിയേറി യതെന്നാണ്. മനുഷ്യൻ ആദ്യകാലത്ത് 50-ൽ താഴെ എണ്ണമുള്ള ചെറിയ കൂട്ടങ്ങളായി അലഞ്ഞ് തിരിഞ്ഞും വേട്ടയാടിയും കായ്ക നികൾ ഭക്ഷിച്ചും ജീവിച്ചു. ഏതാണ്ട് 15000 വർഷങ്ങൾക്ക് മുമ്പ് അലഞ്ഞുതിരിയലിനും പെറുക്കിത്തീറ്റിക്കും മാറ്റം വന്നുതുടങ്ങി. അവൻ ഒരു സ്ഥലത്ത് സ്ഥിരമായി താമസിക്കാൻ തുടങ്ങുകയും കന്നുകാലി വളർത്തലും കൃഷിയും ആരംഭിക്കുകയുമായി. ആഡംസ് ബ്രിഡ്ജ് അഥവാ രാമസേതുവിന് 6000-7000 വർഷം പഴക്കമേ യുള്ളു എന്നാണല്ലോ ASI സംശയലേശമന്യേ തെളിയിച്ചത്. ഈ വിഷയത്തിൽ മറ്റേത് സ്ഥാപനം പഠനം നടത്തിയാലും വലിയ തോതിലുള്ള വ്യത്യാസമുണ്ടാവില്ല. കാരണം കാർബൺ ഡേറ്റിംഗ് പോലുള്ള പരിശോധനകൾക്ക് അന്താരാഷ്ട്ര തലത്തിൽ അംഗീകരി ക്കപ്പെട്ട ചില പൊതുമാനദണ്ഡങ്ങളുണ്ട്. ഇത്തരം പരീക്ഷണങ്ങൾ നടത്താൻ സംഘപരിവാർ സംഘടനകൾക്ക് അവരെ പിന്തുണയ്ക്കുന്ന ശാസ്ത്രജ്ഞരോട് ആവശ്യപ്പെട്ട് സ്വയം ബോദ്ധ്യപ്പെടാവുന്നതേയുള്ളൂ.

യുഗങ്ങൾ സംഭവിക്കുന്നത്

സംഘപരിവാർ ഇത്രയും ബഹളമുണ്ടാക്കുന്ന നിലയ്ക്ക് രാമൻ 17 ലക്ഷം വർഷം മുമ്പ് ജീവിച്ചിരുന്നുവെന്ന കണക്കൊന്നു പരിശോധി ക്കുന്നതിൽ തെറ്റില്ല. അതിനായി ഹൈന്ദവ പുരാണമനുസരിച്ചുള്ള നാല് യുഗങ്ങളുടെ കണക്കെടുക്കണം. കാലത്തെ അല്ലെങ്കിൽ ചരി ത്രത്തെ നാല് ഘട്ടങ്ങളായി പരിഗണിക്കുന്ന രീതി പ്രാചീനമായ പല സംസ്ക്കാരങ്ങളിലും കാണാം. ഗ്രീക്ക്കാർ ചെമ്പുയുഗം, പിത്തള യുഗം, വെള്ളിയുഗം, സുവർണ്ണയുഗം എന്നിങ്ങനെ ചരിത്രത്തെ വിഭജി ക്കുമ്പോൾ മെസപ്പൊട്ടാമിയൻ,ഈജിപ്ഷ്യൻ,ബാബിലോണിയൻ തുടങ്ങിയ മിക്ക പ്രാചീന നാഗരികതകളിലും ചരിത്രം ഘട്ടങ്ങളായും യുഗങ്ങളായും വിഭജിച്ചിരിക്കുന്നത് കാണാം. അത്ഭുതകരമെന്ന് പറയട്ടെ, മിക്ക വിഭജനവും നാല് ഘട്ടങ്ങളായാണ്. മഴക്കാലം, വേനൽ, തണുപ്പ്, വസന്തം തുടങ്ങിയ രീതിയിൽ കാലത്തെ ആദ്യം വേർതിരിച്ചിട്ടുണ്ടാവണം. പ്രളയം ആയിരുന്നു മിക്ക പ്രാചീന സംസ്ക്കാരങ്ങളിലേയും കാലത്തിന്റെ അതിര്. അതായത് പ്രളയം മുതൽ പ്രളയംവരെ.

മിക്ക സെമറ്റിക്-ആര്യൻ സംസ്ക്കാരങ്ങളിലും ഒരു വലിയ പ്രളയത്തെ കുറിച്ചുള്ള കഥയുണ്ട്. ഒരൊറ്റ ആദിമജനത കാലാന്തര ത്തിൽ പല ദിക്കുകളിൽ സഞ്ചരിച്ച് വിവിധസ്ഥലങ്ങളിൽ വസിച്ച്

തങ്ങളുടെ ഓർമ്മയിലുള്ള ഒരു പ്രളയത്തെ പറ്റി കഥകൾ ഉണ്ടാക്കിയെന്ന് കരുതാവുന്നതാണ്. വർഷത്തെ ഋതുക്കളാക്കിയതും ദിനത്തെ യാമങ്ങളായി വിഭജിക്കുന്നതും ഈ ന്യായത്തിലാവാൻ വഴിയുണ്ട്. ഭാരതീയ സംസ്ക്കാരത്തിൽ നാല് യുഗങ്ങളാണല്ലോ ഉള്ളത്. കൃതയുഗം, ത്രേതായുഗം, ദ്വാപരയുഗം, കലിയുഗം എന്നിങ്ങനെ. ഈ കണക്കുകളൊക്കെ സംഗ്രഹരൂപത്തിൽ ഒന്നു പരിശോധിക്കാം. പുരാണങ്ങൾ പ്രകാരം കൃതയുഗം 4800 ദിവ്യവർഷമാണ്. ഒരു ദിവ്യ വർഷമെന്നത് 360 മനുഷ്യ വർഷമാണ്. അപ്പോൾ കൃതയുഗത്തിൽ മൊത്തം 17,28,000 വർഷങ്ങളുണ്ട്. ത്രേതായുഗം 3600 ദിവ്യവർഷ മാണ് (12,96,000 വർഷം). ദ്വാപരയുഗം 2400 ദിവ്യവർഷം നീണ്ടു നിന്നു(8,64,000 വർഷം). കലിയുഗത്തിന് 1200 ദിവ്യ വർഷമാണ് ദൈർഘ്യം(4,32,000 മനുഷ്യവർഷം). യുഗങ്ങളുടെ അനുപാതം 4:3:2:1 എന്ന അനുപാതക്രമമാണുള്ളത്. നാലുയുഗങ്ങളും കൂടി മൊത്തം 43.20 ലക്ഷം വർഷങ്ങളാണ് ഈ ലോകത്തിന് ആയുസ്സുള്ളത്. അതിന് ശേഷം ഈ ലോകമവസാനിച്ച് വീണ്ടും പുനർസൃഷ്ടി സംഭവിക്കുമത്രെ.

ബൈബിൾ അനുസരിച്ച് ആദിപിതാവായ ആദം ക്രിസ്തുവിന് മുമ്പ് 4004-ലാണ് ജനിച്ചത്. കൃത്യമായും ബി.സി 4004 ഒക്ടോബർ 23 ാം തീയതി രാവിലെ 9 മണിക്കാണ് ലോകം സൃഷ്ടിക്കപ്പെട്ടതെന്ന് ബൈബിളിലെ വംശപരമ്പര അവലോകനം ചെയ്തു ഇംഗ്ളീഷ് ചർച്ചു കാരനായ ജയിംസ് അഷർ 1642 ൽ പ്രഖ്യാപിച്ചതും ഇവിടെ സ്മരണീയമാണ്. എന്നാൽ ഭാരതീയ സംസ്ക്കാരമനുസരിച്ച് സ്വയംഭ്രുവ മനുവിന്റെ ജനനം ആദ്യയുഗമായ കൃതയുഗത്തിലാണ്. ശ്രീകൃഷ്ണനും സ്വയംഭ്രുവമനുവിനും ഇടയ്ക്ക് 38.88 ലക്ഷം വർഷങ്ങളുടെ അകലമുണ്ട്. എന്നാൽ മനുമുതൽ ശ്രീകൃഷ്ണൻവരെ 94 തലമുറകളെ കുറിച്ചാണ് പുരാണങ്ങളിൽ വിവരിക്കുന്നത്. ശ്രീകൃഷ്ണന്റെ മരണത്തോടെ കലിയുഗം തുടങ്ങുന്നു(ശ്രീകൃഷ്ണൻ ജീവിച്ചിരിക്കുമ്പോൾ ക്രിസ്തുവിന് മുമ്പ് 3104-ാം വർഷത്തിൽ കലിയുഗം ആരംഭിക്കുന്നു എന്ന വാദവുമുണ്ട്).ഏതു നിലയ്ക്ക് നോക്കിയാലും മനുവിനും ശ്രീകൃഷ്ണനുമിടയ്ക്കുള്ള 94 തലമുറകൾ ഈ 38.88 ലക്ഷം ജീവിച്ചു തീർത്തെന്ന് കരുതണം. അതായത് ഓരോ തലമുറയും കുറഞ്ഞത് 43,300 വർഷം ജീവിച്ചിരുന്നുവെന്ന് വരും! ഈ കണക്കൊക്കെ കുറെ കടുപ്പം തന്നെയാണ്. ഇതിൽ കുറെ പൂജ്യങ്ങൾ വിട്ടുകളഞ്ഞാൽ ശരിയാകുമോയെന്ന് താല്പര്യമുള്ളവർക്ക് പരിശോധിച്ച് നോക്കാവുന്നതാണ്.

ഈ വർഷവും തീയതിയും ഒരു കൗതുകത്തിന് വേണ്ടി ഉന്നയിക്കുന്നുവെന്നേ ഉള്ളൂ. രാമായണം ചരിത്രരേഖയാണെന്ന് ഒരുപക്ഷേ സാമാന്യബുദ്ധിയുള്ള ആരും പറയാനിടയില്ല. പക്ഷേ ജനലക്ഷങ്ങൾ

രാമായണം വായിച്ച് രാമേശ്വരത്തേക്ക് തീർത്ഥാടനം നടത്തുകയും അയോദ്ധ്യയിൽ സീതയുടെ അടുക്കള തെരഞ്ഞ് കഷ്ടപ്പെടുകയും ചെയ്യുന്ന രാജ്യത്ത് രാമായണം ചരിത്രപുസ്തകമായി കാണണമെന്ന ദുശാഠ്യമുള്ളവർ നിരവധിയാണ്. രാമായണത്തിൽ തന്നെ ദശരഥൻ 60,000 വർഷം ജീവിച്ചിരുന്നു, സീത പതിനായിരക്കണക്കിന് വർഷം ജീവിച്ചു എന്നൊക്കെ പറയുന്നിടത്ത് രാമൻ ജീവിച്ചിരുന്ന കാലം പുരാണം നോക്കി സാധൂകരിക്കുന്നത് മിതമായ ഭാഷയിൽ പറഞ്ഞാൽ മണ്ടത്തരമാണ്. കവിത്വവും ഭാവനയും സമഞ്ജസമായി സമ്മേളിക്കുന്ന കണക്കുകളാണിവ. ശ്രീരാമനും ശ്രീകൃഷ്ണനും തമ്മിൽ കുറഞ്ഞത് 8.64 ലക്ഷം വർഷങ്ങളുടെ അന്തരമുണ്ട്. ശൈവചാപം കുലച്ച വിഷയത്തിൽ രാമായണത്തിൽ ശ്രീരാമനെ പരശുരാമൻ വെല്ലുവിളിക്കുന്നു. ശ്രീകൃഷ്ണൻ മഹാഭാരതയുദ്ധത്തിൽ പങ്കെടുക്കുമ്പോൾ കൗരവപക്ഷത്ത് കർണ്ണനുണ്ട്. പുള്ളി വിദ്യയഭ്യസിച്ചതാകട്ടെ പരശുരാമന്റെ കീഴിൽ. അതായത് ദശലക്ഷക്കണക്കിന് വർഷമായി പരശുരാമൻ ജീവിച്ച് കൊണ്ടേയിരുന്നു. പൊരുത്തക്കേട് പരിഹരിക്കാനാണ് പരശുരാമനെ ചിരംജീവിയാക്കിയത്. അങ്ങനെയെങ്കിൽ പുള്ളി ഇപ്പോഴെവിടെ എന്ന ചോദ്യം ഉയരുമോ? സാദ്ധ്യതയില്ല. കാരണം പുരാണങ്ങളും ഐതീഹ്യങ്ങളും കാണേണ്ട രീതിയിൽ കാണാൻ സാമാന്യബുദ്ധിയുള്ളവർക്ക് കഴിയും. രാമസേതുവിൽ സംഘപരിവാർ ചെയ്തത് ഈ കണക്കൊക്കെ വാരിക്കൂട്ടി കോടതിയിലിടുകയാണ്.

പാമ്പൻ പാലവും രാമേശ്വരത്തെ വിശേഷവും

ശ്രീരാമന്റെ 'ലങ്കാ യാത്ര'(?)യിൽ കൗതുകങ്ങളേറെയുണ്ട്. ശ്രീരാമൻ ഇന്നത്തെ ശ്രീലങ്കയിൽ പോയെന്ന് തന്നെ സങ്കൽപ്പിക്കുക. രാമേശ്വരത്തിനും തലൈമന്നാറിനും ഇടയ്ക്കാണ ല്ലോ രാമസേതുവിന്റെ അവശിഷ്ടമെന്ന് പറയപ്പെടുന്ന റിബൺ ടൈപ്പ് കോറൽറീഫുകൾ കാണപ്പെടുന്നത്. ഭൂമിശാസ്ത്രപരമായി നോക്കിയാൽ രാമേശ്വരം ഇന്ത്യയിലോ തലൈമന്നാർ ശ്രീലങ്ക യിലോ അല്ല. രണ്ടുസ്ഥലങ്ങളും പാക് കടലിടുക്കിലെ ദ്വീപുകളാണ്. രാമേശ്വരം ഇന്ത്യയോട് വളരെ അടുത്തുകിടക്കുന്നു. തലൈമന്നാർ ശ്രീലങ്കയുടെ സമീപത്തും. പക്ഷേ രണ്ടും ശരിയായ അർത്ഥത്തിൽ ദ്വീപുകൾ തന്നെയാണ്. ഭൂപടത്തിൽ ചെറിയ പൊട്ടുകൾപോലെ കാണാമെങ്കിലും നല്ലദൂരം കടലിലൂടെ സഞ്ചരിച്ചാലേ ഇന്ത്യൻ തീരത്തു നിന്നും രാമേശ്വരത്ത് എത്തിച്ചേരാനാവുകയുള്ളൂ. ഒന്നുകിൽ നീന്തണം അല്ലെങ്കിൽ ബോട്ടുപയോഗിക്കണം. രാമേശ്വരത്തെത്തി അവിടെനിന്നും തലൈമന്നാറിലേക്ക് കടലിലൂടെ സഞ്ചരിക്കുന്ന ഭാഗത്താണ് രാമസേതുവിന്റെ അവശിഷ്ടം. തലൈമന്നാറിൽ എത്തിയാൽ, അവിടെനിന്നും അല്പദൂരം കൂടി കടൽവഴി സഞ്ചരിച്ചേ ശ്രീലങ്കയിലെത്തുകയുള്ളൂ. രാമസേതു രാമേശ്വരത്തിനും തലൈ മന്നാറിനും ഇടയ്ക്ക് മുഴുവനായി കാണപ്പെടുന്നുമില്ല. ചില സ്ഥലങ്ങ ളിൽ കിലോമീറ്ററുകളോളം യാതൊരുവിധ അവശിഷ്ടവുമില്ലാത്ത ആഴക്കടലാണ്. പക്ഷേ തൽപ്പരകക്ഷികളുടെ പ്രചരണം മറിച്ചൊരു ധാരണയാണ് വിശ്വാസി സമൂഹത്തിന് പകർന്ന് നൽകിയിട്ടുള്ളത്.

ഭൂപടം സൂക്ഷ്മമായി നിരീക്ഷിച്ചാൽ രസകരമായ മറ്റൊരു കാര്യം കാണാം. അതായത്, ആഡംസ് ബ്രിഡ്ജിന് കുറേക്കൂടി താഴെ(തെക്ക്) തലൈമന്നാർ ഉൾക്കടലിൽ ഇന്ത്യയ്ക്കും ശ്രീലങ്കയ്ക്കും ഇടയ്ക്ക് അടുത്തടുത്ത് നല്ലതോതിൽ ഭൗമ അവശിഷ്ടങ്ങളുണ്ട്. അതായത്

പുറ്റുകളും മണൽത്തിട്ടുകളു മറ്റും. ആ ഭാഗത്ത് ശ്രീലങ്കയിലേക്കുള്ള ദൂരവും കുറവാണ്. അതിന് ഒരു പ്രത്യേക ആകൃതിയില്ലെന്നേയുള്ളൂ. ഈ ഭാഗത്ത് മണൽതിട്ടകളും ഭൗമരൂപങ്ങളും ഉയർന്ന് നിൽക്കുന്നു വെങ്കിലും നീണ്ട് വരമ്പ് പോലെ കാണാത്തതു കൊണ്ടാവാം അവയ്ക്ക് പാലമാകാൻ കഴിയാതെ പോയത്.

രാമൻ രാമേശ്വരത്ത് എത്തിയതെങ്ങനെ?

രാമേശ്വരത്തേക്ക് ഇന്ത്യ കടലിന് മുകളിലൂടെ ഒരു റെയിൽ വേപാലം കെട്ടി മീറ്റർഗേജ് റെയിവേ ലൈൻ നിർമ്മിച്ചിട്ടുണ്ട്, അതിന്റെ പേരാണ് പാമ്പൻ പാലം. 1914-ൽ ബ്രിട്ടീഷുകാർ നിർമ്മിച്ച ഈ പാലത്തിന്റെ പ്രധാന ഭാഗം ഇംഗ്ളണ്ടിൽ നിർമ്മിച്ച് കൊണ്ടുവന്ന് രാമേശ്വരത്ത് വെച്ച് കൂട്ടിയോജിപ്പിക്കുകയായിരുന്നു. 6776 അടിയാണ് പാലത്തിന്റെ ആകെ നീളം. മധ്യഭാഗത്തിനടിയിലൂടെ കപ്പലുകൾക്ക് കടന്നുപോകാൻ പാകത്തിൽ തുറക്കാവുന്ന ബാസ്ക്കുൾ ബ്രിഡ്ജാണ് പാമ്പൻപാലം(Bascule bridge). 1969-ലെ ചുഴലി കൊടുംകാറ്റ് പാലത്തിന് ആഘാതമുണ്ടാക്കിയിരുന്നു. മധുര -രാമേശ്വരം റെയിവെലൈൻ പദ്ധതിയുടെ ഭാഗമായി പുതിയതായി നിർമ്മിക്കുന്ന ബ്രോഡ്ഗേജ് പാലവും ബാസ്ക്കുൾ മാതൃകയിൽ തന്നെയാണ്. ദിനവും കുറഞ്ഞത് 10 കപ്പലുകളെങ്കിലും ഇപ്പോഴും ആ പാലത്തിനടിയിലൂടെ കടന്നുപോകുന്നുണ്ട്. ചെറിയ ചരക്കുകപ്പലുകളും കോസ്റ്റ്ഗാർഡിന്റെ കപ്പലുകളും ബോട്ടുകളുമാണ് മുഖ്യമായും. മുഴുവൻ മീറ്റർഗേജും ബ്രോഡ്ഗേജാക്കുന്ന ഇന്ത്യൻ റെയിൽവേയുടെ പദ്ധതിയനുസരിച്ച് ഇപ്പോൾ പാലത്തിൽ പുനർനിർമ്മാണ പ്രവർത്തനങ്ങൾ നടക്കുകയാണ്. ഇത്തരത്തിലൊരു പാലമില്ലാതെ രാമൻ എങ്ങനെ തമിഴ്നാട്ടിൽ നിന്നും രാമേശ്വരത്തെത്തിയെന്ന ചോദ്യത്തിന് എല്ലാവരും വന്നതു പോലെ രാമനും വന്നു എന്ന ഉത്തരം തീരെ അനാകർഷകമാണ്.

കാശി, രാമേശ്വരം....

ഹിന്ദുക്കളുടെ പ്രധാനപ്പെട്ട തീർത്ഥാടനകേന്ദ്രമാണല്ലോ രാമേശ്വരം. വാല്മീകി പറയുന്നത് യുദ്ധശേഷം രാമനും കൂട്ടരും പുഷ്പകവിമാനത്തിൽ അയോദ്ധ്യയിലേക്ക് മടങ്ങിയെന്നാണ്. എന്നാൽ അവർ രാമേശ്വരത്ത് എത്തുന്നുവെന്നാണ് കമ്പർ വിവരിക്കുന്നത്. 'ബ്രാഹ്മമണനായ'രാവണനെ വധിച്ചതുമൂലമുള്ള ബ്രഹ്മഹത്യാപാപം തീർക്കാനായി അവിടെ ശിവലിംഗ പ്രതിഷ്ഠ നടത്തണമെന്ന് ഋഷിസമൂഹം നിർദ്ദേശിച്ചുവത്രെ. ശിവലിംഗം കൊണ്ടുവരാനായി ഹനുമാൻ ഹിമാലയത്തിലെത്തി ശിവപ്രീതിക്കായി കൈലാസത്തിൽ തപസ്സനുഷ്ഠിക്കുന്നു. എന്നാൽ പ്രതിഷ്ഠയ്ക്ക് സമയമായിട്ടും

ഹനുമാനെ കാണാഞ്ഞിട്ട് രാമൻ സീതാദേവി മണലിൽ തീർത്ത ശിവലിംഗം പൂജിച്ച് പ്രതിഷ്ഠിക്കുന്നു. പിന്നീട് ഹനുമാൻ ശിവൻ നൽകിയ ലിംഗവുമായെത്തിയപ്പോൾ സീത നിർമ്മിച്ച ശിവലിംഗം മാറ്റി അത് പ്രതിഷ്ഠിക്കാൻ രാമൻ ഹനുമാനോട് ആജ്ഞാപിച്ചു. എന്നാൽ സീതയുടെ പ്രതിഷ്ഠ ഇളക്കി മാറ്റാൻ ഹനുമാനായില്ല. അങ്ങനെ അടുത്തടുത്ത് രണ്ട് ശിവലിംഗങ്ങൾ പ്രതിഷ്ഠിക്കപ്പെട്ടു. പിന്നീട് 12ാം-നൂറ്റാണ്ടിൽ ലങ്കൻ രാജാവായ പരാക്രമബാഹു ഇരു പ്രതിഷ്ഠകൾക്ക് ഗർഭഗൃഹം പണിയുകയും പിന്നീട് രാമേശ്വരം പ്രമുഖ തീർത്ഥാടന കേന്ദ്രമാകുകയും ചെയ്തുവെന്നാണ് ഐതീഹ്യകഥ.

'രാമേശ്വരം' എന്ന പേരുവന്നത് ശ്രീരാമൻ അവിടെയെത്തിയിട്ടാണെന്ന് പറയുന്നത് അതിശയോക്തിപരമാണ്. വാല്മീകി രാമായണത്തിലെ പരാമർശത്തിനെ അടിസ്ഥാനമാക്കിയാണ് ദ്വീപിന് പിന്നീട് രാമേശ്വരം എന്ന പേര് നൽകിയത്. തമിഴ്നാട്ടിൽതന്നെ രാമേശ്വരത്തിന് മുൻപ് രാമനാഥപുരം വരുന്നുണ്ട്. പോകുന്നിടത്തെല്ലാം രാമൻ പേരിട്ട് പോയതാവാൻ വഴിയില്ല. രാമൻ പോയെന്ന് നിരൂപിച്ച്, രാമായണ കഥയുടെ അടിസ്ഥാനത്തിലാണ് പിൽക്കാലത്ത് മിക്ക സ്ഥലങ്ങൾക്കും രാമായണവുമായി ബന്ധപ്പെട്ട പേരുകൾ നൽകിയിട്ടുള്ളതെന്നാണ് വിദഗ്ദ്ധ മതം. മഹാഭാരതകഥയുമായി ബന്ധപ്പെട്ട പേരുകളുടെ കാര്യവും ഏറെക്കുറെ ഇങ്ങനെ തന്നെ. ഉത്തരേന്ത്യയിൽ നടന്നുവെന്ന് കരുതപ്പെടുന്ന കുരു-പാണ്ഡവ കഥയുടെ പല ലോക്കേഷനുകളും തെക്കെയിന്ത്യയിലും കേരളത്തിലും ധാരാളമായി വരുന്നത് അതുകൊണ്ടാണ്.

രാമേശ്വരം ഇന്ത്യയുടേയും തലൈമന്നാർ ശ്രീലങ്കയുടേയും ഭാഗമായി അംഗീകരിക്കപ്പെട്ടിട്ടുണ്ട്. ഇന്ത്യൻ തീരത്തുള്ള മണ്ഡപം ക്യാമ്പിനും രാമേശ്വരത്തിനും ഇടയ്ക്കുള്ള സമുദ്രഭാഗത്ത് രാമസേതു പോലെ അവശിഷ്ടങ്ങളില്ല. ശരിക്കും പറഞ്ഞാൽ രാമേശ്വരത്തെത്താൻ അവിടെയും ഒരു പാലമുണ്ടാകേണ്ടതാണ്. അവിടെ പാലമുണ്ടായിരുന്നുവെന്നും അവശിഷ്ടം കാലാന്തരത്തിൽ നശിച്ച് പോയതാണെന്നും വാദിച്ച് പോകാൻ എളുപ്പമാണ്. ഇപ്പോൾ ഉണ്ടെന്ന് പറയുന്ന അവശിഷ്ടത്തിന് ആ ഉപാധി ബാധമാകത്തതെന്തേ എന്ന മറുചോദ്യം ഉയരാം. ഒരിടത്ത് അവശിഷ്ടം കാണുന്നതും മറ്റൊരിടത്ത് കാണാതിരിക്കുന്നതും ഒരേ സമയത്ത് സംഭവിച്ചെതെന്ന് പറയപ്പെടുന്ന ഒരു നിർമ്മിതിയെ സംബന്ധിച്ചെടുത്തോളം വിശ്വസനീയമല്ല. സേതുസമുദ്രം പ്രോജെക്റ്റുമായി ബന്ധപ്പെട്ട് കേന്ദ്രസർക്കാർ നിർദ്ദേശമനുസരിച്ച പഠനം നടത്തിയ ജിയോളജിക്കൽ സർവ്വെ ഓഫ് ഇന്ത്യയുടെ പഠന റിപ്പോർട്ടനുസരിച്ച് രാമേശ്വരം ദ്വീപ് ഉയർന്ന് വന്നിട്ട്

കേവലം 1,25,000 വർഷം മാത്രമേ ആയിട്ടുള്ളൂ. അപ്പോൾ പിന്നെ 17 ലക്ഷം മുമ്പ് ത്രേതാ യുഗത്തിൽ ജീവിച്ചിരുന്നെന്ന് രാമഭക്തർ ആണയിടുന്ന ശ്രീരാമന് രാമേശ്വരവുമായി എന്തു ബന്ധമാണുണ്ടാകാനിടയുള്ളത് എന്ന ചോദ്യം വലിഞ്ഞ് മുറുകുകയാണ്.

ഹിന്ദുവിനെ ആരു രക്ഷിക്കും?

ഇടക്കാലതെരഞ്ഞെടുപ്പ് മണത്തുകൊണ്ട് കൂടിയാകണം ഹിന്ദു കക്ഷികൾ രാമസേതുവിഷയം അതിവൈകാരികതയോടെ കൈകാര്യം ചെയ്യാൻ തുടങ്ങിയത്. അയോദ്ധ്യയിലെ രാമക്ഷേത്ര നിർമ്മാണത്തിന്റെ ഗൃഹാതുരമായ സ്മരണകൾ സംഘപരിവാറിനെ വേട്ടയാടുന്നതായി തോന്നി. രാമൻ മാത്രം മതി തങ്ങൾക്ക് അധികാരത്തിൽ തിരിച്ചെത്താനെന്നും രാമനോട് കളിച്ചപ്പോഴൊക്കെ കോൺഗ്രസ് വിവരമറിഞ്ഞിട്ടുണ്ടെന്നും അവർ പ്രഖ്യാപിച്ചത് വെറുതെയല്ല. ബി.ജെ.പി.യെ നേരിടാം, പക്ഷേ ഭഗവാൻ രാമനെ എങ്ങനെ നേരിടും?-എന്ന് പണ്ട് മുൻ പ്രധാനമന്ത്രി പി.വി. നരസിംഹറാവു ചോദിച്ചതായി കേട്ടിട്ടുണ്ട്. അയോദ്ധ്യാക്ഷേത്ര നിർമ്മാണവുമായി ബന്ധപ്പെട്ട് 1987-92 കാലഘട്ടത്തിൽ ബി.ജെ.പി നടത്തിയ രാഷ്ട്രീയമുന്നേറ്റത്തിനിടെ കാലിടറിയ റാവുവിന്റെ ഈ വാക്കുകൾ ബി.ജെ.പി യു.പി. ഐ നേതാക്കളെ ഓർമ്മിപ്പിച്ചു. 'കടുത്ത ദ്രോഹം! ഈശ്വര നിന്ദ! രാമനില്ല! ഉണ്ടായിട്ടേയില്ല. രാമനില്ല! സേതുവുമില്ല! സോണിയായുടെ യു.പി.ഐ പറയുന്നു! . . .ആർ.എസ്.എസ്. മുഖപത്രമായ 'ഓർഗനൈസർ' പൊട്ടിത്തെറിച്ചതിങ്ങനെയൊക്കയാണ്.

വാരികയുടെ പേജുകളിൽ രോഷമിരമ്പി. പല ലേഖനങ്ങളും അങ്ങേയറ്റം പ്രകോപനപരമായിരുന്നു. 'രാമനില്ലെങ്കിൽ ഇന്ത്യയില്ല, ഓരോ നാലാമത്തെ ഇന്ത്യക്കാരന്റെ പേരിലും രാമനുണ്ട്'-ഓർഗനൈസർ എഴുതി. ബി.ജെ.പി.കേന്ദ്രനേതൃത്വം പ്രധാനമന്ത്രി പരസ്യമായി മാപ്പ് പറയണമെന്ന് ആവശ്യപ്പെട്ടു. ജിന്ന വിവാദത്തിന് ശേഷം പതുങ്ങലിലായിരുന്ന മുൻ അദ്ധ്യക്ഷൻ എൽ.കെ.അദ്വാനി സന്ദർഭം മുതലെടുത്തുകൊണ്ട് സ്വന്തംനിലയ്ക്ക് തന്നെ പ്രസ്താവനകളിറക്കാൻ തുടങ്ങി. 'തെറ്റ് തിരുത്താൻ സർക്കാരിനോട് ഞാൻ ആവശ്യപ്പെടുന്നു'-എന്ന മട്ടിലായിരുന്നു അദ്വാനിയുടെ പ്രസ്താവനകൾ. ഹിന്ദുത്വത്തെ പിന്തുണയ്ക്കുന്ന പത്രങ്ങളും ചാനലുകളും രാമസേതു ജനശ്രദ്ധയിൽ നിലനിർത്താൻ ഓവർടൈം പണിയെടുത്തു.

രാമസേതു സംരക്ഷണപ്രക്ഷോഭങ്ങൾ തെരുവിലെത്തിയതോടെ രാജ്യത്തിനേതോ കടുത്ത ആപത്ത് സംഭവിച്ചതായി ജനം ആശങ്കപ്പെട്ടു. എന്നിട്ടും ദേശീയമാധ്യമങ്ങൾ ഇടതുപക്ഷ ബുദ്ധിജീവികളും കോൺഗ്രസ്സുകാരും കൈയ്യേറിയതിനാൽ അവർ പ്രശ്നത്തെ തമസ്ക്കരിക്കാൻ ശ്രമിച്ചെന്ന് ബി.ജെ.പി നേതൃത്വം കുറ്റപ്പെടുത്തി.

ഹിന്ദുത്വ ആശയങ്ങൾ പ്രചരിപ്പിക്കാനായി പ്രവർത്തിക്കുന്ന വെബ്ബ് സൈറ്റുകളിൽ നാസയുടെ ചിത്രങ്ങളുടെ പ്രത്യേക പവലിയൻ തന്നെ ഒരുക്കപ്പെട്ടു. ശ്രീലങ്കയിലാകട്ടെ, ഔദ്യോഗിക വെബ്സൈറ്റടക്കം പ്രാധാന്യത്തോടെ ചിത്രങ്ങളും റിപ്പോർട്ടുകളും പ്രസിദ്ധീകരിച്ചു. ശ്രീലങ്കയ്ക്ക് സേതുസമുദ്രം പദ്ധതിയോടുള്ള അനിഷ്ടം ശരിക്കും വ്യക്തമാക്കുന്ന പ്രതികരണം തന്നെയായിരുന്നു അവരുടെ ഭാഗത്തു നിന്നുണ്ടായത്. പടം കണ്ട രാമഭക്തൻമാർ ഭഗവാൻ ശ്രീരാമചന്ദ്രൻ മുന്നിൽ വന്നുനിൽക്കുന്നതായി തോന്നിയെന്ന് എഴുതിവെച്ചു. ഇത്രനാളും വിശ്വസിക്കുന്നുണ്ടായിരുന്നുവെങ്കിലും ഇങ്ങനെ കാണുന്നത് ജീവിതത്തിലാദ്യമായിട്ടാണെന്നായിരുന്നു പലരുടേയും നിലപാട്. ഉത്തരേന്ത്യയിൽ പലയിടത്തും നാസാചിത്രങ്ങൾ ദേവീദേവൻമാരുടെ ഫോട്ടോകൾക്കൊപ്പം വിറ്റഴിക്കാൻ തുടങ്ങി. കടുത്തഭക്തരിൽ പലരും പടം സ്വന്തം പൂജാമുറിയിലെത്തിച്ചു. കാണാൻ കണ്ണുകൾ മതി;പക്ഷേ മനസ്സിലാക്കാൻ അതു മതിയാവില്ലല്ലോ.

സർക്കാർ കോടതിയിൽ ആർക്കിയോളജിക്കൽ സർവെ ഓഫ് ഇന്ത്യയുടെ സത്യവാങ്മൂലം സമർപ്പിച്ചശേഷം നൂറ് കണക്കിന് പ്രതിഷേധ പ്രതികരണങ്ങളാണ് വെബ്സൈറ്റുകളിൽ ഒഴുകിയെത്തിയത്. ഉയർന്ന വിദ്യാഭ്യാസമുള്ള ഇന്ത്യൻ പൗരൻമാരും പ്രവാസി ഇന്ത്യാക്കാരുമായിരുന്നു അവരിൽ ഭൂരിപക്ഷവും. ഹിന്ദുക്കൾ ഹിന്ദുരാജ്യത്ത് അപമാനിക്കപ്പെട്ടതിന്റെ ഏറ്റവും ഒടുവിലത്തെ തെളിവാണ് സേതുസമുദ്രം പ്രോജക്റ്റെന്ന് നിരവധിപേർ അഭിപ്രായപ്പെട്ടു: വേറൊരു രാജ്യത്തും ഇത്തരത്തിലൊരു മതനിന്ദ നടക്കില്ല. പ്രവാചകനായ മുഹമ്മദിന്റെ കാർട്ടൂൺ വരച്ചെന്നും പറഞ്ഞ് ലോകത്ത് എത്ര വലിയ കലാപമാണുണ്ടായത്! രാമന് തെളിവുണ്ടോ ഇല്ലയോ എന്നതല്ല പ്രശ്നം. ഒരു മതേതരസർക്കാർ ഇത്തരം വിഷയത്തെക്കുറിച്ച് സുപ്രീംകോടതിയിൽ അഭിപ്രായം പറയേണ്ട കാര്യമുണ്ടോ എന്നതാണ്. സത്യവാങ്മൂലം സമർപ്പിക്കുമ്പോൾ പദ്ധതിയുടെ വിശദാംശങ്ങൾ മാത്രം പറഞ്ഞാൽ മതിയാകും. രാമൻ ഉണ്ടോ ഇല്ലയോ എന്ന കാര്യത്തിൽ അഭിപ്രായം പറയാൻ കേന്ദ്രഗവൺമെന്റിനെ ആരാണ് ചുമതലപ്പെടുത്തിയത്? ശാസത്രത്തിന് ഉപരിയായ മേഖലയിലാണ് മതം സഞ്ചരിക്കുന്നത്. മതം വിഭാവനം ചെയ്യുന്ന കാര്യങ്ങൾ കണ്ടെത്താനും പരീക്ഷിക്കാനും വേണ്ടി ശാസ്ത്രം ഇന്നും

വളർന്നിട്ടില്ല. ശാസ്ത്രത്തിന് അതിന്റെ വഴി;മതത്തിന് വേറെ വഴി. മതപരമായ കാര്യങ്ങൾ സത്യമാണോ എന്നന്വേഷിക്കലല്ല ശാസ്ത്രത്തിന്റെ ജോലി.ശാസ്ത്രം എന്തൊക്കെ ചെയ്താലും മതം ഇവിടെ നിലനിൽക്കും,വിശ്വാസം നിലനിൽക്കും. ശാസ്ത്രം പഠിച്ചല്ല ആരും രാമനെ കണ്ടെത്തിയതും ആരാധിക്കുന്നതും. ജനകോടികളുടെ ഹൃദയത്തിലാണ് രാമന്റെ സ്ഥാനം. ഇന്ത്യയിലെ ഹിന്ദു നിരന്തരം അവഹേളിക്കപ്പെടുകയാണ്. യേശുക്രിസ്തു ഗലീലിയൻ കടലിന് മുകളിലൂടെ നടന്നതിനും മോസസ്സ് കടൽ പിളർന്നതിനും എന്തു തെളിവാണുള്ളത്? യേശു വെള്ളം വീഞ്ഞാക്കിയതിനും കന്യകയിൽ പിറന്നതിനും ശാസ്ത്രീയവിശദീകരണമുണ്ടോ? മുഹമ്മദിന്റെ മുടി കശ്മീരിൽ ഹസ്രത്ത്ബൽ പള്ളിയിൽ സൂക്ഷിച്ചതായി വിശ്വസിക്കപ്പെടുന്നു. ആരെങ്കിലും കയറിനോക്കി ശാസ്ത്രീയമായി ഉറപ്പ് വരുത്തിയിട്ടുണ്ടോ? ഏതെങ്കിലും രാജ്യത്ത് ഇതൊന്നും ശരിയല്ലെന്ന് വാദിച്ച് ശാസ്ത്ര ഏജൻസികൾ കോടതിയിൽ പ്രസ്താവന നടത്താറുണ്ടോ?-ഹിന്ദു വിശ്വാസികളുടെ രോഷം അക്ഷരാർത്ഥത്തിൽ അണപൊട്ടിയൊഴുകി.

വടി കൊടുത്ത് അടി വാങ്ങുന്നതിലെ നേട്ടം

പക്ഷേ ഈ രോഷപ്രകടനങ്ങളിൽ ശ്രദ്ധിക്കപ്പെടാതെ പോയ ഒരു വസ്തുതയുണ്ട്. രാമചരിതമാനസവും വാല്മീകിരാമായണവും ഉദ്ധരിച്ച് ആഡംസ്ബ്രിഡ്ജ് ശ്രീരാമൻ നിർമ്മിച്ചതാണെന്നും അത് ദേശീയസ്മാരകമായി ഭാരതസർക്കാർ സംരക്ഷിക്കണമെന്നും ഹർജിക്കാർ വാദിക്കുമ്പോൾ 2427 കോടി രൂപയുടെ പ്രോജക്ടുമായി മുന്നോട്ട് പോകുന്ന സർക്കാരിന് അത് എതിർക്കേണ്ടതുണ്ട് എന്നതാണ് ആ വസ്തുത. ആയത് വസ്തുനിഷ്ഠമായി എതിർക്കുമ്പോൾ ശ്രീരാമന്റെ അസ്തിത്വത്തെ പറ്റിയും രാമസേതുവിനെക്കുറിച്ചും പ്രസ്താവന നടത്താതെ നിവൃത്തിയില്ല. ആ ഭാഗം സ്പർശിക്കാതെ പോയാൽ ഹർജാക്കാരന്റെ വാദം സർക്കാർ അംഗീകരിക്കുന്നു എന്നാണർത്ഥം. ശ്രീലങ്കയുടേയും കൂടി അധികാര പരിധിയിലുള്ള കടലിൽ കിടക്കുന്ന മണൽത്തിട്ടകൾ ദേശീയ സ്മാരകമായി സമ്മതിച്ച് സംരക്ഷിച്ച് കൊള്ളാമെന്ന് സർക്കാർ കോടതിയിൽ അംഗീകരിക്കേണ്ടിവരും. ഫലത്തിൽ രാമനെക്കുറിച്ചുള്ള പ്രസ്താവന സർക്കാരിന്റെ താല്പര്യമല്ല മറിച്ച് മന:പൂർവ്വം ക്ഷണിച്ച് വരുത്തിയാതെണെന്ന് പറയുന്നതാണ് കുറേക്കൂടി അഭികാമ്യം. ആരാണോ അത് ചെയ്തത് അവർ തന്നെയാണ് നേട്ടം കൊയ്യാൻ മുൻപന്തിയിൽ നിൽക്കുന്നതെന്നും പറയേണ്ടി വരും. വടി കൊടുത്ത് അടി വാങ്ങുവരെല്ലാം ബുദ്ധഹീനരാണെ് കരുതാനാവില്ലല്ലോ. അവർക്കാ അടി കൊണ്ട് കാര്യമായ പ്രയോജനമുണ്ട്!

മാധ്യമങ്ങളിൽ അഭിപ്രായം രേഖപ്പെടുത്തിയവരിൽ പലരും തങ്ങൾക്ക് പ്രത്യേകിച്ച് മതപരമായ വിശ്വാസമൊന്നുമില്ലെങ്കിലും ഹിന്ദുക്കൾക്കെതിരെ ഭാരതത്തിൽ ഒരു വലിയ ഗൂഢാലോചന നടക്കുന്നുവെന്ന അഭിപ്രായക്കാരാണ്. പുരോഗമനമെന്നാൽ ഹിന്ദുവിരുദ്ധം എന്നാണ് ഇന്ത്യയിൽ അർത്ഥമാക്കുന്നത് എന്നായിരുന്നു പ്രധാന പരാതി. ഹിന്ദുമതത്തിന് ഏകശിലാ രൂപമില്ലാത്തതിനാൽ ന്യൂന പക്ഷവോട്ടുകൾ നേടാനായി മിക്ക കക്ഷികളും ഹിന്ദുക്കളെ വേണ്ടിടത്തും വേണ്ടാത്തിടത്തും കുത്തിനോവിച്ച് രസിക്കുകയാണെന്നും അഭിപ്രായമുയർന്നു. മറ്റു ചിലർ മതവികാരം പച്ചയ്ക്ക് പ്രകടിപ്പിക്കുന്നത് കുറച്ചിലായി കണ്ട് സർക്കാർ പരിസ്ഥിതിയെ കൊല ചെയ്യുകയാണെന്ന് പ്രഖ്യാപിച്ചു. സംഘപരിവാർ രാമസേതുവിനെതിരെ പരിസ്ഥിതിവാദം ഉന്നയിക്കുന്ന ഹിന്ദുത്വ-ശാസ്ത്രജ്ഞരുടെ ഒരു കൂട്ടായ്മ സംഘടിപ്പിച്ചതും ശ്രദ്ധിക്കപ്പെട്ടു. മതവാദികൾ പരിസ്ഥിതിയെ കുറിച്ച് ആകുലപ്പെടുന്നത് വലിയ നേട്ടമായി കാണണം. പക്ഷേ ഈ പരിസ്ഥിതിപ്രേമം മറ്റ് ചില ലക്ഷ്യങ്ങൾ മുൻനിറുത്തിയാണെന്ന് വന്നാൽ ആ സന്തോഷത്തിന് ദീർഘായുസ്സില്ല.

ഇന്ത്യയിലെ ഏറ്റവും പ്രധാനപ്പെട്ടതും ഹിന്ദുക്കളുടെ പുണ്യനദിയുമാണ് ഗംഗ. ഗംഗ മരിക്കുകയാണെന്ന് വിലപിക്കാൻ തുടങ്ങിയിട്ട് കാലമേറെയായി. മാലിന്യവും രോഗണാക്കളുടേയും ഒഴുകുന്ന വാസസ്ഥലമായി ഗംഗ മാറിയിരിക്കുന്നു. ശവങ്ങളും വിസർജ്ജ്യങ്ങളുമാണ് പുണ്യനദിയിലൂടെ ഒഴുകി നടക്കുന്നത്. ഹിന്ദുക്കളുടെ പല പുണ്യ പുരാണകഥകളുടേയും പശ്ചാത്തലം ഗംഗയാണല്ലോ. ഗംഗയെ രക്ഷിക്കാനായി കോടിക്കണക്കിന് രൂപ ചെലവഴിച്ച് മാറിമാറിവന്ന സർക്കാരുകൾ പദ്ധതികൾ ആവിഷ്കരിച്ചിരുന്നു. ഉത്തർപ്രദേശിൽ കല്യാൺസിംഗിന്റെ നേതൃത്വത്തിലുള്ള ബി.ജെ.പി. ഗവൺമെന്റും കേന്ദ്രത്തിൽ വാജ്പേയിയുടെ എൻ.ഡി.എ ഗവൺമെന്റും ഇതിനായി വലിയതുക ചെലവു ചെയ്തിരുന്നു. പക്ഷേ ഫലം മാത്രം കമ്മി. പദ്ധതി ഇപ്പോഴും തുടരുകയാണ്. ജനസമ്മർദ്ദവും ഈ പുണ്യനദിയെ നശിപ്പിക്കുന്നുണ്ട്. യു.പി.-യിലെ കാൺപൂർ നഗരംതന്നെ നല്ലൊരു ഉദാഹരണമാണ്. മുപ്പത് ലക്ഷം ജനങ്ങൾ തിങ്ങിപാർക്കുന്ന ഈ നഗരം ജല ആവശ്യത്തിനായി പൂർണ്ണമായും ആശ്രയിക്കുന്നത് ഗംഗയെയാണ്. ശരിയായ മാലിന്യനിർമാർജ്ജന രീതിയോ മാനേജ്മെന്റോ ഇല്ലാത്തതിനാൽ നദി അമ്പരിപ്പിക്കുന്ന തോതിൽ മലിനീകരിക്കപ്പെട്ടുകൊണ്ടിരിക്കുകയാണ്. വ്യവസായ മാലിന്യങ്ങൾ, കീടനാശിനികൾ എന്നിവ കുടിവെള്ളത്തെ വിഷമയമാക്കുന്നു. ഗംഗയിലെ പല ജലജീവികളും രോഗബാധിതരാകുകയോ മരിച്ചുപോകുകയോ ചെയ്യുന്നതായുള്ള റിപ്പോർട്ടുകൾ മാധ്യമങ്ങളിലെ

സ്ഥിരവിഭവമാകുന്നുണ്ട്. തീരനിവാസികൾ പലതരത്തിലുള്ള രോഗങ്ങളും അസ്വസ്ഥതകളും അനുഭവപ്പെടുന്നതായി പരാതിപ്പെടുന്നു. രാജ്യത്തിനുള്ളിൽ മൃതപ്രായമായിക്കൊണ്ടിരിക്കുന്ന ഗംഗപോലുള്ള നദികളെ രക്ഷിക്കുന്നതിലും പത്തിരട്ടി ആവേശമാണ് പരിസ്ഥിതിയുടെപേരിൽ രാജ്യത്തിന് പുറംകടലിലുള്ളതും മറ്റൊരു രാജ്യത്തിനുകൂടി അവകാശപ്പെട്ടതുമായ കുറെ മണൽത്തിട്ടകൾ സംരക്ഷിക്കാനായിയി മതവാദികൾ കാട്ടുന്നത്!

പരിസ്ഥിതിവാദത്തിന്റെ തോലണിഞ്ഞ്

മതം പരിസ്ഥിതിവാദവുമായി കൈകോർക്കുന്നത് സന്തോഷകരം തന്നെ. കൂടുതൽ ശാസ്ത്രീയവും യുക്തിസഹവുമാണ് കാണിക്കാൻ ലോകത്തെല്ലായിടത്തും മതം കൊതിക്കുന്നു. ഈ കാലഘട്ടത്തിൽ പുരോഗമന അജണ്ട കൈയ്യടക്കാൻ മതശക്തികൾ വർദ്ധിതവും ആസൂത്രിതമായ നീക്കങ്ങൾ നടത്തുന്നുണ്ട്. പരിസ്ഥിതിവാദം, സാമ്രാജ്യത്വവിരുദ്ധ പോരാട്ടം, അധിനിവേശവിരുദ്ധ സമരം തുടങ്ങിയവയൊക്കെ മത-വർഗ്ഗീയ ശക്തികൾ ഹൈജാക്ക് ചെയ്തുകൊണ്ടുപോകുന്നുവെന്ന് പുരോഗമനശക്തികൾ പരാതിപ്പെടുന്നുണ്ടല്ലോ. കേരളത്തിലെ ശബരിമല പോലുള്ള ക്ഷേത്രങ്ങളിൽ കാടിന്റെ തനതായ സൗന്ദര്യവും ജൈവവ്യവസ്ഥയും നശിപ്പിച്ച് ഗതാഗതം മെച്ചപ്പെടുത്താനും പഞ്ചനക്ഷത്ര സൗകര്യങ്ങളൊരുക്കാനുമായി നൂറ് കണക്കിന് ഹെക്ടർ വനഭൂമിയാണ് കേന്ദ്രസർക്കാർ വിട്ടുകൊടുത്തത്. ഇതിന്റെ പത്തിലൊന്നെങ്കിലും ജനങ്ങൾക്കാവശ്യമുള്ള ഒരു വികസന പദ്ധതിക്ക് വിട്ടുകൊടുക്കുമോയെന്ന കാര്യം സംശയകരമാണ്. നമുക്കറിയാം, പുതിയ ജലസേചന-വൈദ്യുതി പദ്ധതികളൊന്നും ക്ളച്ച് പിടിക്കാത്ത അവസ്ഥയാണ് കേരളത്തിലിന്നുള്ളത്. വനഭൂമി നശിക്കുന്നേ എന്ന് മുറവിളികൂട്ടുന്ന പരിസ്ഥിതിവാദികൾക്കും ശബരിമലപോലുള്ള മതതീർത്ഥാടന കേന്ദ്രങ്ങൾക്ക് വൻതോതിൽ വനഭൂമി വിട്ടുകൊടുക്കുമ്പോൾ മിണ്ടാട്ടമില്ലാതെയാവുന്നു. പക്ഷേ അവരെ കുറ്റം പറയാനാവില്ല. പ്രമുഖ രാഷ്ട്രീയകക്ഷികളെല്ലാം ഒന്നുമറിയാത്ത ഭാവം കാണിക്കുമ്പോൾ അവർക്ക് പ്രത്യാശ നഷ്ടപ്പെടുക സ്വാഭാവികം മാത്രം. നാളെ മറ്റ് മതസ്ഥരുടെ ആരാധനാലയങ്ങൾ വികസിപ്പിക്കാൻ വനഭൂമി ആവശ്യപ്പെടുമ്പോൾ കൊടുക്കാനാവില്ലെന്ന് എങ്ങനെ പറയാനാവും? മതപരമായ തീർത്ഥാടനമാണ് വനത്തേക്കാളും പ്രകൃതിയേക്കാളും പ്രധാനം എന്നുവരുന്നത് രാഷ്ട്രത്തിന്റെ ആതുരാവസ്ഥയെ തന്നെയാണ് കാണിക്കുന്നത്. ആ നിലയ്ക്ക്, മതശക്തികൾക്ക് നിർണ്ണായക സ്വാധീനമുള്ള ഇന്ത്യപോലൊരു രാജ്യത്ത് മതതാല്പര്യം സംരക്ഷിക്കാനായി പരിസ്ഥിതിവാദമുയർത്തുന്നതിനെ

സംശയത്തോടെ മാത്രമേ വീക്ഷിക്കാൻ സാധിക്കൂ. സാധാരണ നിലയിൽ പരിസ്ഥിതി ഉൾപ്പെടുന്ന പ്രശ്നങ്ങൾക്കും ഹരിതരാഷ്ട്രീയത്തിനും പ്രാധാന്യം കൊടുക്കാൻ ശ്രമിക്കുന്ന ഇടത് കക്ഷികൾ സേതുസമുദ്രം പ്രോജക്റ്റിന്റെ വിഷയത്തിൽ അനുകൂല നിലപാടെടുത്തതും ഡി.എം.കെയ്ക്ക് പിന്തുണ പ്രഖ്യാപിച്ചതും ഇക്കാരണം കൊണ്ട് തന്നെ ശ്രദ്ധേയമായി.

ഭാഗം 3
രാമന്റെ കഥ, രാമായണത്തിന്റേയും

രാമസേതു വിവാദത്തിന്റെ രാഷ്ട്രീയപരിസരം രൂപംകൊള്ളുന്നത് രാമായണമെന്ന ഹിന്ദു മഹാകാവ്യത്തിൽ നിന്നായതിനാൽ പ്രസ്തുത വിഷയം രാമായണത്തിന്റ പശ്ചാത്തലത്തിൽ തന്നെ ചർച്ച ചെയ്യപ്പെടേണ്ടതുണ്ട്. സേതുസമുദ്രം പ്രോജക്റ്റിന്റ ഏറ്റവും വലിയ ഗുണഭോക്താവായ തമിഴ്നാട്ടിൽ രാമയണവുമായി ബന്ധപ്പെടുത്തി സൃഷ്ടിക്കപ്പെടുന്ന പ്രതികരണങ്ങളുടെ സ്വഭാവവും ഈ വിവാദത്തിന്റെ കേന്ദ്രസ്ഥാനത്ത് നിൽക്കുന്നു. അതുകൊണ്ടുതന്നെ 'കോറൽറീഫുകൾ മോറൽറീഫുകളായി'(Coral reefs become 'Moral' reefs)പരിവർത്തനം ചെയ്യപ്പെട്ട വിവാദ നാടകത്തിൽ ലഘുവായ തോതിലെങ്കിലും വസ്തു നിഷ്ഠമായ ഒരു വിശകലനം ആവശ്യമായി വരുന്നു.

രാമായണത്തിന്റെ ജാതകം എത്രമാത്രം സങ്കീർണ്ണമാണോ അത്രതന്നെ വൈവിദ്ധ്യമുള്ളതാണ് അതിന്റെ ജനിതകഘടന. ലോകമെമ്പാടും വിവിധ രൂപങ്ങളിൽ പ്രചാരത്തിലുള്ള ഒരു കൃതി ഭാരതീയമായി മാത്രം ചുരുക്കി കാണാനാവില്ല. രാമായണം ആദികാവ്യമാണെന്നും അത് രചിച്ചത് വാല്മീകിയാണെന്നുമാണ് നാം പൊതുവെ മനസ്സിലാക്കുന്നത്. എന്നാൽ രാമായണം എത്രമാത്രം ആദ്യത്തേതാണെന്ന കാര്യത്തിൽ പലപ്പോഴും സംശയം ഉന്നയിക്കപ്പെടാറുണ്ട്. കവിയായ വാല്മീകിയേയോ കഥാപാത്രമായ ശ്രീരാമനേയോ നോക്കി മാത്രം പരിഗണിക്കേണ്ടതല്ല രാമായണത്തിന്റെ പ്രസക്തിയും പ്രശസ്തിയും. ഒരു സാഹിത്യകൃതിയെന്ന നിലയിൽ രാമായണത്തിന് ഭാരതത്തിൽ എന്നും പ്രഥമസ്ഥാനം നൽകപ്പെട്ടു. രാമായണരചന സംബന്ധിച്ച് വ്യക്തമായ ചരിത്രരേഖകളോ പൂർണ്ണമായും ആശ്രയിക്കാവുന്ന

തെളിവുകളോ കണ്ടെത്തുക ദുഷ്കരമാണ്. രാമായണകഥയുമായി സാദൃശ്യമുള്ള സംഭവങ്ങൾ നടന്നത് ഇന്ന് ഉത്തർപ്രദേശിലുള്ള സരയൂ നദിക്കടുത്തുള്ള കോസലദേശത്ത് ബി.സി. 1000-ത്തിനും 600-നും ഇടയിലാണെന്ന വാദത്തിന് മുൻതൂക്കം കിട്ടാറുണ്ട്. പക്ഷേ രാമായണം ഒരു സാഹിത്യകൃതിയായതിനാൽ അപ്പറയുന്നതിൽ എത്രമാത്രം യാഥാർത്ഥ്യമുണ്ട് എന്ന പരിശോധന ആവശ്യമില്ല. പക്ഷേ മതവാദികൾക്ക് ഇതംഗീകരിക്കാനാവില്ല. രാമായണത്തിന്റെ പ്രാചീനത പെരുപ്പിച്ച് കാണിക്കാനാണ് എപ്പോഴും അക്കൂട്ടർ ശ്രമിക്കുക. എത്രമാത്രം പുറകോട്ടാക്കാമോ അത്രയും എന്നതാണ് ലക്ഷ്യം;അത് ലക്ഷക്കണക്കിന് വർഷങ്ങളായാലും പരാതിയില്ല. പ്രാചീനത കൂടുന്നതനുസരിച്ച് ചരിത്രപഠനവും ശാസ്ത്രീയ ഇടപെടലുകളും കൂടുതൽ അപ്രസ്കതമാകുമല്ലോ! രാമന്റെ സേതുബന്ധനം, ഹനുമാന്റെ ലങ്കാദഹനം തുടങ്ങി സീതയുടെ ജീവത്യാഗം വരെയുള്ള അത്ഭുതസംഭവങ്ങളെല്ലാം തീർത്തും ചരിത്രവസ്തുതയാണെന്നാണ് മതനേതാക്കളുടെ പരസ്യനിലപാട്.

വാല്മീകി രാമായണത്തിലെ അയോദ്ധ്യകാണ്ഡത്തിൽ ഭരതന്റെ സംഘത്തിനൊപ്പം തന്നെ സന്ദർശിക്കാനെത്തുന്ന ജാബാലിയെന്ന ബ്രാഹ്മണനെ രാമൻ കള്ളനായ ബുദ്ധന്റെ അനുയായിയാണെന്ന് വിശേഷിപ്പിക്കുന്നുണ്ട്. ഇതുമൂലം ശ്രീബുദ്ധനെ(ബി.സി.563-483) രാമായണ കർത്താവിന് അറിയാമായിരുന്നു എന്ന വാദം പ്രബലമാണ്. രാമായണത്തിൽ ഉപയോഗിച്ചിരിക്കുന്ന സംസ്കൃത ഭാഷയുടെ പ്രായവും പ്രത്യേകതകളും പൊതുവെ ഈ വാദത്തിനനുകൂലമാണ്. ഇതൊക്കെ കണക്കിലെടുക്കുമ്പോൾ ബി.സി 400-ന് മുമ്പ് രാമായണം എഴുതപ്പെടാനുള്ള സാദ്ധ്യതയില്ലെന്ന് കരുതാം. ബൗദ്ധരുടെ ജാതകകഥകളിലും ജൈന സാഹിത്യത്തിലും രാമായണത്തിന് സമാനമായ കഥകളുണ്ട്. പക്ഷേ രാമായണം ആയിരക്കണക്കിന് വർഷം(കുറഞ്ഞത് ബി.സി.50000-10000) പഴക്കമുള്ളതാണെന്നാണ് രാമഭക്തരായ ചില പണ്ഡിതരുടെ വിലയിരുത്തൽ. രാമായണത്തിൽ തന്നെ ദശരഥൻ അറുപതിനായിരം സംവത്സരവും സീത പതിനായിരക്കണക്കിന് സംവത്സരവുമൊക്കെ ജീവിച്ചിരുന്നുവെന്ന് പറയുന്നുണ്ടല്ലോ. ശ്രീരാമൻ ജീവിച്ചിരുന്നത് 17 ലക്ഷം വർഷം മുമ്പുള്ള ത്രേതാ യുഗത്തിലാണെന്ന് മറ്റൊരു കണക്കുള്ളതിനാൽ ഈ ദിശയിലുള്ള ചർച്ച വിട്ടുകളയുന്നതാണ് ഭംഗിയെന്നു തോന്നുന്നു.

വിവിധ രാമായണം

രാമായണങ്ങൾ നിരവധിയാണ്. അസംഖ്യം എന്നുതന്നെ പറയണം. കവിക്കും കാലഘട്ടത്തിനും ഭാഷയ്ക്കും അനുസരിച്ച്

പ്രദേശങ്ങൾ തോറും അതിന് പുനർവ്യാഖ്യാനങ്ങളുണ്ട്. യാഥാർത്ഥ രാമായണം ഏതാണെന്ന ചോദ്യത്തിന് നിങ്ങൾക്ക് യഥാർത്ഥത്തിൽ ഏതാണ് വേണ്ടത് എന്ന മറുചോദ്യമാണ് ഉത്തരം. വായനക്കാരന്റെ ആഭിമുഖ്യവും നിലപാടുകളുമാണ് ഇവിടെ പരമപ്രധാനം. പൂജാമുറിയിൽ സ്ഥിരമായി വെച്ചാരാധിക്കാൻ പറ്റുന്ന രാമായണങ്ങൾ നിരവധിയാണ്. എന്നാൽ പൂജാമുറിയുടെ അയലത്ത് പോലും കയറ്റാൻ പറ്റാത്തതായ രാമായണങ്ങളുമുണ്ട്. ഭാരതത്തിൽ മിക്കയിടത്തും ഒരു രാമനേയും സീതയേയും സംബന്ധിച്ച് ഏതെങ്കിലും ഒരു കഥ വായ്മൊഴിയായി പ്രചരിച്ചിരുന്നു. കഥകൾ പല തരത്തിലായിരുന്നു;വാല്മീകി രാമായണവുമായി നല്ല സാദൃശ്യമുള്ളവ തൊട്ട് ഞെട്ടിപ്പിക്കുന്ന വ്യത്യാസമുള്ളവ വരെ അക്കൂട്ടത്തിൽ പെടും. ചിലതിൽ ഇതിവൃത്തം തന്നെ തലകുത്തി മറിയുന്നത് കാണാം. രാമനും സീതയും സഹോദരി-സഹോദരൻമാരായ കഥ തൊട്ട് സീത രാവണന്റെ മകളാകുന്നത് വരെയുള്ള കഥകളുണ്ടല്ലോ. ബുദ്ധമത സാഹിത്യത്തിൽ രാമനും സീതയും സഹോദരി-സഹോദരൻമാരാണ്. രാമായണത്തിന്റെ പേറ്റന്റ് ഹിന്ദുക്കൾക്കാണെന്ന് പറയാനാവില്ലെന്ന് സാരം. തങ്ങൾ സഹോദരി-സഹോദരൻമാരായി ആദ്യം ചിത്രീകരിച്ച സീതാ-രാമൻമാരെ പിന്നീട് ഹിന്ദുമതം ഭാര്യാ-ഭർത്താക്കൻമാരാക്കിയതിൽ കലിതുള്ളാൻ ബുദ്ധമതക്കാർക്കും അവകാശമുണ്ട്. അഹിംസയിലൂന്നിയ മതമെന്ന നിലയിലും, ഭാരതത്തിൽ നിന്ന് ബഹിഷ്കൃതനായ ഒരു ചിന്തകന്റെ മതമെന്ന നിലയിലും അവരതിന് തുനിഞ്ഞ് കാണാറില്ല എന്നേയുള്ളൂ.

ശ്രീരാമനെ വെറും സാധാരണ മനുഷ്യനായി ചിത്രീകരിക്കുന്ന കഥകളും ദൈവമാക്കുന്ന കൃതികളും ലഭ്യമാണ്. വാല്മീകി രാമായണത്തിൽ രാമൻ നായകനാണെങ്കിലും രാമനേക്കാൾ വിശിഷ്ടമായ കഥാപാത്രമായി രാവണൻ പ്രത്യക്ഷപ്പെടുന്ന രാമയണങ്ങൾ പ്രചാരത്തിലുണ്ട്. വാല്മീകിരചനയിൽ പോലും രാവണൻ തിളക്കമുള്ള കഥാപാത്രമല്ലെന്നും പറയാനാവില്ല. വാല്മീകി രാമായണത്തിന്റെ പ്രശസ്തരായ ആരാധകരിൽ പലരും'രാവണപ്രേമി'കളാണല്ലോ. രാമായണത്തിൽ മതഭക്തിയുടെ അളവ് കൂടുന്നതനുസരിച്ച് രാമൻ വെളുക്കുകയും രാവണൻ കറുക്കുകയും ചെയ്യുന്നതായാണ് പൊതുവെ കാണപ്പെടുന്നത്. രാമ-രാവണ യുദ്ധം തന്നെ ഇല്ലാത്ത രാമായണമുണ്ടെന്നതാണ് അതിലും രസകരം. രാമൻ കാട്ടിൽ പോകുന്നതും പോകാത്തതുമായ കഥകൾ, രാമൻ ഹനുമാനുമായി ഏറ്റുമുട്ടുന്നതും അല്ലാത്തതുമായ കഥകൾ, രാവണന് പത്തു തലകളുള്ളതും ഒരു തല മാത്രമുള്ളതുമായ കഥകൾ, ലക്ഷ്മണൻ യുദ്ധത്തിൽ മരിക്കുന്നതും അല്ലാത്തതുമായ കഥകൾ, ശത്രുഘ്നൻ ഇല്ലാത്ത കഥകൾ, മന്ഥര

തന്നെ കൈകേയിയാകുന്ന കഥകൾ. . .ഇത്തരം വൈജാത്യങ്ങൾ കാണിക്കുന്ന നൂറിൽപരം രാമായണങ്ങൾ വിവിധ രാജ്യങ്ങളിലായി നിലവിലുണ്ട്. മിക്ക ഏഷ്യൻ രാജ്യങ്ങളിലും വെസ്റ്റ് ഇന്ത്യൻ ദ്വീപുകളിലും ഏതെങ്കിലും രാമായണകഥകളോ കൃതികളോ പ്രചാരത്തിലുണ്ട്. രാമായണം ഹിന്ദുക്കളുടെ പുണ്യഗ്രന്ഥമായി അറിയപ്പെടുന്നുവെങ്കിലും കേവലം ഒരു കലാസൃഷ്ടിയായി മാത്രമോ നാടകം, പാവകളി തുടങ്ങിയ രംഗകലകളുടെ ഇതിവൃത്തമായി മാത്രമോ നിലവിലിരിക്കുന്ന രാജ്യങ്ങളുമുണ്ട്. ഈ രാജ്യങ്ങളിലൊക്കെ ഇന്ത്യൻ രാമായണം 'ബ്രാഹ്മണ രാമായണം' എന്നാണറിയപ്പെടുന്നത്!

തമിഴ്നാട്ടിൽ പ്രശസ്തമായ കമ്പരാമായണം രചിക്കപ്പെട്ടത് പന്ത്രണ്ടാം നൂറ്റാണ്ടിലാണ്. പതിനാലാം നൂറ്റാണ്ടിൽ ആസ്സാമീസ് ഭാഷയിൽ മാധവ് കണ്ഡാലിയുടെ (Madhava Kandali)സപ്തകാണ്ഡരാമായണം (Saptakanda Ramayana)വിരചിതമായി. തുളസിദാസിന്റെ രാമചരിതമാനസം(1567) ഹിന്ദിയുടെ പ്രാദേശികഭേദമായ അവധി (Awadhi)ഭാഷയിലാണ് രചിക്കപ്പെട്ടിട്ടുള്ളത്. ഗുജറാത്തി കവിയായ പ്രേമാനന്ദിന്റെ രാമായണം പതിനേഴാം നൂറ്റാണ്ടിൽ പുറത്തുവന്നു. ബംഗാളിയിലെ കൃതിവാസൻ രചിച്ച കൃതിവാസരാമായണം (Krittivasi Ramayan)പുറത്തുവന്നത് പതിനാലാം നൂറ്റാണ്ടിലാണ്. തെലുങ്കിൽ രംഘുനാഥനും(പതിനഞ്ചാം നൂറ്റാണ്ട്) കന്നടയിൽ നിതാഹരിയും (തൊറവെരാമായണം, പതിനാറാംനൂറ്റാണ്ട്) രാഷ്ട്രകവി കുവേമ്പുവും(ശ്രീരാമായണ ദർശനം-ഇരുപതാം നൂറ്റാണ്ട്), ഒറിയയിൽ ബൽറാംദാസും(പതിനാറാം നൂറ്റാണ്ട്), മാറാത്തിയിൽ ശ്രീധരനും(പതിനെട്ടാം നൂറ്റാണ്ട്), മൈഥിലിയിൽ ചന്ദ ധായും രചിച്ച രാമായണങ്ങൾ അതാതിടങ്ങളിൽ വാത്മീകിയുടെ കൃതിയെ അതിശയപ്പിക്കുന്ന ജനപ്രീതി നേടി. മലയാളത്തിൽ അദ്ധ്യാത്മരാമായണം കിളിപ്പാട്ട് എഴുത്തച്ഛൻ രചിച്ചത് പതിനാറാം നൂറ്റാണ്ടിലാണ്.

രാവണന്റെ സഹോദരൻമാരായ അഹിരാവണനും മഹിരാവണനും (Ahi Ravana and Mahi Ravana)പ്രാമുഖ്യമുള്ള മറ്റൊരു വകഭേദവും ഇന്ത്യയുടെ ചില ഭാഗങ്ങളിലുണ്ട്. ഹനുമാനാണ് ഇത്തരം കഥകളിൽ തിളങ്ങുന്നത്. രാവണനിർദ്ദേശമനുസരിച്ച് കാളിക്ക് ബലി നൽകാനായി അഹിയും മഹിയും ചേർന്ന് രാമലക്ഷ്മണൻമാരെ തട്ടിക്കൊണ്ടുപോയി പാതാളത്തിൽ ഒളിപ്പിക്കുന്നു ഹനുമാൻ ചെന്ന് രക്ഷിക്കുന്നു എന്നൊക്കെയാണ് അവിടെ കഥ. കേരളത്തിലും ലക്ഷദ്വീപിലും നിലവിലുള്ള മാപ്പിളരാമായണത്തിൽ രാമായണത്തിലെ കഥാസന്ദർഭങ്ങൾ കടന്നുവരുന്നു. രാമനെ('ലാമൻ') സുൽത്താനായി അവതരിപ്പിക്കുന്ന മാപ്പിളരാമായണം തലമുറകളിലൂടെ

വായ്മൊഴിയായിട്ടാണ് ഈ വകഭേദം അതിജീവിച്ചത്. 'വയനാടൻ രാമായണ'മനുസരിച്ച് രാമായണകഥ മുഴുവൻ നടന്നത് വയനാടിന്റെ പരിസരപ്രദേശങ്ങളിലാണ്!

ബി.സി മൂന്നാം നൂറ്റാണ്ടിൽ (400-300 B.C) രചിക്കപ്പെട്ട ദശരഥജാതകം (Dasaratha Jataka)എന്ന ബൗദ്ധകൃതിയാണ് ഇന്ത്യയിൽ പ്രചരിക്കപ്പെടുന്ന രാമകഥയുടെ പ്രാരംഭസ്രോതസ്സ് എന്ന് ഏറെക്കുറെ അംഗീകരിക്കപ്പെട്ടിട്ടുണ്ട്. ബി.സി വെബർ(B.C. Weber), ഡി.സി സെൻ (D.C.Sen) തുടങ്ങിയ ചരിത്രകാരൻമാർ ഈ വാദത്തെ ശക്തിമായി പിന്തുണയ്ക്കുന്നവരാണ്.രാമകഥയുടെ ആദ്യത്തെ ചിത്രരേഖ ദശരഥജാതകം സംബന്ധിച്ച ബാർഹട്ട് ശിലാലിഖിതങ്ങളിലെ ദശരഥജാതകം സംബന്ധിച്ച കൊത്തുപണികളിലാണ് (stone engravings of Bharhut/B.C. 2C) കാണാനാവുക. എ.ഡി രണ്ടാം നൂറ്റാണ്ടിൽ തന്നെ ദശരഥജാതകത്തിന്റെ ചൈനീസ് സ്രോതസ്സുകൾ ലഭ്യമാണ്. അതേസമയം വാത്മീകിരാമായണ സംബന്ധിച്ച ആദ്യ ശിലാലിഖിതം കാണുന്നത് എ.ഡി 130 ലെ ഗിർനാർ ലിഖിത(Girnar inscriptions)ങ്ങളിലാണ്. രുദ്രദാമൻ രാജാവ് (King Rudradaman) വാത്മീകിക്ക് ആദരാജ്ഞലികൾ അർപ്പിക്കുന്നതായാണ് ഈ ലിഖിതത്തിൽ കാണുന്നത്. (Epigraphica Indica 8,p.42,MLBD).

രാമായണരചന ബി.സി 300-200 കാലയളവിലാണെന്ന വാദത്തിനാണ് ചരിത്രകാരൻമാർക്കിടയിൽ ഭൂരിപക്ഷ പിന്തുണ. ബി. സി ഏഴാം നൂറ്റാണ്ടിൽ ജീവിച്ചിരുന്ന വ്യാകരണപണ്ഡിതനായ യസ്കന്റെ(Yaska) നിരുക്തത്തിൽ(Nirukta) വാത്മീകിരാമയണത്തെ പറ്റി പരാമാർശമില്ല. യസ്ക്കന്റെ പിൻഗാമിയായ പാണിനിയുടെ അഷ്ടാദ്ധ്യായി (Ashtadhyayi) ബി.സി നാലാം നൂറ്റാണ്ടിലെ രചനയാണ്. പാണിനി മഹാഭാരതത്തിന്റെ കഥാതന്തു പരിചയപ്പെട്ടിരുന്നവെന്നതിന് വ്യക്തമായ തെളിവ് ഈ കൃതിയിൽ കാണാനാവും. പക്ഷേ വാത്മീകിരാമയണത്തെ കുറിച്ച് ഇവിടെയും പരാമർശമൊന്നുമില്ല.

സംസ്കൃതത്തിലെ ഉന്നതമായ ഒരു മഹാകാവ്യം എന്നനിലയിൽ രാമായണത്തെകുറിച്ചുള്ള പരാമർശം സമകാലിക വ്യാകരണ ഗ്രന്ഥങ്ങളിൽ വരേണ്ടതാണ്. ബി.സി.രണ്ടാം നൂറ്റാണ്ടിലേതെന്ന് കരുതപ്പെടുന്ന പതഞ്ജലിയുടെ 'മഹാഭാഷ്യ'ത്തിലും (Mahabhashya) വാത്മീകി രാമായണത്തെ കുറിച്ച് സൂചനകളില്ല. എ.ഡി.ഒന്നാം നൂറ്റാണ്ടിൽ ജീവിച്ചിരുന്ന കുഷാന രാജാക്കൻമാരുടെ സമകാലികനും ചരിത്രപുരുഷനുമായ അശ്വഘോഷനിലാണ് ആദ്യമായി രാമായണത്തിന്റെ സ്വാധീനം കാണാനാവുക. ശ്രീബുദ്ധന്റെ ജീവചരിത്രമായ 'ബുദ്ധചരിതം'('Buddhacharita') സംസ്കൃതഭാഷയിൽ

രചിച്ച അശ്വഘോഷൻ വാത്മീകിയുടെ പേരെടുത്ത് പറഞ്ഞുതന്നെ പരാമർശിക്കുന്നുണ്ട്.

രാമായണം തുടക്കത്തിൽ ബൗദ്ധ സാഹിത്യമായിരുന്നുവെന്ന വാദത്തിനാണ് കൂടുതൽ പിന്തുണ. രാമായണത്തിന്റെ ഇതിവൃത്തം ഈ വാദത്തെ ശരിവെക്കുന്നുണ്ടത്രെ. രാവണനെപോലെ ഒരു പ്രതിനായകൻ അസാധാരണമാണ്. ക്രിസ്തുവിന് വളരെ മുമ്പ് തന്നെ രചിക്കപ്പെട്ട ദശരഥ ജാതകത്തിൽ രാമനും സീതയും ലക്ഷ്മണനുമൊക്കെയുണ്ട്. പക്ഷേ അത് വാല്മീകി പറയുന്ന കഥയല്ല. അവിടെ ദശരഥൻ വാരണസിയിലെ രാജാവാണ്. ദശരഥന് ആദ്യഭാര്യയിൽ ജനിക്കുന്ന മക്കളാണ് രാമനും സീതയും ലക്ഷ്മണനും. അതായത് മൂവരും സഹോദരീസഹോദരൻമാർ. പിന്നീട്ട വരുന്ന തന്റെ രണ്ടാംഭാര്യയിൽ നിന്ന് രക്ഷിക്കാനായി ദശരഥൻ മൂന്നു മക്കളേയും ഹിമാലയത്തിലേക്ക് നാടു കടത്തുന്നു. 12 വർഷം ഹിമാലയവാസം കഴിഞ്ഞ് രാമനും സീതയും തിരിച്ചുവന്ന് രാജ്യഭരണം പങ്കിടുന്നു. ബുദ്ധരാമായണത്തിൽ സീതാപഹരണമോ ലങ്കാദഹനമോ ഇല്ല. ഹിമാലയംവിട്ട് രാമൻ പോകുന്നുമില്ല.

പദ്മപുരാകഥകൾ പോലുള്ള ജൈനരചനകളിലും രാമായണത്തിന്റ വകഭേദമുണ്ട്. ജൈന ഇതിഹാസമായ രാമായണം ഇതിവൃത്തപരമായി വാത്മീകി രാമായണത്തിൽ നിന്നും ഭിന്നമാണ്. ജൈനകഥയിൽ രാമനല്ല ലക്ഷ്മണനാണ് രാവണനെ നിഗ്രഹിക്കുന്നത്. ആദർശാധിഷ്ഠിതമായ ജീവിതം നയിക്കുന്ന രാമൻ കഥാന്ത്യത്തിൽ അധികാരം ഉപേക്ഷിച്ച് ഒരു ജൈനസന്യാസി ആയിത്തീരുകയും മോക്ഷം പ്രാപിക്കുകയും ചെയ്യുന്നു. അതേസമയം ലക്ഷ്മണനും രാവണനും നരകത്തിൽ പോകുന്നു. പുനർജന്മത്തിൽ ഇരുവരും നല്ല മനുഷ്യരായി ജനിച്ച് മോക്ഷമാർഗ്ഗം പ്രാപിക്കുമെന്നും പ്രവചനമുണ്ട്. രാവണനെ ഭാവി 'തിർത്ഥങ്കര'ആയിട്ടാണ് ജൈനഗ്രന്ഥങ്ങൾ വിശേഷപ്പിക്കുന്നത്. തിർത്ഥങ്കരയെന്നാൽ സർവജ്ഞാനിയായ ലോകഗുരു എന്നർത്ഥം. ജൈനരാമായണമനുസരിച്ച് സകേതരാജാവായ ദശരഥന് പത്നിമാർ നാലാണ്: അപരാജിത, സുമിത്ര, സുപ്രഭ, കൈകേയി. ഓരോരുത്തർക്കും ഓരോ പുത്രൻമാർ. അപരാജിതയുടെ പുത്രനായ പദ്മയാണ് പിന്നീട് രാമനായി അറിയപ്പെടുന്നത്. സുമിത്രയുടെ പുത്രനായ നാരയണൻ ലക്ഷ്മണനും. കൈകേയിയുടെ പുത്രൻ ഭരതനും സുപ്രഭയുടെ പുത്രൻ ശത്രുഘ്നനുമാണ്. ജൈന രാമയണത്തിൽ രാമന് നാല് ഭാര്യമാരുണ്ട്. മൈഥിലി,പ്രഭാവതി,രതിനിഭ,ശ്രീധാമ എന്നിവരാണിവർ. രാമൻ ഉപേക്ഷിക്കുന്ന സീത ജൈന സന്യാസിനി ആയിത്തീരുകയും സ്വർഗ്ഗത്തിൽവെച്ച്

പുനർജനിക്കുകയും ചെയ്യുന്നു. ജൈനരാമായണത്തിൽ രാവണൻ രാക്ഷസനല്ല, മറിച്ച് കേവലം പ്രതിനായകൻ മാത്രം.

സിഖ് ഗ്രന്ഥമായ ഗുരുഗ്രന്ഥ സാഹിബിൽ രണ്ടുതരം രാമായണം പരാമർശിക്കപ്പെടുന്നു. ആത്മീയരാമായണമാണ് ആദ്യത്തേത്. രാവണനെ അഹമായും സീതയെ ബുദ്ധിയായും രാമനെ അന്തരാത്മാവുമായൊക്കെ അവിടെ പരികൽപ്പന ചെയ്യുന്നു. രണ്ടാമത്തെ സിഖ് രാമായണം ഗുരു ഗോവിന്ദസിംഗ് (Guru Gobind Singh) എഴുതിയതാണ്. വാസ്തവത്തിൽ ഈ രാമായണം സിഖുകാരുടെ ദശഗ്രന്ഥത്തിന്റെ(Dasam Granth) ഭാഗമാണ്. സിഖ് ആത്മീയാചര്യൻ ഗുരുനാനാക്കിനെ രാമചന്ദ്രന്റ (ശ്രീരാമന്റെ)പരമ്പരയിൽ പെട്ട വ്യക്തിയായിട്ടാണതിൽ ചിത്രീകരിച്ചിട്ടുണ്ട്. പക്ഷേ രാമചന്ദ്ര രാജാവ് ദൈവമല്ല. മറിച്ച് കേവലം സാധാരണ മനുഷ്യനാണെന്ന് സൂചിപ്പിക്കാനായി രാമചന്ദ്രനെ 'കീടം'('insect') എന്നു വിളിക്കുന്ന ഗോവിന്ദസിംഗ് താനും ഒരു കീടമാണെന്ന് സ്വയം വിലയിരുത്തുന്നു. സിഖ് മതം താരതമ്യേന ആധുനികമായതിനാൽ അവരുടെ കഥകൾ രാമായണത്തിന്റെ ഉത്പത്തി സംബന്ധിച്ച അന്വേഷണങ്ങളിൽ അത്ര പ്രസക്തമല്ല.

നേപ്പാളിൽ പ്രധാനമായും രണ്ട് രാമായണകൃതികളുണ്ട്. നേപ്പാളി ഭാഷയിൽ സിദ്ധിദാസ് മഹാജു രചിച്ച രാമായണം നേപ്പാളി ഭാഷയുടെ നവോത്ഥാനത്തിന് പ്രചോദനമായ കൃതിയാണ്. നേപ്പാളിലെ ആദികവിയായി അറിയപ്പെടുന്ന ഭാനുഭക്ത ആചാര്യ(1814-1868) രാമായണം സംസ്കൃതത്തിൽനിന്ന് നേപ്പാളിയിലേക്ക് തർജമ ചെയ്യുകയായിരുന്നു. ഇന്തോനേഷ്യയിലെ ജാവാ സംസ്കൃതിയുമായി ബന്ധപ്പെട്ട കാകവിൻ രാമായണം(Kakawin Ramayana), യോഗീശ്വര രാമായണം എന്നിവ പ്രസിദ്ധമാണ്. ഒമ്പതാം നൂറ്റാണ്ടിൽ ജീവിച്ചിരുന്ന യോഗീശ്വരനാണ് യോഗീശ്വര രാമായണത്തിന്റെ കർത്താവായി അറിയപ്പെടുന്നത്. സംസ്കൃതവും കാവിഭാഷയും(Kawi language) ഇടകലർന്ന മണിപ്രവാളശൈലിയാണ് യോഗീശ്വരന്റേത്. 'ഭട്ടികാവ്യം' (Bhattikavya) എന്നറിയപ്പെടുന്ന ഭട്ടിയുടെ രാവണവധമാണ് ഏറ്റവും ജനകീയമായ വകഭേദം.

ജാവാ-ബാലി-സന്താനീസ് വിഭാഗക്കാരുട പ്രാദേശിക സംസ്കൃതികളിലേക്ക് സമന്വയിക്കപ്പെട്ട രീതിയിലാണ് ഇവിടങ്ങളിൽ രാമായണ ഇതിവൃത്തം വ്യത്യസ്ത കലാരൂപങ്ങളായി വികസിച്ചത്. 'ഫ്ര ലക്ക് ഫ്ര ലാം'(Phra Lak Phra Lam) എന്നതാണ് ലോവോസ് (Lao language)ഭാഷയിലുള്ള രാമായണത്തിന്റെ പേര്. രാമൻ-ലക്ഷ്മണൻ എന്നീ പേരിൽനിന്നാണ് കൃതിക്ക് ഈ പേര് വന്നത്. ബുദ്ധന്റെ

മുൻജന്മത്തിലെ കഥയായാണ് രാമ-ലക്ഷ്മണൻമാരുടെ ജീവിതം അവതരിപ്പിക്കുന്നത്.

മലേഷ്യയിലെ 'ഹിക്കായത്ത് സേരി രാമ'(Hikayat Seri Rama) യിൽ ദശരഥൻ ആദംനബിയുടെ പുത്രന്റെ പൗത്രനാണ്. രാവണന് വരം നൽകുന്നത് ബ്രഹ്മാവല്ല മറിച്ച് ഇസ്‌ളാമികദൈവമായ അള്ളാഹുവാണ്. മലയാഭാഷയിലുള്ള പല രാമായണങ്ങളിലും രാമനെക്കാൾ പ്രാധാന്യം ലക്ഷ്മണനാണ്. രാമനാകട്ടെ, ഇലിയിഡിലെ പാരിസിനെ പോലെ ദുർബലമായ ഒരു കഥപാത്രവും.

തായ്‌ലൻഡിലെ രാമകഥയായ രാമാക്കീൻ(Ramakien) പ്രാദേശികമായ പരമ്പരാഗത നൃത്തരൂപത്തിലാണ് കൂടുതൽ ജനകീയമായിട്ടുള്ളത്. ഇവിടെ സീത കമ്പരാമായണത്തിലെന്ന പോലെ രാവണപുത്രിയാണ്;മാതാവാകട്ടെ മണ്ഡോദരിയും. രാവണന്റെ ജ്യോതിഷിയായ സഹോദരനാണ് ഫിഷേക്(വിഭീഷണൻ). സീതയുടെ ജാതകം വായിച്ച് ദുരന്തം പ്രവചിക്കുന്നു. അത് കേട്ട രാവണൻ പുത്രിയെ ജലത്തിലെറിയുന്നു. പിന്നീട് ജനകൻ (Chanok) സീതയെ കണ്ടെത്തുന്നു. ബ്രാഹ്മണരാമായണത്തിന്റ കഥാഘടന ഏറെക്കുറെ പിന്തുടരുന്നുവെങ്കിലും രാമാക്കീനിൽ വിരിക്കുന്ന വസ്ത്രങ്ങൾ, ആയുധങ്ങൾ, കളികൾ, ഭൂവിഭാഗങ്ങൾ ഒക്കെ തായ്‌ലൻഡുമായി ബന്ധപ്പെട്ടവയാണ്. ഹനുമാന് കുറേക്കൂടി പ്രാമുഖ്യം ലഭിക്കുന്ന ഈ കൃതിയിൽ ഹനുമാൻ വിഷയലമ്പടനും സ്ത്രീജിതനുമായി ചിത്രീകരിക്കപ്പെട്ടിരിക്കുന്നു.

കംബോഡിയൻ രാമായണമായ റീംമ്ക്കർ (the Reamker) ഖമേർ സാഹിത്യത്ത്യത്തിലെ പ്രധാനപ്പെട്ട കൃതിയാണ്. ഹിന്ദു-ബുദ്ധ കഥകൾ മിശ്രണംചെയ്ത ഇതിവൃത്തമാണ് ഇതിനുള്ളത്. വാത്മീകി രാമായണത്തിൽ കാണാനാവാത്ത പല സംഭവങ്ങളും ഇതിലുണ്ടെന്ന് മാത്രമല്ല ഹനുമാനാണ് കൂടുതൽ പ്രാധാന്യം. കംബോഡിയയിലെ സാഹിത്യലോകത്ത് മാത്രമല്ല ശില്പകല, കവിത, നൃത്തം, മ്യൂറൽ പെയിന്റിംഗ് എന്നിവയിലും റീംമ്ക്കർ ഗണ്യമായ സ്വാധീനം ചെലുത്തുന്നു.

ഈജിപ്റ്റിൽ ക്രിസ്തുവിന് മുമ്പ് രചിക്കപ്പെട്ട ഒരു കൃതി രാമായണവുമായി വലിയ സാമ്യമുള്ളതാണ്. രാംസാസ് എന്ന ഒരു പ്രാചീന ഭരണാധികാരിയുടെ അപദാനങ്ങൾ വാഷ്കി എന്ന കവി നാടോടിപ്പാട്ടായി അവതരിപ്പിച്ചത് സംബന്ധിച്ച് തെളിവുകളുണ്ട്. ഇന്തോനേഷ്യയിലെ ജാവാ-സുമാത്ര ദ്വീപുകളെ തമ്മിൽ യോജിപ്പിക്കുന്ന പഴയ പാലത്തിന്റെ പേര് തന്നെ 'സേതുബന്ധന'മെന്നാണ്.

വാത്മീകി രാമായണത്തിന്റെ ഗ്രീക്ക്ബന്ധവും സുവിദമാണ്. ഹോമർ രചിച്ച ഗ്രീക്ക് മഹാകാവ്യമായ 'ഇലിയഡി'ന്റെ ഇതിവൃത്തം വാത്മീകി രാമായണത്തിൽ അനുകരിച്ചിട്ടുണ്ട്. രാജകുമാരനായ പാരീസ് ഗ്രീസിലെ മെനലോസിന്റെ ഭാര്യയായ ഹെലനെ അപഹരിച്ച് സ്വരാജ്യത്തേക്ക് കൊണ്ടുപോകുന്നു. ഹെലനെ വീണ്ടെടുക്കാനായി ഗ്രീക്ക്-ട്രോജൻ സൈന്യങ്ങൾ തമ്മിൽ ഘോരയുദ്ധം നടക്കുന്നു, അവസാനം ഗ്രീക്കുകാർ ഹെലനെ വീണ്ടെടുത്ത് സ്വദേശത്തേക്ക് തിരിക്കുന്നു-ഇതാണ് ഇലിയഡിന്റെ കഥാന്ത്യം. വാത്മീകി രാമയണത്തിൽ സീതാപഹരണവും രാമ-രാവണയുദ്ധവും കടന്നുവരുന്നത് ഈ കഥകളെല്ലാം സമാനമായ ചില ഇന്തോ-യൂറോപ്യൻ മിത്തുകളിൽനിന്ന് ഉരുത്തിരിഞ്ഞതാണെന്ന സൂചനയാണ് കൊണ്ടുവരുന്നത്.

രാമായണത്തിലെ പല കഥാപാത്രങ്ങളുടേയും പേരുകൾ വൈദികസാഹിത്യത്തിൽ കാണാനാവും. വിശ്വാമിത്രൻ, വസിഷ്ഠൻ, അഗസ്ത്യൻ എന്നീ ഋഷിനാമങ്ങൾ രാമായണത്തിലുമുണ്ട്. രാമൻ, സീത തുടങ്ങിയ ശബ്ദങ്ങൾ വേദങ്ങളിൽ കാണപ്പെടുന്നുണ്ട് എന്ന അഭിപ്രായവും ചിലർ ഉന്നയിക്കുന്നു. തൈത്തരീയ ബ്രാഹ്മണത്തിൽ ജനകൻ വരുന്നുണ്ട്. ഇക്ഷ്വാകു, ദശരഥൻ തുടങ്ങിയ പേരുകളുമവിടെയുണ്ട്. തൈത്തരീയബ്രാഹ്മണത്തിൽ നിന്നാണ് ജനകനെപറ്റി ആദ്യത്തെ അറിവ് ലഭിക്കുന്നതെന്ന് ഫാദർ കാമിൽ ബൽകെയെ പോലുള്ളവർ നിരീക്ഷിക്കുന്നു. പക്ഷേ സമാനമായ പേരുകൾ ഉണ്ടെന്നുകരുതി അവയൊക്കെ രാമായണവുമായി ബന്ധപ്പെട്ടതാണെന്ന് കരുതാനാവില്ല.

ഋഗ്വേദത്തിൽ കൃഷ്ണൻ എന്ന കഥാപാത്രം ആര്യൻമാരുടെ ശത്രുവും പ്രതിനായകനുമായി പ്രത്യക്ഷപ്പെടുന്നുണ്ടല്ലോ. പക്ഷേ ആ കഥാപാത്രത്തിന് ഭാഗവതത്തിലെ ശ്രീകൃഷ്ണനുമായി സമാനത തീരെ കുറവാണ്. രാമായണത്തിലെ പേരുകളിൽ പലതും പ്രാചീനഭാരത്തിൽ നിലവിലിരുന്നു എന്നൂഹിക്കാം. ബി.സി ആയിരത്തിനോടടുപ്പിച്ച് ഉത്തരേന്ത്യൻ ജനപഥങ്ങളിൽ വെച്ച് പ്രബല പരിഷ്കൃത വർഗ്ഗമായി കോസലൻമാരും ഉത്തരബീഹാറിലെ വൈദേഹൻമാരും ഉയർന്നുവന്നിരുന്നുവെന്ന് സങ്കൽപ്പിക്കുന്നതിൽ തെറ്റില്ല. സ്വാഭാവികമായും അവർ കൈമാറിയിരുന്ന ഒരു ഗ്രോത്രകഥയുടെ വായ്മൊഴിരൂപം പിൽക്കാലത്ത് മുന്തിയ സാഹിത്യമായി വിവിധഭാഷകളിലും രാജ്യങ്ങളിലും വ്യാപിച്ചുവെന്നുവേണം കരുതാൻ.

ഏഷ്യൻ രാജ്യങ്ങളായ ഇന്തോനേഷ്യ, ശ്രീലങ്ക, സിംഗപ്പൂർ, മലേഷ്യ, ജപ്പാൻ, തായ്‌ലണ്ട്, മ്യാന്മർ, ഫിലിപ്പൈൻസ്,

കംബോഡിയ, കംപൂച്ചിയ, മംഗോളിയ,നേപ്പാൾ,ചൈന,ജാവ -സുമാത്ര തുടങ്ങിയ രാജ്യങ്ങളിൽ പ്രചാരത്തിലുള്ള രാമായണകഥയ്ക്ക് വാത്മീകിരാമായണവുമായി സാദൃശ്യങ്ങൾ കുറവാണെന്ന് സൂചിപ്പിച്ചല്ലോ. എന്തിനേറെ, ഇന്ത്യയിൽ ഗോത്രവർഗ്ഗങ്ങൾക്കിടയിൽ തന്നെ തീർത്തും ഭിന്നങ്ങളായ വായ്മൊഴിരൂപത്തിലുള്ള രാമകഥകൾ പ്രചാരത്തിലുണ്ട്. സത്യത്തിൽ ഇവയൊന്നും വാല്മീകിരാമായണത്തിന്റെ പ്രാദേശിക രൂപങ്ങളല്ല. നേരെമറിച്ച്, സ്വന്തമായ അസ്തിത്വവും വ്യക്തിത്വവുമുള്ള കഥകളാണ്. പുരുഷാധിപത്യ കേന്ദ്രീകൃതമായ മൂല്യവ്യവസ്ഥയേയും സീതയെന്ന ഭാര്യ അനുഭവിക്കുന്ന അപമാനപീഡകളേയും ശക്തമായി വിമർശിക്കുന്ന നാടോടി ഗാനങ്ങൾ ആന്ധ്രാപ്രദേശിൽ പ്രചാരത്തിലുണ്ട്. വാല്മീകിരാമായണം മൂലകഥയെന്ന് പറയാൻ ഇഷ്ടപ്പെടുന്നവർ ഏറെയുണ്ടെങ്കിലും വാത്മീകിക്ക് രാമായണത്തിന് മേൽ യാതൊരു കുത്തകാവകാശവുമില്ലെന്ന് സ്പഷ്ടമാണ്.

എന്തുകൊണ്ട് വാത്മീകിരാമായണത്തിന് ഇത്രയധികം പ്രശസ്തിയും പ്രാധാന്യവും? പ്രചാരത്തിൽ ഇന്ത്യയിൽ ഒന്നാം സ്ഥാനം എ.ഡി. 16-ാം നൂറ്റാണ്ടിൽ രചിക്കപ്പെട്ട തുളസിദാസിന്റെ രാമചരിതമാനസത്തിനാണ്. ഉത്തരേന്ത്യയിൽ രാമായണമെന്നാൽ പൊതുവെ തുളസിദാസിന്റെ രാമചരിതമാകുന്നു. ദക്ഷിണേന്ത്യയിലാകട്ടെ, കമ്പരാമായണം, അദ്ധ്യാത്മ രാമായണം തുടങ്ങിയവയാണ് കൂടുതൽ സ്വീകാര്യം. കമ്പരാമായണം രചിക്കപ്പെട്ടത് പന്ത്രണ്ടാം നൂറ്റാണ്ടിലാണ്. പതിനാലാം നൂറ്റാണ്ടിൽ ആസ്സാമീസ് ഭാഷയിൽ മാധവ് കണ്ഡാലിയുടെ(Madhava Kandali) സപത്കാണ്ഡരാമായണം (Saptakanda Ramayana) വിരചിതമായി.

തുളസിദാസിന്റെ രാമചരിതമാനസം(1567) ഹിന്ദിയുടെ പ്രാദേശികഭേദമായ അവധി (Awadhi)ഭാഷയിലാണ് രചിക്കപ്പെട്ടിട്ടുള്ളത്. ഗുജറാത്തി കവിയായ പ്രേമാനന്ദിന്റെ രാമായണം പതിനേഴാം നൂറ്റാണ്ടിൽ പുറത്തുവന്നു.ബംഗാളിയിലെ കൃതിവാസൻ രചിച്ച കൃതിവാസരാമായണം(Krittivasi Ramayan) പ്രസിദ്ധപ്പെടുത്തിയത് പതിനാലാം നൂറ്റാണ്ടിലാണ്. തെലുങ്കിൽ രഘുനാഥനും(പതിനഞ്ചാം നൂറ്റാണ്ട്) കന്നടയിൽ നിതാഹരിയും(തൊറവെ രാമായണം, പതിനാറാം നൂറ്റാണ്ട്) രാഷ്ട്രകവി കുവേമ്പുവും(ശ്രീരാമായണ ദർശനം-ഇരുപതാം നൂറ്റാണ്ട്), ഒറിയയിൽ ബൽറാംദാസും(പതിനാറാം നൂറ്റാണ്ട്), മാറാത്തിയിൽ ശ്രീധരനും(പതിനെട്ടാം നൂറ്റാണ്ട്), മൈഥിലിയിൽ ചന്ദധായും രചിച്ച രാമായണങ്ങൾ അതാതിടങ്ങളിൽ വാത്മീകിയുടെ കൃതിയെ അതിശയപ്പിക്കുന്ന ജനപ്രീതി നേടി. മലയാളത്തിൽ അദ്ധ്യാത്മരാമായണം കിളിപ്പാട്ട് എഴുത്തച്ഛൻ രചിച്ചത് പതിനാറാം നൂറ്റാണ്ടിലാണ്.

രാവണന്റെ സഹോദരൻമാരായ അഹിരാവണനും മഹിരാവണനും (Ahi Ravana and Mahi Ravana)പ്രാമുഖ്യമുള്ള മറ്റൊരു വകഭേദവും ഇന്ത്യയുടെ ചില ഭാഗങ്ങളിലുണ്ട്. ഹനുമാനാണ് ഇത്തരം കഥകളിൽ തിളങ്ങുന്നത്. രാവണനിർദ്ദേശമനുസരിച്ച് കാളിക്ക് ബലി നൽകാനായി അഹിയും മഹിയും ചേർന്ന് രാമലക്ഷ്മണൻമാരെ തട്ടിക്കൊണ്ടുപോയി പാതാളത്തിൽ ഒളിപ്പിക്കുന്നു ഹനുമാൻ ചെന്ന് രക്ഷിക്കുന്നു എന്നൊക്കെയാണ് അവിടെ കഥ. കേരളത്തിലും ലക്ഷദ്വീപിലും നിലവിലുള്ള മാപ്പിളരാമായണത്തിൽ രാമായണത്തിലെ കഥാസന്ദർഭങ്ങൾ കടന്നുവരുന്നു. രാമനെ('ലാമൻ') സുൽത്താനായി അവതരിപ്പിക്കുന്ന മാപ്പിളരാമായണം തലമുറകളിലൂടെ വായ്മൊഴിയായിട്ടാണ് ഈ വകഭേദം അതിജീവിച്ചത്. വയനാടൻ രാമായണമനുസരിച്ച് രാമായണകഥ അരങ്ങേറുന്നത് സമ്പൂർണ്ണമായും ഉത്തരകേരളത്തിലാണ്.മലയാളംപോലെ ഒരു ചെറിയ ഭാഷയിൽ തന്നെ രാമചരിതം, കണ്ണശ്ശ രാമായണം,അദ്ധ്യാത്മ രാമായണം കിളിപ്പാട്ട്, ചമ്പു, കഥകളിരാമായണം,തുള്ളൽ കഥകൾ,ന ാടൻപാട്ടുകളിൽ പെട്ട സീതാദു:ഖം തുടങ്ങി നിരവധി കൃതികളുണ്ടെന്നും സ്മരണീയമാണ്.

രാമായണത്തിന്റെ പ്രാദേശിരൂപങ്ങൾ ജനകീയമായി തീർന്ന സ്ഥലങ്ങളിലൊന്നും വാല്മീകിരാമായണം പ്രധാനഗ്രന്ഥമായി ഉപയോഗിക്കുന്നില്ല. എന്നാൽ എല്ലായിടത്തും അതുണ്ട് താനും. ചുരിക്കി പറഞ്ഞാൽ ഇന്ത്യയിൽ വാത്മീകിരാമായണം അത്രയൊന്നും പരായണം ചെയ്യപ്പെടുന്നില്ല.ഒട്ടു മിക്ക പ്രാദേശിക രൂപങ്ങൾക്കും മൂലകഥയായി വാല്മീകിരാമായണം നിലകൊള്ളുന്നുവെന്നു പറയുന്നതിൽ തെറ്റില്ല. പ്രാദേശികരൂപങ്ങൾ പ്രശസ്തിയാർജ്ജിക്കാൻ ഒരു പ്രധാന കാരണം മതപ്രചരണത്തിന് വാല്മീകിരാമായണം അത്രമാത്രം പ്രയോജനപ്പെടില്ല എന്നതാണ്.

വാല്മീകിരാമായണത്തിൽ പല കൂട്ടിച്ചേർക്കലുകളും നടത്തിയെങ്കിലും ശുദ്ധമായ ഭക്തിപ്രചരണത്തിന് മാത്രമായി ഉപയോഗിക്കാനാവാത്ത പലതും ഇന്നും വാല്മീകിരാമായണത്തിൽ നിലനിൽക്കുന്നുണ്ട്. വാല്മീകിരാമായണം മുഴുവൻ പരിഭാഷപ്പെടുത്താതെ കഥാസംഗ്രഹങ്ങൾ പ്രാദേശികഭാഷകളിൽ എഴുതുകയാണ് സാധാരണയായി സംഭവിച്ചിട്ടുള്ളത്. ഭക്തിഗ്രന്ഥമെന്നനിലയിൽ രാമായണത്തിന് പരിക്കേൽക്കാതെ സംരക്ഷിക്കാൻ ഈ കഥാസംഗ്രങ്ങൾക്ക് വലിയൊരളവുവരെ കഴിഞ്ഞിട്ടുണ്ട. ഉദാഹരണമായി, മാരീചവേട്ടയ്ക്ക് പോയ ശ്രീരാമന്റെ നിലവിളി കേട്ടിട്ടും പോകാൻ കൂട്ടാക്കാതെ തനിക്ക് കാവൽ നിൽക്കുന്ന ലക്ഷ്മണനെ അതിനിന്ദ്യമായി സീത അധിക്ഷേപിക്കുന്ന വരികളെല്ലാം കൂടി 'സീതാദേവി ലക്ഷ്മണനോട്

പരുഷമായി സംസാരിച്ച്'എന്നൊരൊറ്റ വരിയിലൊതുക്കാൻ കഥാസംഗ്രഹങ്ങളിൽ സൗകര്യമുണ്ട്. ഇവിടെ കൃത്യമായും ഒരു സെൻസർബോർഡ് പോലെ സംഗ്രഹകർത്താക്കൾ നിലകൊള്ളും. വാല്മീകിരാമായണം വരേണ്യഭാഷയായ സംസ്കൃതത്തിലായത് അതിന്റെ ഗരിമ വർദ്ധിപ്പിച്ചതായി വിലയിരുത്തപ്പെടുന്നു. വേദഭാഷയായ സംസ്കൃതത്തിന് പുറത്ത് ഉത്തമസാഹിത്യം അസാധ്യമെന്ന് കരുതപ്പെട്ട കാലമുണ്ടായിരുന്നു. സാഹിത്യത്തിന്റെ മേന്മയുംഗുണവും നിർണ്ണയിച്ച് പ്രചാരംനൽകാനുള്ള അവസരവും അധികാരവും സംസ്കൃതപണ്ഡിതർക്ക് മാത്രമായിരുന്നു. എന്നാൽ സംസ്കൃതത്തിലുള്ള പിന്നീട് വന്ന എല്ലാ രാമായണങ്ങൾക്കും ഈ പ്രാധാന്യം ലഭിച്ചില്ല. വാല്മീകിരാമായണത്തിന്റെ അനുപമമായ ലാവണ്യവും സാഹിത്യമേന്മയും അവയ്ക്കൊന്നുമില്ലായിരുന്നു എന്നതാണതിന് കാരണം.

വിഷ്ണുഭക്തി പ്രചരിപ്പിക്കുന്ന കൃതിയെന്ന നിലയ്ക്കാണ് വാല്മീകി രാമായണം കൂടുതലും പ്രസിദ്ധമായത്. വൈഷ്ണവർ ഏറ്റെടുത്തില്ലായിരുന്നുവെങ്കിൽ പിന്നീടതിനെപ്പറ്റി സംസ്കൃതസാഹിത്യ വിദ്യാർത്ഥികളൊഴികെ മറ്റാരും കാര്യമായി പഠിക്കാനിടയില്ല. പക്ഷേ പിൽക്കാലത്ത് മതപ്രചാരകർക്കും വാത്മീകിരാമായണം അത്ര തൃപ്തികമല്ലാതായി. വൈഷ്ണവ-ശൈവ സംഘർഷം രൂക്ഷമായിരുന്ന കാലത്തായിരുന്നു വാത്മീകി രാമായണം കരുത്താർജ്ജിച്ചതെന്ന് കരുതപ്പെടുന്നു. കൂടുതൽ ഗംഭീരമായി അവരവരുടെ ദൈവത്തെ ചിത്രീകരിക്കാൻ ശിവപുരാണവും വിഷ്ണുപുരാണവും തമ്മിൽ മത്സരിച്ചിരുന്നു. ശിവനെതിരെ മഹാവിഷ്ണുവിന്റെ മാഹാത്മ്യം പ്രചരിപ്പിക്കാൻ രാമകഥ നല്ലരീതിയിൽ പ്രയോജനപ്പെടുമെന്ന് വൈഷ്ണവർ കണ്ടെത്തി. മഹാവിഷ്ണുവിന് ശാപം കിട്ടിയത് വിവരിക്കുന്ന അവതാരകഥയുൾപ്പടെയുള്ള ആദ്യഭാഗവും ഉത്തരകാണ്ഡം മുഴുവനും ആദ്യകാല വാല്മീകിരാമായണത്തിൽ ഇല്ലായിരുന്നുവെന്നും വിഷ്ണുഭക്തി പ്രചരിപ്പിക്കാനായി കാലാന്തരത്തിൽ കൂട്ടിചേർത്തവയാണവയെന്നും നിരീക്ഷിക്കപ്പെടുന്നുണ്ട്.

വാത്മീകിരാമായണത്തിന് ഉത്തരേന്ത്യയിൽ കിട്ടിയ പ്രചാരം പോലും ദക്ഷിണേന്ത്യയിൽ ലഭിച്ചിരുന്നില്ല. ശ്രീരാമൻ ആരാധനമൂർത്തിയോ ദൈവമോ അല്ലാത്ത കൃതികൾ ഒരു കാലത്തും ഏറെയൊന്നും പഠിക്കപ്പെട്ടിട്ടില്ല. രാമഭക്തി മുഖ്യ വിഷയമാക്കിയതായിരുന്നു തുളസീദാസിന്റെ രാമചരിതമാനസത്തിന്റെ പ്രശസ്തിക്ക് നിദാനം. മതവാദികൾക്ക് ആകർഷകമായി തോന്നിയവയും മതപ്രചാരത്തിന് സഹായകരവുമായ രാമായണങ്ങൾ മാത്രമാണ്

മുൻപന്തിയിലെത്തിയത്. അല്ലാത്തവ കേവലം ശുദ്ധസാഹിത്യകൃതികളും നാടോടിസാഹിത്യവുമായി മൂലയിലൊതുങ്ങി. ഭക്തിപ്രധാനമായ രാമായണങ്ങളാകട്ടെ വിശുദ്ധഗ്രന്ഥങ്ങളായി രൂപം മാറി, നിരവധി വ്യാഖ്യാനങ്ങളും കമന്ററികളും രചിക്കപ്പെട്ടു.

'വാത്മീകിരാമായണം' എഴുതിയതാര്?!

ലളിതമായ ഉത്തരം: വാത്മീകി. മറ്റൊരു ഉത്തരം നാരദൻ. വാത്മീകി രാമായണത്തിന്റെ അസ്സൽരൂപം കണ്ടെത്താനുള്ള അന്വേഷണങ്ങൾ ധാരാളമുണ്ടായിട്ടുണ്ട്. ബാലകാണ്ഡത്തിലെ ഒരു ഭാഗവും (മുഴുവനും?) ഏഴാം കാണ്ഡവും ('ഉത്തരകാണ്ഡം' ഉത്തരരാമയണം എന്നൊക്കെ അറിയപ്പെടുന്ന ഈ ഭാഗത്താണ് സീതയെ വനത്തിൽ ഉപേക്ഷിക്കുന്ന കഥയുള്ളത്)പ്രക്ഷിപ്തമാണെന്ന നിഗമനം ചരിത്രകാരൻമാർക്കിടയിൽ ശക്തമാണെന്ന് മുമ്പ് സൂചിപ്പിച്ചതോർക്കുക.

"ആദ്യത്തെയും അവസാനത്തേയും കാണ്ഡങ്ങൾ പിൽക്കാലത്ത് കൂട്ടിച്ചേർക്കപ്പെട്ടവയാണ്. മറ്റു ഭാഗങ്ങളുമായി തട്ടിച്ചുനോക്കുമ്പോൾ ശൈലിവ്യത്യാസവും വൈരുദ്ധ്യങ്ങളും ഈ ഭാഗങ്ങളിൽ വളരെ പ്രകടമാണ്. രണ്ടു മുതൽ ആറ് വരെയുള്ള ഗ്രന്ഥത്തിന്റെ സിംഹഭാഗവും രാമനെ ഒരു മാതൃകാപുരുഷനായി പരിചയപ്പെടുത്തുന്നു. പക്ഷേ ആദ്യ കാണ്ഡത്തിലും അവസാനകാണ്ഡത്തിലും രാമനെ വിഷ്ണുവിന്റെ അവതാരമായി മാറ്റിയിരിക്കുന്നു. അങ്ങനെ ഇതിഹാസം വൈഷ്ണവസാഹിത്യമായി രൂപാന്തരം പ്രാപിക്കുന്നു. ഗ്രീക്കുകാർ, ശകൻമാർ(Sakas),പാർത്ഥിയൻമാർ(Parthians)തുടങ്ങിയവരെ കുറിച്ചുള്ള പരാമർശങ്ങളിൽനിന്നും ഈ ഗ്രന്ഥം ബി.സി രണ്ടാം നൂറ്റാണ്ടിന് മുമ്പ് രചിക്കപ്പെട്ടതാകാൻ യാതൊരു സാധ്യതയുമില്ലെന്ന് തെളിയുന്നുണ്ട്" [The cultural Heritage of India, Vol. IV, The Religions, The Ramakrishna Mission, Institute of Culture]. രാമകൃഷ്ണമിഷൻ ഒരു മതവിരുദ്ധപ്രസ്ഥാനമല്ല. വാത്മീകി രാമായണം സംബന്ധിച്ച് പൊതുവിൽ പങ്കുവെക്കപ്പെടുന്ന ഒരു നിഗമനമാണ് ഇവിടെ സ്ഥാനംനേടിയിട്ടുള്ളത്.

വാത്മീകിരാമയണത്തിലെ ആദ്യത്തെയും (ബാലകാണ്ഡം) അവസാനത്തെയും കാണ്ഡങ്ങൾ രാമനെ വിഷ്ണുവുമായി ആയാസപ്പെട്ട് ബന്ധിപ്പിക്കുന്നവയാണ് എന്നതിൽ തർക്കമുണ്ടാകാനിടയില്ല. നാരദനെ കഥയിലേക്ക് കുത്തിത്തിരുകുന്നതും നാരദൻ-വാത്മീകി ചർച്ചയുമൊക്കെ കൃത്രിമമായി ഒട്ടിച്ചുവെച്ച പ്രതീതിയുളവാകുന്നുണ്ട്. നിലവിലുള്ള രൂപത്തിൽ രാമായണകഥ യഥാർത്ഥത്തിൽ വിഷ്ണുഭക്തനായ നാരദന്റേതാണെന്ന് (അതുവഴി വിഷ്ണുവിന്റെ)ധ്വനിപ്പിക്കുകയും മൊത്തം കാര്യങ്ങൾ വിഷ്ണുകൃപയാൽ നടക്കുന്നുവെന്ന് വരുത്തി

തീർക്കുകയും ചെയ്യുന്നു. വാത്മീകിയാകട്ടെ നാരദനിൽനിന്ന് കഥ ചോർത്തിയെടുത്ത് വൃത്തനിബദ്ധമായി ശ്ളാകരൂപത്തിൽ കഥ പരത്തിപ്പറയുന്ന ജോലി ചെയ്യുന്ന ഒരു കവി മാത്രം!

വാത്മീകി രാമായണത്തിന്റെ ആരംഭമിങ്ങനെ: വിഷ്ണുഭക്തനായ നാരദൻ വാത്മീകി മഹർഷിയുടെ ആശ്രമത്തിലെത്തുന്നു. അവിടെ വെച്ച് പുരുഷോത്തമനായ രാമനെ കേന്ദ്രീകരിച്ച് രാമയണകാവ്യം രചിക്കേണ്ട കടമ നിർവഹിക്കണമെന്ന് നാരദൻ വാത്മീകിയെ ഉദ്ബോധിപ്പിക്കുന്നു. തുടർന്നുള്ള സംഭാഷണത്തിൽ നാരദൻ രാമന്റെ ഗുണഗണങ്ങൾ വാഴ്ത്തുന്നു. ഈ സംഭാഷണത്തിൽനിന്നും രാമനെക്കുറിച്ചുള്ള രചനയ്ക്ക് ആവശ്യമായ വിശദാംശങ്ങൾ വാത്മീകി ശേഖരിക്കുന്നു. വാത്മീകി രാമനെക്കുറിച്ചുള്ള ചോദ്യങ്ങൾ നാരദനോട് ചോദിക്കുന്ന രൂപത്തിലാണ് കാവ്യാരംഭം. പിന്നങ്ങോട്ട് നാരദൻ രാമന്റെ കഥ പറയുകയാണ്. രാമയണത്തിന്റെ ഇതിവൃത്തത്തിന്റെ രൂപരേഖയാണത്. അതായത് കഥാസംഗ്രഹം കാവ്യാരംഭത്തിൽ തന്നെ നൽകപ്പെട്ടിരിക്കുന്നു. പിന്നീട് കഥ പരത്തിപറയുക എന്ന ജോലി മാത്രമാണ് വാത്മീകി നിർവഹിക്കുന്നത്.

അതായത് കഥ നാരദൻ-തിരക്കഥ വാത്മീകി. നാരദൻ വാത്മീകിക്ക് പറഞ്ഞുകൊടുക്കുന്ന രാമയണം 'സംക്ഷേപ രാമായണം' ('ബാലരാമായണം')എന്നറിയപ്പെടുന്നു. ദീർഘജീവിതത്തിനും രാമന്റെ വ്യക്തിഗുണങ്ങൾ ആർജ്ജിക്കാനും ചെറുപ്പക്കാർ ഈ ഭാഗം പാരായണം ചെയ്താൽ മതിയത്രെ. നാരദരാമായണം അലസഭക്തരെ വല്ലാതെ കൊതിപ്പിക്കും. സംഗ്രഹം പരായണം ചെയ്താൽ സർവനേട്ടങ്ങളും കിട്ടുമെങ്കിൽ മുഴുവൻ കുത്തിയിരുന്ന് പരായണം ചെയ്യേണ്ട കാര്യമില്ലല്ലോ.'വാത്മീകിരാമായണം' തുടങ്ങുന്ന ബാലകാണ്ഡത്തിലെ ആദ്യ ശ്ളോകമിതാണ്:

tapah svaadhyaaya nirataam tapasvii vaagvidaam varam

naaradam paripapraccha vaalmiikih muni pu.mgavam(1-1-1)

വിവേകിയായ മധ്യസ്ഥനും സത്യാസത്യങ്ങൾ സംബന്ധിച്ച വിശിഷ്ടഗ്രന്ഥങ്ങളിൽ അഗാധ പണ്ഡിതനും വിശിഷ്ടചിന്തകനും വൈദഗ്ധ്യമുള്ള വിവരസ്രോതസ്സുകളിൽ ഏറ്റവും ഉദാത്ത നിലവാരമുള്ളവനുമാണ് നാരദൻ. അങ്ങനെയുള്ള വിശിഷ്ടമഹർഷി നാരദനോട് മഹർഷി വാത്മീകി രൂപത്തിലും ഗുണത്തിലും എല്ലാത്തരം മികച്ച ശേഷികൾക്കും ഉടമ ആയിത്തീർന്ന മനുഷ്യനെ കുറിച്ചുള്ള വിവരം ആരായുന്നു.....എന്നാണ് ബാലകാണ്ഡത്തിന്റെ പറയുന്നത്. ഇവിടെ വാത്മീകി രാമായണകഥ നാരദനിൽനിന്ന് പുറത്തുകൊണ്ടുവന്നു എന്ന് എഴുതുന്നത് ആരാണ്?! വാത്മീകി തന്നെയോ? അള്ളാഹ

വലിയവനാണ്, അള്ളാഹ് കരുണാമയനാണ് എന്നൊക്കെ കുർ-ആനിൽ അള്ളാഹ് തന്നെ പറഞ്ഞു തളരുന്നതിന് സമാനമല്ലേയിത്? താൻ നാരദനുമായി നടത്തിയ സംഭാഷണത്തിലൂടെയാണ് രാമായണരചനയിലേക്ക് പോയതെങ്കിൽ നാരദൻ എന്നെ സന്ദർശിച്ചു എന്നു തന്നെയാണ് വാത്മീകി പറഞ്ഞു തുടങ്ങേണ്ടത്. അതാണ് സാധാരണനിലയിൽ സംഭവിക്കുക. നാരദമഹർഷി വന്ന് വാത്മീകിയെ സന്ദർശിച്ചു എന്ന് വാത്മീകി എഴുതുമെന്ന് പറയുന്നതിൽ അംഭംഗിയുണ്ട്.

വാല്മീകിയുടെ രാമൻ അവതാരമല്ല; ഒരു മാതൃകാ ഭരണാധികാരി മാത്രം-എന്ന വാദം തൽക്കാലം മാറ്റിവെച്ച് വാത്മീകി രാമായണത്തെ ഇന്നത്തെ നിലയ്ക്ക് മാത്രം സമീപിക്കാം. രാമൻ മഹാവിഷ്ണുവിന്റെ അവതാരമായി അവതരിപ്പിക്കപ്പെടുന്നത് രാമായണരചനയ്ക്ക് ശേഷമാണെന്ന കാര്യത്തിൽ ഒരുപക്ഷേ തർക്കമുണ്ടാവില്ല. 'രാമചരിതമാനസ'ത്തിന് ശേഷമാണ് രാമഭക്തി ഉത്തരേന്ത്യയിൽ ശക്തിപ്പെടുന്നത്. രാമായണം പഴയതാണെങ്കിലും ശ്രീരാമൻ ഒരു ആധുനികദൈവമാണെന്ന് പറയാം. ദൈവങ്ങളെ ഉയർത്തി കൊണ്ടുവരാൻ ഭക്തരുടെ ഭാഗത്തുനിന്നും ആസൂത്രിതശ്രമം ആവശ്യമാണെന്നതിൽ തർക്കമില്ല. വേദകാലത്ത് ഏറ്റവും പ്രബലനായിരുന്ന ഇന്ദ്രൻ പിൽക്കാലത്ത് പൂർണ്ണമായും തരംതാഴ്ത്തപ്പെട്ടത് ഇപ്പറഞ്ഞതിന് ഉദാഹരണമാണ്. വിഷ്ണുവും ശിവനും ഉൾപ്പെടയുള്ള ദൈവങ്ങൾപോലും തപസ്സ് ചെയ്ത് പ്രീതിപ്പെടുത്തുന്ന പ്രപഞ്ചമൂർത്തിയാണ് ബ്രഹ്മാവ്. വരംനൽകുന്ന കാര്യത്തിലും ഉജ്ജ്വല റെക്കോഡാണ് അദ്ദേഹത്തിനുള്ളത്. പക്ഷേ ആധുനികകാലത്ത് ബ്രഹ്മാവിനെ ഭക്തർക്കു വേണ്ടാതായി. ക്ഷേത്രങ്ങളും ആരാധനയുമില്ലാതെ ഈ പ്രബലദൈവം അമർചിത്രകഥ താളുകളിലേക്ക് ഒതുക്കപ്പെട്ടിരിക്കുന്നു! ബലരാമൻ ഉൾപ്പെടെയുള്ള വിഷ്ണുവിന്റെ പല അവതാരങ്ങൾക്കും ഇന്നും വേണ്ടത്ര പ്രചാരമില്ല. കാലാന്തരത്തിൽ നിരന്തരം സംഭവിക്കുന്ന ഈ 'ദൈവങ്ങളുടെ തെരഞ്ഞെടുപ്പ്' അത്യന്തം കൗതുകമുണർത്തുന്ന ഒരു സാമൂഹികപ്രക്രിയയാണ്.

രാമനെ ദൈവമായി ആസൂത്രിതമായി ഉയർത്തികൊണ്ട് വരുന്നതിൽ കഴിഞ്ഞ 100 വർഷങ്ങൾക്ക് നിർണ്ണായക പ്രാധാന്യമുണ്ട്. രാഷ്ട്രപിതാവായ മഹാത്മാഗാന്ധി ഇതിൽ വഹിച്ച പങ്ക് നിസ്തുലമാണ്. എൺപതുകളുടെ അവസാനമായപ്പോഴേക്കും രാജ്യം ആരു ഭരിക്കണമെന്ന് നിശ്ചയിക്കുന്ന ശക്തിയായി ശ്രീരാമൻ മാറി! ഉത്തരേന്ത്യൻ ഹിന്ദുക്കൾ തമ്മിൽ കാണുമ്പോൾ നടത്തുന്ന 'റാം റാം'സംബോധനകൾക്ക് വലിയ പഴക്കമില്ല. എൽ.കെ.അദ്വാനിയെ

ആധുനികകാലത്ത് രാമന്റെ ദൈവികപദവി ഊട്ടിയുറപ്പിച്ച നേതാവായി പരിഗണിക്കണം. പക്ഷേ രാമനെ ഇന്നുകാണുന്ന രീതിയിൽ പ്രബലദൈവമാക്കിയവരിൽ പ്രഥമസ്ഥാനം രാമാനന്ദ് സാഗർ എന്ന ടെലിസീരിയൽ സംവിധായകനാണ്.

രാമാനന്ദ സാഗരം

രാമഭക്തി പണ്ടേയുള്ളതാണെങ്കിലും ശ്രീരാമനെ ഹിന്ദിമേഖലയിൽ കൂടുതൽ പ്രിയങ്കരനാക്കിയത് രാമാനന്ദസാഗറിന്റെ രാമായണം എന്ന ടെലിവിഷൻ സീരിയലാണല്ലോ. വാല്മീകി രാമായണം ഒരു ശതമാനം ഭക്തൻമാർ പോലും പൂർണ്ണമായും വായിച്ചിരിക്കാനിടയില്ല. തുളസിദാസിന്റെ രാമചരിതമാനസമായിരുന്നു രാമാനന്ദസാഗറിനും പഥ്യം. കേട്ട് മാത്രം പരിചയമുള്ള കഥകൾ ആദ്യമായി ദൃശ്യമാധ്യമത്തിൽ പ്രത്യക്ഷപ്പെട്ടപ്പോൾ അന്ധമായ ആവേശമാണ് രാമഭക്തർ കാണിച്ചത്; ഉത്തരേന്ത്യയിൽ പ്രത്യേകിച്ചും. രാമനും സീതയുമൊക്കെ ജീവനോടെ മുന്നിൽവന്ന് നില്ക്കാൻ തുടങ്ങിയതോടെ ജനം അക്ഷരാർത്ഥത്തിൽ അന്തംവിട്ടു. രാമഭക്തി നൂറിരട്ടിയിലധികം സജീവമായതായി അക്കാലത്ത് മാധ്യമ സർവെകൾ വ്യക്തമാക്കിയിരുന്നു. നിരക്ഷരരായ ഉത്തരേന്ത്യൻ ജനതയ്ക്ക് മുന്നിൽ ടെലിരാമായണം വൈകാരികവിപ്ളവം തന്നെ അഴിച്ചു വിട്ടു. രാമായണം എഴുതിയത് രാമാനന്ദസാഗറാണെന്ന് എഴുതിവെച്ച വിദ്യാർത്ഥിയും അതിന് മാർക്കിട്ടു കൊടുത്തനുഗ്രഹിച്ച അദ്ധ്യാപികയും അക്കാലത്ത് ദേശീയതലത്തിൽ മാധ്യമശ്രദ്ധ നേടി. ഞായറാഴ്ച രാവിലെ രാമായണം സീരിയൽ പ്രദർശിപ്പിക്കുന്ന ടെലിവിഷന് മുന്നിൽ പൂജകളും ആരതിയുമൊക്കെ നിരത്തിയാണ് ജനം കാത്തിരുന്നത്. സംപ്രേഷണസമയത്ത് വൈദ്യുതി പോയെന്നാരോപിച്ച് ജനം നിരവധി സ്ഥലങ്ങളിൽ ഇലക്ട്രിസിറ്റി ഓഫീസ് അടിച്ച് തകർക്കുകയും ലൈൻമാൻമാരെ തല്ലികൊല്ലുകയും ചെയ്തു. വൈദ്യുതി പോകാതിരിക്കാനുള്ള സ്പെഷ്യൽപൂജകൾ ശനിയാഴ്ചകളിൽ നടത്തപ്പെട്ടുമായിരുന്നുവത്രെ. രാമ-രാവണ യുദ്ധം പ്രാക്ടീസ് ചെയ്ത് കണ്ണ് നഷ്ടപ്പെട്ട കുട്ടികളുടെ ദുരന്തകഥ വേറെ. അവസാനം കളി മതിയാക്കാൻ രാമാനന്ദസാഗർ തന്നെ ടെലി-സ്ക്രീനിൽ നേരിട്ട് പ്രത്യക്ഷപ്പെട്ട് നിറകണ്ണുകളോടെ അഭ്യർത്ഥിച്ചു.

ജനം സാക്ഷാൽ ശ്രീരാമചന്ദ്രനെ ദിനവും നേരിൽകാണുന്നതായി സങ്കൽപ്പിച്ചു. ആദ്യം വ്യക്തമായ സ്ക്രിപ്റ്റും നിശ്ചിതമായ എപ്പിസോഡുകളുമായി തുടങ്ങിയ സീരിയൽ പിന്നീട് റബ്ബർപോലെ വലിയാൻ തുടങ്ങിയെന്ന് മാത്രമല്ല നിറുത്താനേ പറ്റില്ലെന്ന അവസ്ഥയിലുമായി. രാമന്റേയും സീതയുടേയും വേഷം ചെയ്ത അരുൺ

ഗോവിൽ, ദീപിക ചിക്‌ലിയ തുടങ്ങിയ രണ്ടാംനിര അഭിനേതാക്കളുടെ ജീവിതംതന്നെ കീഴ്മേൽ മറിയുകയായിരുന്നു. ആരാധന കൊണ്ട് ശ്വാസംമുട്ടുന്ന അവസ്ഥ. സീരിയലിലെ വേഷത്തിന് വിരുദ്ധമായി ഒന്നും ചെയ്യാനും പറയാനും പ്രവർത്തിക്കാനും വയ്യാത്ത സ്ഥിതിവിശേഷം. തൊണ്ണൂറ് കഴിഞ്ഞ വൃദ്ധൻമാർ വരെ ദീപികയുടെ പാദങ്ങളിൽ വീണ് നമസ്കരിച്ചു. അതിനിടെ ഒരിക്കൽ ജീൻസും ടോപ്പുമിട്ട് ഒരു ഷോപ്പിംഗ് കോംപ്ളക്സിൽ പ്രത്യക്ഷപ്പെട്ട ദീപിക ശരിക്കും വിവരമറിഞ്ഞു. പുറത്തിറങ്ങാൻ അവർക്ക് അവിടെ വെച്ച് അടുത്ത തുണിക്കടയിൽനിന്നും സീതവേഷം സംഘടിപ്പിച്ച് ധരിക്കേണ്ടി വന്നു!

രാമായണസീരിയലിൽ വരുന്നതിന് മുമ്പ് രണ്ടാംനിര ഹിന്ദി-മറാത്തി സിനിമകളിൽ ചെയ്ത ഗ്ളാമർവേഷങ്ങൾ ദീപികയ്ക്ക് വലിയ വിനയായി. അത്തരം പടം പ്രദർശിപ്പിച്ച ഒരു തീയേറ്റർ ജനം കത്തിക്കുകകൂടി ചെയ്തതോടെ ഒരു സാധാരണ സ്ത്രീയെന്ന നിലയിലുള്ള എല്ലാ അവകാശങ്ങളും അവർക്കന്യമായി. പിന്നീട് ഗുജറാത്തിൽ നിന്നും ബി.ജെ.പി. ടിക്കറ്റിൽ എം.പി-യായി കനത്ത ഭൂരിപക്ഷത്തിൽ തെരഞ്ഞെടുക്കപ്പെട്ടപ്പോഴാണ് ദീപികയ്ക്ക് സീതയുടെ ശക്തി ശരിക്കും മനസ്സിലായത്. അതും മൂന്ന് തവണ! ഇലക്ഷൻ പ്രചരണപരിപാടികളിലൊക്കെ ടി.വി-യും രാമായണവും പ്രദർശിപ്പിച്ച് അതിന് മുന്നിൽ ചന്ദനത്തിരിയും കൊളുത്തി വെച്ചുകൊണ്ടിരുന്നതിനാൽ രാഷ്ട്രീയം അങ്ങാടിയോ പച്ചമരുന്നോ എന്നറിയാത്ത ദീപികയ്ക്ക് വലിയ ആശ്വാസമായെന്ന് രാഷ്ട്രീയ എതിരാളികൾ.

പൊതുയോഗങ്ങളിൽ മാത്രമല്ല പിന്നീട് പാർലമെന്റിൽ ചെന്നിട്ടും അധികം പ്രസംഗിച്ച് ബുദ്ധിമുട്ടേണ്ട ഗതികേട് ദീപികയ്ക്കുണ്ടായില്ല. 'പാർലമെന്റിൽ നാളെ സീത പ്രസംഗിക്കും'-എന്നായിരുന്നു ഒരു ഇംഗ്ളീഷ് പത്രത്തിൽ അവരുടെ കന്നിപ്രസംഗം സംബന്ധിച്ച വാർത്തയുടെ തലക്കെട്ട്. രാമായണ സീരിയലിന്റെ സംവിധായകനായ രാമാനന്ദ് സാഗറിനെ ബി.ജെ.പി പിന്നീട് രാജ്യസഭാ എം.പി.യാക്കി. അരുൺ ഗോവിലുൾപ്പടെയുള്ള മറ്റ് കലാകാരൻമാർ കുറേനാൾ പ്രശസ്തിയിൽ നിന്നശേഷം വിസ്മൃതമായി. ഇന്ന് നാസയുടെ ചിത്രങ്ങൾ കൊണ്ട് സൃഷ്ടിക്കാൻ ശ്രമിക്കുന്നതും ഇതേ രീതിയിലുള്ള 'സാംസ്കാരിക'വിപ്ളവവും ഭക്തിതിമിരവുമാണ്. ചക്ക വീണ്ടും വെട്ടിയിടുകയാണ്. ചരിത്രപരമായി നോക്കിയാൽ മുയൽ സദാ തയ്യാറാണ്. പക്ഷേ ചക്കയും മുയലും തയ്യാറായിരുന്നാലും മുയലിന്റെ തലയിൽതന്നെ ചക്ക കൃത്യമായി വീഴുക എന്നത് ഒരു കാലത്തും അത്ര എളുപ്പമായിരുന്നില്ല.

അവതാരദൈവമെന്ന നിലയിൽ ശ്രീകൃഷ്ണനുള്ള ചില

'ന്യൂനത'കളാണ് രാമന്റെ സാധ്യതകൾ വർദ്ധിപ്പിക്കാനിടയാക്കിയതെന്നൊരു നിരീക്ഷണവുമുണ്ട്. അന്യന്റെ ഭാര്യയായ രാധയുൾപ്പടെ നിരവധി ഭർത്തൃമതികളായ ഗോപസ്ത്രീകളുമായി നിയന്ത്രണമില്ലാതെ രമിച്ചു നടക്കുന്നതും സുഭദ്രാപഹരണം, ജരാസന്ധവധം, കുരുക്ഷേത്രയുദ്ധത്തിൽ സ്വീകരിക്കുന്ന ചതിപ്രയോഗങ്ങൾ തുടങ്ങിയവയൊക്കെ വൈഷ്ണവ പണ്ഡിതർ പല രീതിയിൽ ന്യായീകരിക്കുന്നുവെങ്കിലും ധർമ്മോദാരനും സദാചാരനിഷ്ഠനുമായ ഒരുത്തമ പുരുഷദൈവമെന്ന നിലയിൽ കൃഷ്ണനേക്കാൾ മേൻമ രാമനാണെന്നാണ് സങ്കൽപ്പം. ശിവഭക്തനായിരുന്ന രാവണനെ നിഗ്രഹിക്കുക വഴി ശൈവമതത്തിനെതിരെ വൈഷ്ണവർ നേടിയ വിജയമായും രാമായണം ചിത്രീകരിക്കപ്പെട്ടു. ശിവന്റെ വിശേഷപ്പെട്ട വില്ലായ ത്ര്യയംബകം നിസ്സാരമായി കുലയ്ക്കുകയും ഒടിക്കുകയും ചെയ്യുന്ന വിഷ്ണുവിന്റെ അവതാരമായ രാമൻ വൈഷ്ണവർക്ക് പ്രിയപ്പെട്ടവനായതിൽ അതിശയമില്ലല്ലോ.

ശിവനൊഴികെ മറ്റുള്ള മുഖ്യ ആരാധനമൂർത്തികളെയെല്ലാം കഥകൾ ചമച്ച് വിഷ്ണുവിന്റെ അവതാരമാക്കുന്ന വൈഷ്ണവബുദ്ധി പലപ്പോഴും ശൈവരുടെ കടുത്ത പരിഹാസം ക്ഷണിച്ച് വരുത്തിയിട്ടുണ്ട്. പിൽക്കാലത്ത് രാമഭക്തിക്കുണ്ടായ വളർച്ചയുമായി താരതമ്യം ചെയ്യുമ്പോൾ ഭാരതത്തിൽ രാമക്ഷേത്രങ്ങളുടെ എണ്ണം തീരെ കുറവാണ്. കേരളത്തിലും സ്ഥിതിയും ഒട്ടും ഭിന്നമല്ല. ശിവന്റേയും ശ്രീകൃഷ്ണന്റേയും ആരാധനാലയങ്ങളാണ് എണ്ണത്തിൽ വളരെ കൂടുതൽ. തിരുവങ്ങാട്(തലശ്ശേരി), രാമപുരം(മലപ്പുറം), തൃപ്പയാർ(തൃശ്ശൂർ), തിരുവില്വാമല എന്നിവിടങ്ങളിലാണ് കേരളത്തിലെ പ്രധാന രാമക്ഷേത്രങ്ങളുള്ളത്. പക്ഷേ ഇവിടെയെല്ലാം തന്നെ ആദ്യകാലത്ത് ശാസ്താവിന്റേയും ഭഗവതിയുടേയും പ്രതിഷ്ഠകളായിരുന്നുവെന്നും 14-ാം നൂറ്റാണ്ടിന് ശേഷമാണ് രാമപ്രതിഷ്ഠ നടത്തിയതെന്നും വിലയിരുത്തപ്പെടുന്നു. രാമായണത്തിലെ ഭരതനെ പ്രതിഷ്ഠിച്ചുവെന്ന് പറയപ്പെടുന്ന കൂടൽമാണിക്യക്ഷേത്രം(ഇരിങ്ങാലക്കുട) പണ്ട് ഭരതമുനി എന്ന ജൈനമുനിയുടെ ആസ്ഥാനമായിരുന്നുവെന്നതിന് തെളിവുകളുണ്ട്. ശിവനെതിരെ വൈഷ്ണവർ ആദ്യകാലത്ത് കൂടുതൽ പ്രാധാന്യത്തോട ഉയർത്തി കൊണ്ടുവന്നത് ശ്രീകൃഷ്ണനെയായിരുന്നു എന്നതിന്റെ സൂചനയാണിതില്ലാം.

രാമ മാഹാത്മ്യം

രാമഭക്തൻമാർക്ക് രാമൻ കേവലം കഥാനായകനല്ല. ഉന്നതവും ഉദാത്തവുമായ മനുഷ്യഗുണങ്ങളുടെ മൂർത്തിമദ്ഭാവമായ രാമൻ മഹാവിഷ്ണുവിന്റെ അവതാരമാണ്. രാമമഹാത്മ്യത്തെപ്പറ്റി അവർ ഏറെ വാചാലരാകും. ദൈവമായിരുന്നിട്ടുകൂടി മനുഷ്യനെപ്പോലെ ജീവിച്ച

മഹാത്മാവാണദ്ദേഹം. പിതാവിന്റെ വാക്ക് പാലിക്കാനായി സ്ഥാനത്യാഗം ചെയ്യുകയും ദുഷ്കരമായ വനവാസം പരാതികളില്ലാതെ പൂർത്തിയാക്കുകയും ചെയ്യുന്ന ഉത്തമനായ മകൻ. രാമൻ ഭാരതസ്ത്രീകളുടെ പ്രിയപ്പെട്ട ആരാധനമൂർത്തിയാണ്. ഭാര്യയുടെ അഭിമാനവും പരിശുദ്ധിയും സംരക്ഷിക്കാനായി ഏതറ്റംവരെ പോകാനും തയ്യാറാകുന്ന മാതൃകാ ഭർത്താവ് എന്ന നിലയ്ക്കാണിത്. സഹോദരൻ എന്ന നിലയിലും രാജാവെന്നനിലയിലും ഇത്രയധികം സ്നേഹിക്കപ്പെടുകയും ആരാധിക്കപ്പെടുകയും ചെയ്യുന്ന മറ്റൊരു വ്യക്തിയെ നമുക്ക് പുരാണങ്ങളിലോ ഇതിഹാസങ്ങളിലോ കാണാനാവില്ല. ഒരിക്കലും പതറാത്ത വിനയവും ആദർശശുദ്ധിയുമാണ് രാമന്റെ ആയുധങ്ങൾ. പരശുരാമനുമായുള്ള സംവാദത്തിൽ അഹംഭാവഹീനമായ അദ്ദേഹത്തിന്റെ തിളക്കമാർന്ന വ്യക്തിത്വം സ്ഫടികം പോലെ തിളങ്ങുന്നു. വിട്ടുവീഴ്ചയില്ലാത്ത സത്യസന്ധതയും ത്യാഗമനോഭാവവും അതിന് മാറ്റ് കൂട്ടുന്നതായി കാണാം. അദ്ദേഹത്തിന്റെ പാദസ്പർശം പോലും ജന്മാന്തരപുണ്യം കൊണ്ടുവരും. ശ്രീരാമനിലെ ധർമ്മ-താപസ -ഭരണാധികാരിയാണ് പലരേയും ആകർഷിക്കുന്നത്. ഒരു പുരുഷായുസ്സിൽ ഇത്രയേറെ വൈവിധ്യമാർന്ന ഒരു ജീവിതം മറ്റാർക്കുമില്ല. രാമനുംസീതയും എന്നും ഭാരതീയർക്ക് മാതൃകാ ദമ്പതികളാണ്. സീതയോടുള്ള അദ്ദേഹത്തിന്റെ സ്നേഹവും ആദരവും ആർഷഭാരതസംസ്കാരത്തിലെ എല്ലാ ഗുണങ്ങളും ഒത്തുചേർന്ന ഭർത്താവായി രാമനെ മാറ്റുന്നുണ്ട്. എന്തുകൊണ്ടാണ് സ്വന്തം ബന്ധുക്കളും ജനങ്ങളും രാമനെ ഇത്രയധികം പ്രിയപ്പെട്ടവനായി കാണുന്നത്? മറ്റാരോടും കാട്ടാത്ത സ്നേഹം വാരികോരി ചൊരിയുന്നത്? അദ്ദേഹത്തിന്റെ സ്വാഭാവമഹിമയിലും ആദർശശുദ്ധിയിലുമുണ്ട് അതിന്റെ ഉത്തരം. ജീവിതത്തിലെ വിവിധ ഘട്ടങ്ങളിൽ ഭിന്നവേഷങ്ങൾ ആദരവുളവാക്കുന്ന രീതിയിലാണദ്ദേഹം കൈകാര്യം ചെയ്യുന്നത്. രാജാവ് എന്ന നിലയിൽ പ്രജാഹിതത്തിന് പ്രഥമ പരിഗണന കൊടുക്കുന്ന രാമൻ അതിൽനിന്നുളവാകുന്ന സ്വകാര്യദു:ഖങ്ങളെ ഋഷിതുല്യമായ നിസ്സംഗതയോടെ സ്വീകരിക്കുന്നു. രാജ്യം വ്യക്തിയെക്കാൾ പ്രധാനമാണെന്ന് സ്ഥാപിച്ച ആദ്യത്തെ ഭരണാധികാരിയാണ് ശ്രീരാമൻ.

ആശ്രമവ്യവസ്ഥിതിയെ അലോങ്കോലപ്പെടുത്തുന്ന രാക്ഷസവർഗ്ഗത്തിന് മേൽ ഇടിവാൾ പോലെയാണ് രാമഖഡ്ഗം പതിക്കുന്നത്. നരനും ഈശ്വരനുമായുള്ള പാലംപണിയുന്ന യാഗഹോമാദികളും യജ്ഞകർമ്മാദികളും സംരക്ഷിക്കുന്ന കാര്യത്തിൽ യാതൊരു വിട്ടുവീഴ്ചയ്ക്കും അദ്ദേഹം തയ്യാറല്ല. ധർമ്മത്തിന് ഗ്ളാനി സംഭവിക്കുമ്പോൾ ക്രുദ്ധനാകുന്ന രാമൻ മറ്റെല്ലായ്പ്പോഴും ദയയുടേയും കരുണയുടേയും മഹാവാരിധിയായി നിലകൊള്ളുന്നുണ്ട്. നേരിട്ടുള്ള യുദ്ധത്തിൽ

പൂർണ്ണമായും പരാജയപ്പെടുത്തിയിട്ടും നേരം വൈകിയതിനാൽ അദ്ദേഹം രാവണനെ വധിക്കുന്നില്ല. നിസ്സാരമായി വധിക്കാമായിരുന്നിട്ടും യുദ്ധനീതികൾ പാലിക്കുന്ന അദ്ദേഹം പിറ്റേന്ന് വീണ്ടും യുദ്ധം ചെയ്യാനായി ക്ഷീണിതനും അപമാനിതനുമായ രാവണന് ജീവൻ ദാനമായി നൽകുകയാണ് ചെയ്യുന്നത്. ഹനുമാനേപോലുള്ള ഭക്തർക്ക് രാമനാമം എത്രതവണ ഉച്ചരിച്ചാലും മതിവരില്ല. ആജീവനാന്തം ഭക്തനായിരിക്കാൻ അനുഗ്രഹിക്കണമേ എന്ന ഒരൊറ്റ ആഗ്രഹമാണ് വാനരവീരനായ ഹനുമാൻ പ്രകടിപ്പിക്കുന്നത്. ആപത്തിൽപ്പെടുന്ന സഖാവിന് രാമൻ എന്നും ആശ്രയിക്കാവുന്നവനാണ്. യാഗവിരോധിയായ രാവണനെ വധിക്കുന്ന, വിഭീഷണനിലെ ഭക്തിയും നൈർമല്യവും തിരിച്ചറിഞ്ഞ് അദ്ദേഹത്തിനെ ലങ്കാധിപതിയായി വാഴിക്കുന്ന രാമൻ യാഥാർത്ഥത്തിൽ ലങ്കയിൽ ധർമ്മം പുന:സ്ഥാപിക്കുകയാണ്. രാമൻ ചെയ്യുന്നുവെന്ന് നമുക്ക് തോന്നുന്ന ചില തെറ്റുകൾപോലും വിധിവിഹിതമായി സംഭവിക്കുന്നതത്രെ. രാമശിക്ഷ അനുഭവിക്കുന്നവരൊക്കെ മുജ്ജന്മപാപത്തിന്റെ പിഴയാണൊടുക്കുന്നതെന്ന് സൂക്ഷ്മദർശനത്തിൽ കാണാനാവും. രാമപാദം പൂകാൻ കഴിയുന്നതിലും മഹത്തരമായി ഒരു രാമഭക്തന് മറ്റൊന്നുമില്ല. ഭക്തിയുടെ കുഴലിലൂടെ രാമനെ വിലയിരുത്തുന്ന ഏതൊരു രാമഭക്തനും അനുഭവവേദ്യമാകുന്ന വികാര-വിചാരഗതികൾ അനിർവചനീയമായ ആനന്ദത്തെക്കുറിക്കുന്നു.

രാമായണത്തിലൂടെ രാമനെ വിലയിരുത്താമോ?

'ഒളിച്ചുനിന്നു ബാലിയെ തിളച്ചയമ്പിനാൽ കൊല കഴിച്ച രാഘവാ മുകുന്ദ രാമ പാഹിമാം'-ബാല്യത്തിൽ സന്ധ്യാനാമവേളയിൽ തൊണ്ടയിൽ കുരുങ്ങിയ വരികൾ ! മതസാഹിത്യം ആധാരമാക്കി മതത്തെ പഠിക്കുന്നത് യുക്തിസഹമല്ല. പക്ഷേ തെളിവിനും സാധൂകരണത്തിനുമായി മതവാദികൾ അവ മാത്രം ഉന്നയിക്കുന്നതിനാൽ നിഷ്പക്ഷ വിമർശകർക്കും വേറെ വഴിയില്ല. മതഗ്രന്ഥങ്ങൾ അതാത് മതദൈവത്തിന്റെ പ്രചരണ സാഹിത്യമാകുന്നു. അവ മതദൈവത്തെ ഏകപക്ഷീയമായി പുകഴ്ത്തുകയും ന്യൂനതകൾ അവഗണിക്കുകയുമാണ് ചെയ്യുക. അതിശയോക്തി കലർന്ന സംഭവങ്ങളും പ്രവർത്തികളും അവതരിപ്പിച്ച് സ്വന്തം ദൈവത്തിന്റെ കീർത്തി വർദ്ധിപ്പിക്കുക എന്നത് മതസാഹിത്യത്തിന്റെ പൊതുസ്വഭാവമാണ്. അവിടെ പ്രപഞ്ചനാഥനായിട്ടും ശ്രേഷ്ഠഗുണങ്ങളുടെ വിളനിലമായിട്ടുമൊക്കെ മതദൈവം നിലകൊള്ളും. രാമായണം മതസാഹിത്യമാകുമ്പോഴും അതൊക്കെ സംഭവിക്കുന്നുണ്ട്. ആ നിലയ്ക്ക്, രാമായണം ഉയർത്തികാട്ടി രാമന്റെ മഹത്വം വിലയിരുത്തുന്നതിൽ തീർച്ചയായും പാളിച്ചയുണ്ട്.

പക്ഷേ രാമായണത്തിലൂടെയല്ലാതെ രാമനെ അറിയാനോ വിലയിരു ത്താനോ സാധ്യവുമല്ല. ബൈബിൾ, ഖുർ-ആൻ എന്നിവയെപ്പോലെ മതപ്രചരണത്തിനായിവേണ്ടി കൃത്യമായി ആസൂത്രണം ചെയ്യപ്പെട്ട കൃതിയല്ല രാമയണം. മതപ്രചരണം മാത്രമാണ് ഉദ്ദേശിച്ചിരുന്നതെ ങ്കിൽ രാമായണം ഇങ്ങനെയാകുമായിരുന്നില്ല. ഭാരതത്തിലെ ഇതി ഹാസങ്ങളും ഹിന്ദുപുരാണങ്ങളും തമ്മിൽ താരതമ്യംചെയ്ത് പഠിക്കുന്ന ആർക്കുമിത് പെട്ടെന്ന് ബോധ്യപ്പെടും.

ഇതിഹാസങ്ങളായ രാമായണത്തിനും മഹാഭാരതത്തിലും സാഹിത്യകൃതിയെന്ന നിലയിൽ ജനത്തെ ഹദാകർഷിക്കാൻ കഴി ഞ്ഞിരുന്നു. ഈ ജനപ്രിയത മനസ്സിലാക്കി അവയിൽ അടങ്ങിയിട്ടുള്ള മതപ്രചരണ സാധ്യതകൾ മുതലാക്കികൊണ്ട് അവയെ ഭാഗവതം പോലുള്ള പുരാണങ്ങളുടെ മാതൃകയിൽ പുന:സംഘടിപ്പിക്കുകയാണ് ബ്രാഹ്മണ പണ്ഡിതർ ചെയ്തിട്ടുള്ളത്. രണ്ടു കൃതികളിലും നിരവധി കൂട്ടിച്ചേർക്കലുകളും പുന:ർവ്യഖ്യാനങ്ങളും ഇതിനായി നടത്തപ്പെ ട്ടു. കുരുക്ഷേത്ര യുദ്ധം കൊടുമ്പിരികൊണ്ടിരിക്കുന്ന വേളയിൽ, സന്ദർഭത്തിന് അനുയോജ്യമല്ലാത്ത വണ്ണം ശ്രീകൃഷ്ണമഹാത്മ്യം ഉദ്ഘോഷിക്കുന്ന ദീർഘമായ (700 ശ്ലോകങ്ങളുള്ള ഭഗവത്ഗീത) ഉത്തേജന തത്വചിന്ത കടന്നുവരുന്നത് നാം കാണുന്നു. മഹാഭാര തത്തിന്റെ പൊതുവായ ഭാഷ, ഇതിവൃത്തഘടന എന്നിവയുമായി സമാനത പുലർത്താത്ത ഒരു സ്വതന്ത്രകൃതിയായി തന്നെ മഹാഭാ രത്തിനുള്ളിൽ ഗീത കാണപ്പെടുന്നതിന്റെ കാരണവും മറ്റൊന്നല്ല. കൗരവപക്ഷത്തെ ശകുനിക്ക് തത്തുല്യമായ ഒരു കഥപാത്രമായിരുന്ന ശ്രീകൃഷ്ണനെ ദൈവമാക്കി അവതരിപ്പിക്കാൻ മഹാഭാരതത്തിന്റെ അടിസ്ഥാനഘടന തന്നെ പിൽക്കാലത്ത് ഇളക്കി മറിച്ചതായി കാണാം. രാമായണത്തിലാകട്ടെ, മതപ്രചരാണാർത്ഥം കാലാന്തര ത്തിൽ അടിമുടി വ്യതിയാനങ്ങളുണ്ടാക്കി. മഹാഭാരതത്തെപോലെ തന്നെ ശുദ്ധമായ മതസാഹിത്യമല്ല എന്നതാണ് രാമയണത്തിന്റെ കരുത്തും ന്യൂനതയും. അനുപമമായ ഒരു സാഹിത്യ കൃതിയായിട്ടാ ണതിന്റെ ജനനം. ആ നിലയ്ക്ക് എത്രയൊക്കെ മതവൽക്കരിച്ചാലും അതിന്റെ ആന്തരികഘടനയും ഉദാത്തതയും നിലനിൽക്കും. രാമനിൽ കണക്കറ്റ ഗുണങ്ങൾ ആരോപിക്കപ്പെട്ടുമ്പോഴും പ്രകടമായ ന്യൂനതകൾ വ്യാഖ്യാന കസർത്തിലൂടെ വെള്ളപൂശപ്പെട്ടുമ്പോഴും രാമയണത്തിലെ രാമൻ സ്വയം സംസാരിക്കുന്നു;ആത്യന്തികമായി താനൊരു മനുഷ്യനാണെന്ന് വെളിപ്പെടുത്തുന്നു.

ഇതിവൃത്തപരമായി നോക്കുമ്പോൾ, ജീവിതസമ്മർദ്ദം താങ്ങാ നാവാതെ ആത്മഹത്യ ചെയ്ത നൃപനാണ് ശ്രീരാമൻ. ജീവിതകാലം

മുഴുവൻ അചഞ്ചല രാമസേവകൊണ്ട് പുണ്യംവാരിക്കൂട്ടിയ സന്തത സഹചാരിയായ ലക്ഷ്മണന്റെ വിധിയും മറ്റൊന്നല്ല. സീതയുടെ ദുരന്തവും ഹൃദയഭേദകമാണ്. ബ്രാഹ്മണകുലത്തിന്റെ ക്ഷേമത്തി നായി ജീവിക്കുകയും അവരെ സംരക്ഷിക്കുകയും ചെയ്യുകയെന്നത് പരമമായ ധർമ്മമായി രാമൻ കരുതി. ഒരു ബ്രാഹ്മണന്റെ മകന് രോഗ ഹേതുവായത് താഴ്ന്ന ജാതിക്കാരനായ ശംബൂകന്റെ തപസ്സാണെന്ന വാദം മുഖവിലയ്ക്കെടുത്ത് ശംബൂകനെ വധിക്കാൻ രാമന് മടിയില്ല. തങ്ങൾക്കല്ലാതെ മറ്റാർക്കും തപസ്സ് പാടില്ലെന്ന ബ്രാഹ്മണഗർവിന് കുടപിടിക്കുകയാണ് അദ്ദേഹമിവിടെ.

കീഴ്ജാതിക്കാരോടുള്ള രാമന്റെ ദയാരാഹിത്യം വാനരരാജാവായ ബാലിയോടും കാട്ടുന്നുണ്ട്. രാമനെതിരെ ഭാര്യയായ താര നൽകുന്ന മുന്നറിയിപ്പ് ബാലി പരിഗണിക്കുന്നില്ല. കടുത്ത രാമഭക്തനാണ് ബാലി. ശ്രീരാമനെ കാണുമ്പോൾ തന്നെ ഭക്ത്യാദരപൂർവ്വം ആ ചരണങ്ങളിൽ വീഴാൻ വെമ്പൽ പൂണ്ടിരിക്കുകയാണ് താനെന്ന് ബാലി താരയോട് പറയുന്നുണ്ട്. ഭീരുവായ സുഗ്രീവനെ തുരത്തി രാമനെ കൊട്ടാരത്തിലേക്ക് കൂട്ടികൊണ്ടു വരാമെന്നും അദ്ദേഹം പ്ര ത്യാശിക്കുന്നു. പക്ഷേ ആ വാനരവീരന് അതിനൊന്നുമുള്ള അവസരം രാമൻ നൽകുന്നില്ല. സുഗ്രീവനുമായുള്ള ദ്വന്ദ്വയുദ്ധത്തിന്റെ ആദ്യപാ ദത്തിൽ ഒളിച്ച് നിന്ന് അമ്പെയ്ത് ബാലിയെ വീഴ്ത്താൻ അവതാരപുരു ഷനായ രാമന് സാധിക്കുന്നില്ല. പോരിനിടയിൽ ഏതാണ് ബാലി ഏതാണ് സുഗ്രീവൻ എന്ന് തിരിച്ചറിയാൻ കഴിഞ്ഞില്ലത്രെ. പിന്നെ രാമൻ കൊടുത്ത പൂമാല കഴുത്തിലിട്ടു കൊണ്ടായി സുഗ്രീവന്റെ യുദ്ധം. ബാലിയുടെ ആദ്യ അടിയിൽ തന്നെ ആ പൂമാല കഴുത്തിൽനിന്ന് തെറിച്ച് പോകാഞ്ഞത് സുഗ്രീവന്റെ ഭാഗ്യം. സാമാന്യ നൈതിക തപോലും കാറ്റിൽപറത്തി ഒളിയമ്പെയ്ത് ബാലിയെ കൊലപ്പെടു ത്തിയ ശേഷം, തന്നെ അധാർമ്മികമായി കൊല ചെയ്തതിനെപറ്റി മരണപിടച്ചിലിനിടയിൽ പരാതിപ്പെടുന്ന ബാലിയോട് മൃഗങ്ങളുടെ കാര്യത്തിൽ നീതിശാസ്ത്രവും ധർമ്മാധർമ്മവും നോക്കേണ്ടതില്ല എന്നുപറഞ്ഞ് കൂടുതൽ അപമാനിക്കുകയാണ് ദശരഥപുത്രൻ. ഇത് പറയുന്നതാകട്ടെ ബാലിസഹോദരനും വാനരരാജാവുമായ സുഗ്രീവ ന്റെ സാന്നിധ്യത്തിലും.

ബാലിവധം ശ്രീരാമന് കേവലം ഒരു മൃഗയാവിനോദം മാത്രം! വാനരനെങ്കിലും രാജാവാണ് ബാലി. അദ്ദേഹത്തിന്റെ സഹോ ദരനായ സുഗ്രീവനെ സഖാവായി കാണാനും സുഗ്രീവസൈന്യ ത്തിന്റെ സേവനം ഉപയോഗിക്കാനും രാമന് വൈമനസ്യമില്ല. സുഗ്രീവന്റെ സൗഹൃദം ഉറപ്പിക്കുക, രാവണനുമായി യുദ്ധം

വേണ്ടിവരികയാണെങ്കിൽ സഹായം ഉറപ്പാക്കുക തുടങ്ങിയ സ്വാർത്ഥലക്ഷ്യങ്ങൾ മുൻനിർത്തിയാണ് യാതൊരു മുൻവിരോധമില്ലാതിരുന്നിട്ടും രാമൻ ബാലിയെ നിഗ്രഹിക്കുന്നത്. സീതയെ വീണ്ടെടുക്കുന്ന വിഷയം തന്നോട് സൂചിപ്പിച്ചിരുന്നെങ്കിൽ താൻ തന്നെ രാവണനെ നിഗ്രഹിച്ച് തരുമായിരുന്നുവല്ലോ എന്ന് മരണശയ്യയിൽ കിടന്ന് വിലപിക്കുമ്പോഴാണ് ബാലിയെ മനുഷ്യതുല്യമായി പരിഗണിക്കാനാവില്ലെന്ന നിന്ദ്യമായ പ്രതികരണം രാമനിൽ നിന്നുണ്ടാകുന്നത്. സഹോദരനെ മറ്റൊരാളെ കൊണ്ട് ചതിയിൽ കൊലപ്പെടുത്തിയ ശേഷം കിഷ്കിന്ദയുടെ രാജാവാകുന്ന സുഗ്രീവൻ ഇടയ്ക്ക്‌വെച്ച് സീതയുടെ വിഷയം തന്നെ മറക്കുന്നുണ്ട്.

ബാലിയിൽ ലൈംഗികമായ അച്ചടക്കമില്ലായ്മയാണ് ശ്രീരാമൻ ആരോപിക്കുന്ന മറ്റൊരു കുറ്റം. എന്നാൽ ഇതും തീരെ യുക്തിസഹമല്ല. ബാലി-സുഗ്രീവ സംഘർഷം എന്നത് സഹോദരൻമാർക്കിടയിലുള്ള ഒരു കുടുംബ സ്പർദ്ധയാണ്. ഒരു രാക്ഷസനെ കൊല്ലാനായി ഗുഹയ്ക്കുള്ളിലേക്ക് പോയ ബാലിയെ ഒരു കൂറ്റൻ കല്ല് നീക്കിയിട്ട് ഗുഹയിലടച്ച ശേഷം ബാലി മരിച്ചെന്ന് കിഷ്കിന്ദയിലെത്തി പറയുകയാണ് സുഗ്രീവൻ ചെയ്യുന്നത്. പിന്നീടയാൾ ചതിവിൽ രാജ്യവും പിടിച്ചെടുക്കുന്നു. എന്നാൽ രക്ഷപ്പെട്ടു വരുന്ന ബാലി സുഗ്രീവനെ കൊട്ടാരത്തിൽ നിന്നടിച്ചോടിക്കുന്നു. പിന്നീട് ഋഷ്യമൂകാചലത്ത് പ്രവാസിയായി കഴിയുമ്പോഴാണ് അയാൾ രാമനെ കാണുന്നതും സ്വന്തം കഥ പറയുന്നതും. ഈ പ്രശ്നത്തിൽ ഒരു ഭാഗം മാത്രം കേട്ട് ന്യായാന്യായങ്ങൾ നോക്കാതെ പക്ഷം പിടിക്കുന്നത് രാമനെപോലൊരു മര്യാദാപുരുഷോത്തമന് ചേർന്നതല്ലെന്ന് കാണാം. ബാലി സുഗ്രീവന്റെ ഭാര്യയായ രുമയെ സ്വന്തമാക്കിയെങ്കിൽ അതിലുമെത്ര കഠിനമായ രീതിയിലാണ് യുദ്ധം ജയിച്ച് വന്ന സുഗ്രീവൻ ജ്യേഷ്ഠപത്നിയായ താരയെ പീഡിപ്പിക്കുന്നത്! ഇവിടെയൊന്നും രാമൻ ഇടപെടുന്നതായി കാണുന്നില്ല. സുഗ്രീവന് സഹോദരഭാര്യയെ പീഡിപ്പിക്കാം പക്ഷേ ബാലി അങ്ങനെ ചെയ്യാൻ പാടില്ല എന്ന വാദം ഇരട്ടനീതിയിൽ അധിഷ്ഠിതമാണ്. താടകയെ വധിക്കുന്നതിന് ചൂണ്ടിക്കാണിക്കപ്പെടുന്ന പ്രത്യയശാസ്ത്രപരിസരവും ശ്രദ്ധേയമാണ്. യാഗവും ഹോമവും മുടക്കുന്നവരെല്ലാം രാക്ഷസരാണെന്നും അവരെല്ലാം നിന്ദ്യരും വധിക്കപ്പെടേണ്ടവരുമാണെന്ന ബ്രാഹ്മണസിദ്ധാന്തത്തിന് പിന്തുണ നൽകുകയാണ് രാമൻ എപ്പോഴും ചെയ്യുന്നത്.

ഒരു ക്ഷത്രിയൻ എന്ന നിലയിൽ ബ്രാഹ്മണപുരോഹിതർ നടത്തുന്ന ബലിയും യജ്ഞവുമൊക്കെ ദിവ്യമായി പരിഗണിച്ചതും യാഗരക്ഷ മുഖ്യകർത്തവ്യമായി കണ്ടതും രാമനെ സംബന്ധിച്ചിടത്തോളം സ്വാഭാവികംതന്നെ. യജ്ഞസംസ്ക്കാരത്തിന്റെ ശക്തനായ വക്താവായ

രാമനും കൂട്ടരും വനവാസകാലത്ത് ധാരാളം മാനുകളെ കൊന്ന് തിന്നുന്നതായി അയോദ്ധ്യാകാണ്ഡത്തിലും ആരണ്യകാണ്ഡത്തിലും വിവരിക്കുന്നുണ്ട്. വനവാസത്തിനിടെ ചിത്രകൂടത്തിൽ വെച്ച് ആദ്യമായി പാർപ്പിടം നിർമ്മിക്കുന്നതിന് മുമ്പ് ആചാരവിധിപ്രകാരം ഒരു കൃഷ്ണമൃഗത്തെ കൊല്ലണമെന്ന് രാമൻ ലക്ഷ്മണനോട് ആജ്ഞാപിക്കുന്നു. പരിശുദ്ധബലിയ്ക്ക് ശേഷം രാമനും കൂട്ടരും പതിവ് പോലെ മാംസം അഗ്നികുണ്ഡത്തിൽ വേവിച്ച് കഴിക്കുന്നത് കാണാം.

മരവുരിയും ധരിച്ച് മുനികുമാരനെ പോലെ വനവാസം കഴിക്കുന്ന രാമനും കൂട്ടർക്കും കായ്കനികളും കിഴങ്ങുകളും മാത്രം ഭക്ഷിച്ച് ജീവിക്കാം. അല്ലാതെയും ജീവിക്കാം. മാൻപേടകളായാലും ബാലിയായാലും ക്ഷത്രിയനായ രാമന് ഹിംസ മനോവിഷമമുണ്ടാക്കേണ്ട ഒന്നല്ല. പക്ഷേ അനാവശ്യമായ കൊലകൾപോലും അദ്ദേഹത്തിന് ഒഴിവാക്കാൻ കഴിയുന്നില്ല. സ്ത്രീകളെപറ്റി മോശം അഭിപ്രായമാണ് ദശരഥനും രാമനും രാമായണത്തിലുടനീളം പുലർത്തുന്നത്. വാർദ്ധക്യത്തിൽ തനിക്ക് പുത്രസാമീപ്യം നിഷേധിച്ച കൈകേയിക്ക് മാപ്പ് കൊടുക്കാൻ ദശരഥനാവുന്നില്ല. സീതയുടെ ചാരിത്ര്യശുദ്ധിയിലുള്ള സംശയവും ഗർഭിണിയായിരിക്കെ കാട്ടിലുപേക്ഷിച്ചതുമൊക്കെ ഒരു സാധാരണ മനുഷ്യന്റെ മനോദൗർബല്യം സൂചിപ്പിക്കുന്നു, സീതയുടെ പരിശുദ്ധി സംബന്ധിച്ച് വാല്മീകി മഹർഷി നൽകുന്ന സാക്ഷ്യപത്രംപോലും രാമന് സ്വീകാര്യമല്ല. കൈകേയിയുടെ ദുഷ്ടചിന്ത കാരണമാണ് തനിക്ക് രാജ്യം നഷ്ടപ്പെട്ടതെന്ന ചിന്ത രാമനെ സദാ വേട്ടയാടിയിരുന്നുവെന്നതിന്റെ നിരവധി തെളിവുകൾ വാത്മീകി രാമായണത്തിലുണ്ട്. പിതാവിനെപ്പോലെ സ്ത്രീകളെ വിലയിടിച്ച് സംസാരിക്കുന്നതിന്റെ കാരണവും മറ്റൊന്നല്ല.

രാമ-രാവണ യുദ്ധത്തിനിടെ രാവണനെ കൊല്ലാതെ വെറുതെ വിടുന്നത് ഭക്തരാമയണങ്ങളിൽ കാണാം. പക്ഷേ അതിനേക്കാൾ എത്രയോ ഉദാരമായിട്ടാണ് രാവണൻ സീതയോട് പെരുമാറിയത്! സ്വന്തം സഹോദരിയുടെ മാനം നശിപ്പിച്ചവന്റെ ഭാര്യയോട് അതേ നാണയത്തിൽ തിരിച്ചടിക്കാമായിരുന്നു. പക്ഷേ രാവണന്റെ നിലപാട് തികച്ചും അന്തസ്സാർന്നതാണ്. സ്ത്രീയുടെ മനസ്സ് കവരാനായി കാമമോഹിയായ പുരുഷൻ നടത്തുന്ന ശ്രമങ്ങൾ ജനിതകപരമായിതന്നെ ന്യായീകരിക്കപ്പെട്ടും. പക്ഷേ രാവണൻ ഒരിക്കലും അതിർത്തി ലംഘിച്ച് അന്യായം പ്രവർത്തിക്കുന്നില്ല. ലങ്ക മുഴുവൻ കത്തിച്ചാമ്പലാക്കിയ ഹനുമാനെ കൊല്ലാതെവിടുന്നതും രാവണനെപോലുള്ള ഒരു പ്രതിനായകന് മാത്രം സാധിക്കുന്ന കാര്യമാണ്. വിഭീഷണൻ പറഞ്ഞത് കൊണ്ടുമാത്രം അങ്ങനെ

പ്രവർത്തിക്കേണ്ട യാതൊരു ബാധ്യതയും രാവണനില്ലെന്നോർക്കണം. യുദ്ധകാണ്ഡം 73-ാം സർഗ്ഗത്തിൽ രാവണപുത്രനായ മേഘനാദൻ (ഇന്ദ്രജിത്) രാമ-ലക്ഷ്മണൻമാരെ സൈന്യസമേതം മുറിവേൽപ്പിച്ച് മോഹാലസ്യപ്പെടുത്തുന്നുണ്ട്. രാമ-ലക്ഷ്മണൻമാർ മരിച്ചെന്നു കരുതി സീതപോലും വാവിട്ട് കരയുന്നു. രാക്ഷസിയായ ത്രിജടയാണ് അവർ മരിച്ചിട്ടില്ലെന്നും വെറും മോഹലസ്യപ്പെട്ടത് മാത്രമാണെന്നും പറഞ്ഞ് സീതയെ ആശ്വസിപ്പിക്കുന്നത്. പിന്നെ നാം കാണുന്നത് ഔഷധം കൊണ്ടുവരാൻ ഹനുമാൻ ഹിമാലയത്തിൽ പോകുന്നതും ശരിയായ ഔഷധമേതെന്നറിയാത്തതിനാൽ പർവ്വതം തന്നെ പൊക്കിയെടുത്തു കൊണ്ട് തിരിച്ചുവരുന്നതുമാണ്. രാമ-ലക്ഷ്മൺൻമാർ നാഗബാണങ്ങളാൽ മോഹലസ്യത്തിനടിപ്പെട്ട് ബന്ധനസ്ഥരാക്കപ്പെട്ടപ്പോഴും രാവണന് ബന്ധനവുമില്ല, മോഹാലസ്യവുമില്ല. പക്ഷേ എന്തുകൊണ്ട് ഇത്ര സൗകര്യമൊത്തു വന്നിട്ടും രാവണൻ രാമ-ലക്ഷ്മണൻമാരെ വധിച്ചില്ല? രാമനും ലക്ഷ്മണനും ഹനുമാനുമൊന്നുമില്ലാത്ത അവസരത്തിൽ ആർക്കെങ്കിലും അവർക്ക് യുദ്ധമുന്നണിയിൽ മതിയായ സംരക്ഷണം ഏർപ്പെടുത്താൻ കഴിയുമെന്ന് വിചാരിക്കുന്നതും യുക്തിസഹമല്ല. ഔഷധചികിത്സ നടത്തി ആരോഗ്യമൊക്കെ മെച്ചപ്പെടുത്തിയശേഷം രാമൻ തന്നെ വധിക്കുന്നതും കാത്തിരിക്കുകയായിരുന്നോ രാവണൻ?!

കുരുക്ഷേത്രയുദ്ധത്തിൽ കർണ്ണൻ തേർചക്രം ചെളിയിൽ നിന്നുയർത്തുന്ന തക്കം നോക്കിയാണ് ശ്രീകൃഷ്ണ നിർദ്ദേശപ്രകാരം അർജ്ജുനൻ അദ്ദേഹത്തെ വധിക്കുന്നത്. പുത്രശോകത്താൽ ദുഃഖിതനായി തേർത്തട്ടിൽ നിരായുധനായി തളർന്നിരിക്കുന്ന ദ്രോണരെ സന്ദർഭം മുതലാക്കി പാണ്ഡവസൈന്യം കൊല ചെയ്യുന്നു. ബാലിയെ ഒളിച്ചിരുന്ന് കൊല ചെയ്യാൻ ശ്രീരാമനും മടിക്കുന്നില്ല. യുദ്ധത്തിൽ വീണുകിട്ടുന്ന ഇത്തരം അപൂർവം അവസരങ്ങൾ പാഴാക്കുന്നതിൽ യാതൊരപാകതയുമില്ലെന്ന് ശ്രീകൃഷ്ണൻ ഗീതയിൽ സാക്ഷ്യപ്പെടുത്തുന്നുണ്ട്. രാവണൻ അഹിംസാ വ്രതക്കാരനായതിനാലാണ് ഇതൊക്കെ സംഭവിച്ചെതെന്ന് വിലയിരുത്തുന്നവരുണ്ട്. അതായത് രൗദ്രബുദ്ധൻ. രാവണസഹോദരിയെ നിന്ദ്യമായി അപമാനിച്ച് വിട്ട രാമൻ യുദ്ധം രാവണനിൽ അടിച്ചേൽപ്പിക്കുകയാണ്. രാമനോ സീതയോ, വിഭീഷണനോ അംഗദനോ ഹനുമാനോ ആരുമായിക്കൊള്ളട്ടെ, കൊല്ലുമെന്ന് ഭീഷണിപ്പെടുത്തുന്ന പലരേയും രാവണൻ കൊല്ലുന്നില്ല. ലങ്ക മുഴുവൻ നശിപ്പിച്ച് രാക്ഷസപ്പടയെ മുഴുവൻ അരിഞ്ഞ് തള്ളി അവസാനം വിഭീഷണനെ ലങ്കാധിപനായി വാഴിക്കുന്ന ഘോരയുദ്ധത്തിലും രാമസൈന്യത്തിന് നിസ്സാരമായ നഷ്ടമേയുള്ളൂ. മരിച്ച വാനരൻമാരേയെല്ലാം യുദ്ധാവസാനം ദേവേന്ദ്രൻ

പ്രത്യക്ഷപ്പെട്ട് അമൃത് വർഷിച്ച് പുനർജീവിപ്പിക്കുകയും ചെയ്യുന്നു. രാമൻ പുഷ്പകവിമാനത്തിൽ അയോദ്ധ്യയിലേക്ക് തിരിക്കുമ്പോൾ ഒരൊറ്റ വാനരന്റേയും കുറവില്ല. യുദ്ധത്തിൽ കൊല്ലപ്പെട്ട രാക്ഷസരാകട്ടെ, രാമനാൽ കൊല്ലപ്പെട്ടതിനാൽ വീണ്ടും ജനിക്കേണ്ട കാര്യമില്ലെന്നാണ് ശ്രീരാമൻ വിഭീഷണനോട് വിശദീകരിക്കുന്നത്. കാരണം അവർക്കെല്ലാം ശാപമോക്ഷം കിട്ടി കഴിഞ്ഞു. എല്ലാവരേയും രാമനാണോ കൊന്നതെന്ന ചോദ്യം മാത്രം ബാക്കിയാകുന്നു.

രാമായണത്തിലെ സീത പതിവ്രതാരത്നമാണ്, ഭർതൃസ്നേഹത്തിനും കുലമഹിമയ്ക്കും അത്യുജ്ജ്വലമായ മാതൃകയാണ്. മഹാഭാരതത്തിലെ കുലീനരും പതിവ്രതകളുമായ കുന്തി, ദ്രൗപദി തുടങ്ങിയവരിൽനിന്നൊക്കെ വേറിട്ട ചിത്രമാണ് സീതയുടേത്. ജ്യേഷ്ഠപത്നിയെ അമ്മയായോ അല്ലെങ്കിൽ അമ്മയുടെ സ്ഥാനത്തോ കാണണമെന്ന സദാചാരസന്ദേശം രാമായണം മുന്നോട്ട് വെക്കുന്നു. ഭാര്യയെ സഹോദരൻമാർക്കിടയിൽ പങ്കുവെയ്ക്കുന്നതിൽ തെറ്റില്ലെന്ന മഹാഭാരത രീതിക്ക് വിരുദ്ധമാണിത്. ഇരുകൂട്ടരും ക്ഷത്രിയരാണ്. ഒരുപക്ഷേ, കാലാന്തരം കൊണ്ടോ ദേശാന്തരം കൊണ്ടോ വന്ന മാറ്റമായി നമുക്കിതിനെ മനസ്സിലാക്കാം. രാമായണത്തിൽ തന്നെ താരയുടേതുൾപ്പടെയുള്ളവരുടെ കാര്യത്തിൽ സമാനമായ ഒത്തുതീർപ്പുകൾ വരുന്നുണ്ട്. സഹോദര പത്നിയിൽ മറ്റ് സഹോദരൻമാർക്ക് ഉണ്ടാകാനിടയുള്ള താല്പര്യം പൊതുവെ അംഗീകരിക്കപ്പെട്ടിരുന്നുവെങ്കിലും അതിൽ വ്യക്തമായൊരു മാറ്റം വേണമെന്ന നിർബന്ധബുദ്ധി രാമായണത്തിൽ പ്രകടമാണ്. ജ്യേഷ്ഠപത്നി അങ്ങേയറ്റം ആദരിക്കപ്പെടേണ്ടവളാണെന്ന വാദം യുക്തിസഹമാണ്. പക്ഷേ അവൾക്ക് അമ്മയുടെ സ്ഥാനം നൽകണമെന്ന് വാദിക്കുമ്പോൾ അതിൽ കൃത്രിമത്വവും അതിഭാവനയും അനുഭവപ്പെടാം. രാമായണത്തിലെ സീതയുടെ സ്ഥാനവും പ്രായവുമാണ് ഇത്തരത്തിലുള്ള ഒരു നിർദ്ദേശമുണ്ടാകാൻ ഇടയാക്കിയതെന്ന് ചില രാമായണപണ്ഡിതർ പ്രസ്താവിച്ച് കാണുന്നു.

വിവാഹത്തിന് ശേഷം അയോദ്ധ്യയിലെത്തി വൈകാതെതന്നെ താൻ ഭരതനുമായി അനിഷ്ടത്തിലായതായി സീത രാമനോട് സൂചിപ്പിക്കുന്നുണ്ട്. വനവാസത്തിനൊരുങ്ങുന്ന രാമൻ ആദ്യം തന്നെ കൂടെക്കൂട്ടാൻ വിസ്സമതിക്കുന്നതിലുള്ള നീരസം സീത പ്രകടിപ്പിക്കുന്നത് കാണാം. രാമന്റെ രാജ്യലാഭത്തിനായി താൻ ഭരതന്റെ കൂടെ കഴിഞ്ഞ് അയാളെ സന്തോഷിപ്പിക്കണമെന്നാണോ രാമൻ ആഗ്രഹിക്കുന്നത് എന്നവൾ തുറന്നടിക്കുക മാത്രമല്ല പുരുഷന്റെ വീര്യമില്ലാത്തവനെന്ന് രാമനെ അധിക്ഷേപിക്കുകയും ചെയ്യുന്നു. ചിത്രകൂടത്തിലെ

മാരീചവേട്ടയും ഭിന്നമല്ല. മാരീചന് പിന്നാലെ പോയ രാമന്റെ നിലവിളി കേട്ടിട്ടും അമാന്തിച്ച് നിന്ന ലക്ഷ്മണനെ ഹൃദയഭേദകമായ രീതിയിൽ അപമാനിക്കുകയാണ് സീത ചെയ്യുന്നത്. തന്നെ സ്വന്തമാക്കാനുള്ള ഗൂഢമോഹമുള്ളതിനാലാണ് ലക്ഷ്മണൻ ഉടനടി പുറപ്പെടാത്തതെന്ന് സീത പറയുന്നത് ചപലതയായി മാത്രം കാണാനാവില്ല. അതാ കാലഘട്ടത്തിലുള്ള ഒരു പൊതു കാഴ്ചപ്പാട് തന്നെയാകാനാണിട. അത്തരം ഒരു സാഹചര്യത്തിൽ ജ്യേഷ്ഠപത്നിയെ അമ്മയായി കാണണമെന്ന നിഷ്ഠ മുന്നോട്ട് വെക്കുന്നതിൽ സീതയുടെ പ്രായം ഒരു കാരണമാണെന്ന വിശകലനം വരുന്നുണ്ട്. രാമ-ലക്ഷ്മണൻമാരെ അപേക്ഷിച്ച് പ്രായം കൂടിയവളായിരുന്നു സീത എന്ന നിഗമനമാണ് വാല്മീകിരാമായണം മുന്നോട്ട് വെക്കുന്നതെന്ന വാദമാണിതിനടിസ്ഥാനം. പെരിയോർ ഇ.വി.രാമസ്വാമി നായ്ക്കരെ പോലുള്ള മതനിഷേധികൾ ഈ വാദം ശക്തമായി ഉന്നയിക്കുന്നുണ്ട്.

ഇ.വി.ആറും രാമായണവും

രാമസേതുവിനെ പറ്റിയുള്ള ചർച്ചയിൽ തമിഴ്നാട്ടിലെ രാമായണ സങ്കല്പങ്ങൾ ഗൗരവതരമായി ചർച്ച ചെയ്യപ്പെടേണ്ടതാണ്. കരുണാനിധി രാമനെക്കുറിച്ച് ചെയ്ത പ്രസ്താവനകൾ ഇന്ത്യയിലാകെ വൻ വിവാദമുണ്ടാക്കിയ സ്ഥിതിക്ക് പ്രത്യേകിച്ചും. രാമനെപ്പറ്റി കരുണാനിധി പറഞ്ഞത് കേട്ട് ഇങ്ങനെ പറയാൻ ഇന്ത്യയിലെ ഒരു മുഖ്യമന്ത്രിക്ക് എങ്ങനെ കഴിഞ്ഞുവെന്ന് അത്ഭുതം കൂറിയാവരായിരുന്നു ഭൂരിപക്ഷവും. നിരീശ്വരൻമാരായ കേരളത്തിലെ കമ്മ്യൂണിസ്റ്റുകാരിൽ പലരും ഇങ്ങനെയും ഒരു മുഖ്യമന്ത്രിയോ എന്ന് അത്ഭുതപ്പെടുന്നത് കണ്ടിട്ടുണ്ട്. തമിഴ്നാടിന്റെ ചരിത്രത്തെപ്പറ്റിയും രാഷ്ട്രീയത്തെപ്പറ്റിയുമുള്ള ധാരണപിശകാണ് ഇത്തരം സംശയങ്ങൾക്ക് നിദാനം. മതത്തെ എതിർക്കുന്നവരും അതിനെ നിസ്സംഗതയോടെ കാണുന്നവരും തങ്ങളുടെ അഭിപ്രായങ്ങൾ പൊതുവെ പരസ്യമായി പ്രകടിപ്പിക്കാറില്ല. മതപ്രചരണം പ്രചാരകർക്ക് നേട്ടമുണ്ടാക്കുന്നുവെങ്കിലും നിരീശ്വരത്വം പ്രചരിപ്പിച്ചത് കൊണ്ട് തങ്ങൾക്കെന്ത് വിശേഷം എന്ന ചിന്ത ഇതിന് പ്രേരകമാകുന്നുണ്ട്. നേട്ടങ്ങളും അവസരങ്ങളും നഷ്ടപ്പെടുമെന്ന ആശങ്കയും ഒറ്റപ്പെടുത്തപ്പെടുത്തപ്പെടുമെന്ന ഭീതിയും ഇവിടെ പ്രകടമാണ്. നിരീശ്വരത്വവും ഒരു തരം മതവിശ്വാസമാണെന്ന് മതവാദികൾ ആക്ഷേപിക്കാറുണ്ട്. എന്നാൽ മതം എത്ര വേണമെങ്കിലും പ്രചരിപ്പിക്കാമെങ്കിലും അതിനെതിരെ പ്രചരണം പാടില്ലെന്ന നിർബന്ധ ബുദ്ധിയാണിവിടെ തെളിയുന്നത്. കരുണാനിധിയുടെ പ്രസ്താവന കേട്ട് ഭാരതത്തിൽ ഉടനീളമുണ്ടായെന്ന് പറയപ്പെടുന്ന അമ്പരപ്പ് പക്ഷേ തമിഴ്നാട്ടിൽ കണ്ടിട്ടില്ല. ഇതിനേക്കാൾ രൂക്ഷ മതവിരുദ്ധ വിമർശനങ്ങൾ അവർ കേട്ടിരിക്കുന്നു, വായിച്ചറിഞ്ഞിരിക്കുന്നു.

20-ാം നൂറ്റാണ്ടിൽ തമിഴ്നാട്ടിൽ ഇ.വി രാമസ്വാമി നായ്ക്കരുടെ (17.9.1870-24.12.1978)മതവിരുദ്ധപ്രസ്ഥാനം വളരെ സജീവമായിരുന്നു. ദ്രാവിഡരാഷട്രീയത്തിന്റെ കാതൽ തന്നെ അതായിരുന്നുവെന്നു

പറയാം. രാമനെപോലുള്ള ആര്യദൈവങ്ങളും മതസാഹിത്യമെന്ന നിലയിൽ രാമായണവും മഹാഭാരതവും പോലുള്ള സംസ്കൃതകൃതികളും ശക്തമായ വിമർശനങ്ങൾക്കിരയായി. ഒരുപക്ഷേ രാമനും രാമായണവും വേറൊരു സംസ്ഥാനത്തും ഇത്രയധികം വിമർശിക്കപ്പെട്ടിട്ടില്ല. ഇ.വി.ആറിന്റെ ദ്രാവിഡകഴകപ്രസ്ഥാനം ബ്രാഹ്മണ മേധാവിത്വത്തിനും ഉത്തരേന്ത്യൻ ദൈവങ്ങൾക്കെതിരേയും നിശിതമായ വിമർശനങ്ങൾ നടത്തുക മാത്രമല്ല നേരിട്ടിറങ്ങി പ്രവർത്തിക്കുകയും ചെയ്തു. തിരുവിതാംകൂർ രാജാവിന്റെ നല്ല സുഹൃത്തായിരുന്നിട്ടുകൂടി 1924-ലെ വൈക്കം സത്യാഗ്രഹത്തിൽ സജീവമായ പങ്കെടുത്ത ഇ.വി.ആറിന്റെ സാമൂഹ്യപരിഷ്കരണം വാക്കുകളിൽ മാത്രം ഒതുങ്ങിയില്ല. 96 വയസ്സ് വരെ ജീവിച്ചിരുന്ന അദ്ദേഹം അന്ത്യംവരെ സക്രിയമായിരുന്നു. സി.എൻ.എൻ.-ഐ.ബി.എൻ 2006-ൽ നടത്തിയ'തമിഴ് ഐക്കൺ ഓഫ് ദ സെഞ്ചുറി'എന്ന പരിപാടിയിൽ പങ്കെടുത്ത സിനിമാതാരം സുഹാസിനി, മാധ്യമ രാജാവ് ചോ രാമസ്വാമി എന്നിവർ ഉൾപ്പടെയുള്ള ഭൂരിപക്ഷം ബുദ്ധിജീവികളും പ്രേക്ഷകരും ഇ.വി.ആറിനെയാണ് പിന്തുണച്ചത്. തമിഴ്നാട്ടിൽ അപാരമായ പ്രതികരണമാണ് അദ്ദേഹത്തിന്റെ ഒരോ വാക്കും പ്രവർത്തിയും സൃഷ്ടിച്ചത്. സ്നേഹാദരങ്ങളോടെ അവർ അദ്ദേഹത്തെ 'തന്തൈ പെരിയോർ' എന്നു വിളിച്ചുപോന്നു. 'തമിഴ്നാട്ടിലെ ആദ്യത്തെ പ്രൊഫസർ'-എന്നാണ് ശിഷ്യനും തമിഴ്നാട് മുഖ്യമന്ത്രിയുമായിരുന്ന ഡോക്ടർ അണ്ണാദുരൈ അദ്ദേഹത്തെ വിശേഷിപ്പിച്ചത്.

തന്തൈ പെരിയോറിന്റെ രാഷ്ട്രീയ സാമൂഹികജീവിതം വിശദമായി ഈ പുസ്തകത്തിൽ വിവരിക്കുക വിഷമകരമാണ്. എങ്കിലും പ്രശസ്ത എഴുത്തുകാരനായിരുന്ന ശ്രീ.പവനൻ പെരിയാറിനെ പറ്റി എഴുതിയ സുദീർഘമായ ഒരു ലേഖനത്തിലെ ഏതാനും വരികൾ കാണുക: "അദ്ദേഹത്തിന്റെ ഓരോ പിറന്നാളും തമിഴ്നാട്ടിലെ ഓരോ മഹാസംഭവമായിരുന്നു. അദ്ദേഹത്തിന്റെ ഓരോ ചലനവും പതിനായിരങ്ങളെ ഇളക്കിവിട്ടു. റെയിൽവെസ്റ്റേഷനിലെ ഹിന്ദി നാമധേയങ്ങൾക്ക് താറടിച്ചു. ബ്രാഹ്മണ ഹോട്ടലുകളെ വെറും ഹോട്ടലാക്കി പേര് മാറ്റിയെഴുതിച്ചു. മദ്രാസിന്റെ പേര് മാറ്റിച്ചു. സ്കൂളുകളിൽനിന്നും ഹിന്ദിയെ ഓടിച്ചു, ബ്രാഹ്മണരെ അധികാരസോപാനങ്ങളിൽ നിന്നും സ്വാധീനകേന്ദ്രങ്ങളിൽ നിന്നും താഴെയിറക്കി, സർക്കാരോഫീസുകളിൽ നിന്നും ദൈവങ്ങളുടെ ചിത്രങ്ങൾ വലിച്ചെറിഞ്ഞു, ജാതിരഹിതവിവാഹങ്ങളെ പ്രോത്സാഹിപ്പിച്ചു, തമിഴിന്റെ സംസ്ക്കാര മഹിമയെ ലോകത്തെ കൊണ്ട് അംഗീകരിപ്പിച്ചു, ഗണേശവിഗ്രഹങ്ങൾ എറിഞ്ഞുടച്ചു. ശ്രീരാമവിഗ്രഹങ്ങളിൽ ചെരുപ്പ് മാല ചാർത്തി, രാമായണവും മഹാഭാരതവവും

കള്ളകഥകളാണെന്ന് പറഞ്ഞു. ആഗസ്റ്റ് പതിനഞ്ചും ജനുവരി ഇരുപത്തിയാറും വിലാപദിനങ്ങളായി ആചരിച്ചു. അതിനിടയിൽ ആയിരക്കണക്കിൽ പ്രസംഗങ്ങൾ നടത്തി, അനേക ഡസൻ ലഘു ലേഖകൾ പുറത്തിറക്കി, അനേകം പത്രങ്ങൾ എഡിറ്റു ചെയ്തു, പ്രസ്സം വിദ്യാലയവും നടത്തി, അനേകതവണ നിയമലംഘനം നടത്തി, പത്തുപ്രാവശ്യം ജയിലിൽ കിടന്നു. ഇതൊക്കെ കാരണം ജീവിത കാലത്ത് തന്നെ അദ്ദേഹം ഒരു ഇതിഹാസപുരുഷനായി തീർന്നു".

1930-31 കാലയളവിൽ പഴയ സോവിയറ്റ് യൂണിയൻ ഉൾപ്പടെ യുള്ള വിദേശരാജ്യങ്ങളിൽ നടത്തിയ സന്ദർശനം അദ്ദേഹത്തിന്റെ സോഷ്യലിസ്റ്റ് ആഭിമുഖ്യം വർദ്ധിപ്പിച്ചു. ഒരിക്കലും അധികാരരാ ഷ്ട്രീയം കയ്യാളാതിരുന്ന ഇ.വി.ആർ തമിഴ്നാട്ടിലെ ദ്രാവിഡരാഷ്ട്രീ യത്തിന്റെ കുലപതിയായിരുന്നു. അണ്ണാദുരൈയും കരുണാനിധിയുമട ക്കമുള്ള ഇ.വി.ആറിന്റെ നിരവധി ശിഷ്യർ പലതവണ മന്ത്രിമാരായി, മുഖ്യമന്ത്രിമാരായി. 1971-ൽ അവാർഡ് നൽകി യുനസ്കോ അദ്ദേഹ ത്തെ ആദരിച്ചു. അവാർഡിനോടനുബന്ധിച്ചുള്ള പ്രശസ്തിപത്രത്തിൽ അദ്ദേഹത്തെ'തെക്കു കിഴക്കൻ ഏഷ്യയിലെ സോക്രട്ടീസ്' എന്നാ ണവർ വിശേഷിപ്പിച്ചത്. സോക്രട്ടീസിനെ അധികാരികൾ വിഷം കൊടുത്തുകൊന്നു. പക്ഷേ പെരിയാറിന് വിഷം കൊടുക്കാൻ ആരും ധൈര്യപ്പെട്ടില്ല. അദ്ദേഹത്തിന് പിന്നിൽ അത്ര വലിയ ഒരു ജനത അണിനിരന്നിരുന്നു.

1978-ൽ പെരിയാർ സ്മാരകസ്റ്റാമ്പ് ഭാരതസർക്കാർ പുറത്തിറക്കി. ഗാന്ധിജി, നെഹ്റു, രാജാജി, കാമരാജ് എന്നിവരുമായി ഗാഢമായ സൗഹൃദമാണ് അദ്ദേഹത്തിനുണ്ടായിരുന്നത്. ഗാന്ധിജി-പെരിയാർ സംവാദം വിവരിക്കുന്ന പുസ്തകം തമിഴ്ഭാഷയിൽ ഏറ്റവുമധികം വിറ്റഴിക്കപ്പെട്ട രാഷ്ട്രീയഗ്രന്ഥമാണ്. ഇ.വി.ആറിന്റെ കാലശേഷം ഉത്തരേന്ത്യൻ ഹിന്ദു ദൈവങ്ങളുടേയും മതഗ്രന്ഥങ്ങളുടേയും സ്ഥിതി തമിഴ്നാട്ടിൽ മെച്ചപ്പെട്ടുവെന്ന് പറയുന്നതാവും ഉചിതം. കരുണാനിധിയുടെ പ്രസ്താവനക്കെതിരെ താലിബാൻ മോഡലിൽ ഫത്‌വയിറക്കിയ റാം വിലാസ് വേദാന്തിക്കും അദ്ദേഹത്തിന്റെ പ്രസ്ഥാനത്തിനും അവിടെയുണ്ടായ അരക്ഷിതാവസ്ഥ ആശങ്കയുള വാക്കുന്നതാണ്.പക്ഷേ തമിഴ്രാഷ്ട്രീയം ശരിക്കും അറിയുന്നവർക്ക് അതൊന്നും അത്ഭുതകരമായി തോന്നാനിടയില്ല.

രാമസേതുവുമായി ബന്ധപ്പെട്ട് തമിഴ്നാട്ടിലെ രാഷ്ട്രീയ-സാമൂഹിക മണ്ഡലങ്ങളിലുണ്ടായ സംഭവവികാസങ്ങളുടെ പൾസ് ശരിയായി മനസ്സിലാക്കാൻ പെരിയാറിന്റെ ഗ്രന്ഥങ്ങൾ അല്പമെങ്കിലും പരിച യപ്പെടേണ്ടതായിട്ടുണ്ട്. പക്ഷേ അത്രയും ബൃഹത്തായ രചനകൾ

ഏതാനും പേജുകളിലൊതുക്കുന്നത് സമുദ്രത്തെ കൈക്കുമ്പിളിലൊതുക്കാൻ ശ്രമിക്കുന്നതുപോലെ അപഹാസ്യമാവും. നമ്മുടെ വിഷയം രാമനും രാമസേതുവുമൊക്കെ ആയതിനാൽ നല്ലൊരു വിഭാഗം തമിഴരെ സ്വാധീനിച്ച, പ്രസ്തുതഗ്രന്ഥത്തെ പറ്റിയുള്ള പെരിയാറിന്റെ നിരീക്ഷണങ്ങളിലൂടെ കടന്നുപോകുന്നത് ഉചിതമായിരിക്കുമെന്ന് തോന്നുന്നു. 'രാമായണം ഒരു കെട്ടുകഥ'-എന്ന പേരിൽ പെരിയാർ രചിച്ച ലളിതമായൊരു പുസ്തകമുണ്ട്. രാമനേയും രാമയണത്തെപ്പറ്റിയും ഉത്തരേന്ത്യൻ ബ്രാഹ്മണരടക്കമുള്ള നിരവധി രാമായണപണ്ഡിതരുടെ പുനരാഖ്യാനങ്ങളും, വാല്മീകിരാമായണം, കമ്പരാമായണം തുടങ്ങിയവയും പലവുരു സസൂക്ഷ്മം പഠിച്ചതിന് ശേഷമാണ് പെരിയാർ രാമായണത്തെ തള്ളിപ്പറഞ്ഞത്.

രാമായണത്തേയും രാമനേയും ദിവ്യമായി കണ്ട് അന്ധമായി പൂജിക്കുന്നവരിൽ മഹാഭൂരിപക്ഷവും രാമായണം കണ്ടിട്ടുകൂടിയില്ലെന്ന് ഇ.വി.ആർ പറയുന്നു;മുഴുവൻ ഒരു പ്രാവശ്യമെങ്കിലും വായിച്ചവർ തീരെ വിരളവും. അന്ധവിശ്വാസത്തിന് അജ്ഞത അത്യാവശ്യഘടകമായതിനാൽ രാമായണം കണ്ടിട്ടില്ലാത്തവർക്ക് ഭക്തിവീര്യം കൂടും. താൻ പറയുന്ന കാര്യങ്ങൾ ആർക്കെങ്കിലും അത്ഭുതകരമോ അസഹ്യമായോ തോന്നുന്നുവെങ്കിൽ അത് താൻ സ്വയം പടച്ചുവിടുന്ന കാര്യങ്ങളല്ലെന്ന് മനസ്സിലാക്കണമെന്നും വാല്മീകിരാമായണത്തിന് പ്രസിദ്ധ ബ്രാഹ്മണപണ്ഡിതർ ചെയ്ത പരിഭാഷ ഒരിക്കലെങ്കിലും വായിച്ച് നോക്കണമെന്നും പെരിയാർ അഭ്യർത്ഥിക്കുന്നു.

തന്റെ രാമായണപഠനത്തിൽ പൊതുവെ അദ്ദേഹം ഉദ്ധരിക്കുന്ന കൃതികൾ ഇവയാണ്: ശ്രീ. വി. അനന്ത ചാരിയർ ചെയ്ത വാല്മീകിരാമായണത്തിന്റെ തമിഴ് പരിഭാഷ(1877), പണ്ഡിററ് നടരാജ ശാസ്ത്രിയാർ, ശ്രീ. സി.ആർ ശ്രീനിവാസ അയ്യങ്കാർ(1925), നരസിംഹചാരിയാർ, ഗോവിന്ദരാജൻ, അംഗചാരിയാർ എന്നിവരുടെ പരിഭാഷകൾ,സംസ്കൃതത്തിലും ബംഗാളിയിലും അഗാധ പാണ്ഡിത്യമുണ്ടായിരുന്ന മന്മഥനാഥദത്താറുടെ പരിഭാഷ(1892), മി.വിൽസണിന്റെ വാല്മീകിരാമായണത്തിന്റെ ഇംഗ്ലീഷ് തർജമ മുതലായവ. തന്റെ വായനക്കാരന് ഇതൊന്നും ലഭ്യമല്ലെങ്കിൽ ഏതെങ്കിലും തർജമയോ അല്ലെങ്കിൽ വാല്മീകി തന്നെ രചിച്ച മൂലകൃതിയോ-ഏതായിരുന്നാലും നന്നായി പഠിച്ചശേഷമേ അഭിപ്രായം പറയാവൂ എന്നദ്ദേഹം നിഷ്കർഷിക്കുന്നു.

രാമായണം, ഷേക്സ്പിയർ കൃതികൾ, പഞ്ചതന്ത്രംകഥകൾ എന്നിവപോലെ കേവലം ഒരു കെട്ടുകഥയോ സാഹിത്യകൃതിയോ മാത്രമാണ്. ഹിന്ദുദൈവമായ രാമന് അപാരമായ

ദൈവികശക്തിയുണ്ടെന്ന് സ്ഥാപിക്കാൻവേണ്ടിയാണ് കള്ളകഥകൾ എഴുന്നെള്ളിക്കുന്നത്. അതിന് ചരിത്രവുമായോ യാഥർത്ഥ്യവുമായോ പുലബന്ധംപോലുമില്ല. രാമൻ മനുഷ്യരൂപം പൂണ്ട മഹാവിഷ്ണുവാണെന്ന് പറയുന്നുവെങ്കിലും ചതി, നുണ, ആർത്തി, കുതന്ത്രങ്ങൾ, കൊല, മദ്യപാനം, മാംസഭക്ഷണാസക്തി തുടങ്ങിയ ദുർഗ്ഗുണങ്ങളുടെ ആൾരൂപമാണ് വാല്മീകി രാമയണത്തിലെ രാമൻ. ഒളിയമ്പെയ്യുന്ന ഭീരുവും ചാതുർവർണ്യത്തിന്റെ സംരക്ഷകനുമാണദ്ദേഹം. അദ്ദേഹത്തിൽ ദിവ്യമായോ അനുകരണീയമോയോ യാതൊന്നുമില്ല. സ്വഭാവവും വ്യക്തിത്വവും താഴ്ന്ന ഒരാളായി മാത്രമേ രാമനെ കാണാനാവൂ. ഇക്കാര്യത്തിലൊക്കെ മഹാവിഷ്ണുവിന്റെ നിലവാരവും തീരെ പരിതാപകരമാണ്. ജലന്ധരാസുരന്റെ ഭാര്യയുടെ ചാരിത്ര്യം ചതിയിൽ കവർന്നതിനും ഭൃഗുമുനിയുടെ ഭാര്യയെ കൊല ചെയ്തതിനുമുള്ള ശിക്ഷയായിട്ടാണത്രെ വിഷ്ണു രാമനായി അവതരിച്ചത്. സ്വന്തം ഭാര്യയുമായി പരസ്യമായ സ്ഥലത്ത് വെച്ച് ബന്ധപ്പെട്ടതിന് ശാപം വാങ്ങി കൂട്ടുന്നവനാണ് വിഷ്ണു -ഇ.വി.ആർ എഴുതി

രാമായണത്തിലെ ബാലകാണ്ഡത്തിൽ ദശരഥൻ നടത്തുന്ന പുത്രകാമേഷ്ടി യാഗം തികച്ചും പ്രാകൃതമാണ്. ആട്, പശു, കുതിര, പക്ഷി, പാമ്പ്, പറവ, പുഴു തുടങ്ങി മുട്ടയിൽനിന്ന് വിരിയുന്നതും പ്രസവത്തിലൂടെ ജീവിക്കുന്നതുമായ നിരവധി ജീവികളെയാണ് ദിവസങ്ങളോളം മനുഷ്യന്റെ നേട്ടത്തിനായി ഹോമാഗ്നിയിലിട്ട് കത്തിക്കുന്നത്. ഇതെല്ലാം ഒരാൾക്ക് സന്താനലാഭമുണ്ടാകാനാണത്രെ! ഒട്ടേറെ ജീവജാലങ്ങളെ കുരുതി കൊടുത്താൽ മാത്രമേ മനുഷ്യനോട് പ്രസാദിക്കൂ എന്ന നിലപാടുള്ള ദൈവം എത്രമാത്രം നീതിമാനാണ്? യാഗം, അശ്വമേധം എന്നൊക്കെ പുറമേ കേൾക്കുമ്പോൾ രാജകീയ പദങ്ങളായി തോന്നാമെങ്കിലും അടുത്തറിഞ്ഞാൽ മനുഷ്യമനസ്സിനെ നടുക്കുന്ന നിന്ദ്യവും കിരാതവുമായ ഒരു കർമ്മമാണവയെന്ന് ബോധ്യപ്പെടും. ദേവൻമാരുടെ രാജാവെന്നറിയപ്പെടുന്നത് ഇന്ദ്രനാണ്. മദ്യപാനിയും സ്ത്രീലമ്പടനുമായ ഇദ്ദേഹത്തിന്റെ ക്രൂരവും നിന്ദ്യവുമായ പ്രവർത്തികൾ വർണ്ണിക്കുന്ന കഥകൾ നിരവധി.

പുത്രകാമേഷ്ടി യാഗത്തിന് ശേഷം യാഗാഗ്നിയിൽ നിന്ന് പൊന്തിവന്ന പായസം കുടിച്ചാണ് ദശരഥപത്നിമാർ അമ്മമാരായെന്നത് കള്ളകഥയാണ്. ഋഷ്യശൃംഗ മഹർഷിയുടെ നേതൃത്വത്തിൽ നടന്ന യാഗത്തിന്റെ അവസാനം അശ്വത്തെ ശ്വാസം മുട്ടിച്ച് കൊന്നശേഷം ശവത്തോടൊപ്പം ഒരു പുതപ്പിനുള്ളിൽ ഒരു രാത്രി മുഴുവൻ രാജപത്നിയായ കൗസല്യ ശയിക്കുന്നു. പിന്നീട്, രാജപത്നിമാരായ കൗസല്യ, കൈകേയി, സുമിത്ര എന്നിവരെ ഹോതാ, അദ്വര്യൂ, യുക്ത എന്നീ യാഗ

പുരോഹിതൻമാർക്ക് മദനോത്സവത്തിനായി വിട്ടു കൊടുക്കുകയാണ് ദശരഥൻ ചെയ്യുന്നത്. പ്രശസ്ത രാമായണ കഥാകാരനായ മന്മഥനാഥ് ദത്താറിന്റെ വാല്മീകിരാമായണ പരിഭാഷ ഉദ്ധരിച്ചുകൊണ്ട് ഇ.വി. ആർ ശക്തിയുക്തം സമർത്ഥിക്കുന്നു:'വെളുപ്പിന് പുരോഹിതരിൽ പ്രധാനികളായ മൂന്നുപേർക്ക് ദശരഥൻ മൂന്ന് സമ്മാനങ്ങൾ നൽകി. രാജപത്നിമാരായ കൗസല്യ, കൈകേയി, സുമിത്ര എന്നിവരായിരുന്നു ആ സമ്മാനങ്ങൾ. പുരോഹിതർ തങ്ങളുടെ മൃഗീയമായ കാമ ദാഹത്തിന് ആവോളം അറുതി വരുത്തിയിട്ട് മൂവരേയും ദശരഥനെ തിരികെ ഏൽപ്പിച്ചു' (ബാലകാണ്ഡം-സർഗ്ഗം/അദ്ധ്യായം-14). എന്നിട്ട് ചെയ്ത ജോലിക്ക് കൃത്യമായ പ്രതിഫലം അഥവാ ദക്ഷിണ വാങ്ങുകയും ചെയ്തുവത്രെ.

വൃദ്ധനും ദുർബലനുമായ ദശരഥന് രാജപത്നിമാരുമായുള്ള നീണ്ട ദാമ്പത്യത്തിൽ സന്താനങ്ങൾ പിറക്കാത്ത കാരണത്താലാണല്ലോ യാഗം സംഘടിപ്പിച്ചത്. യാഗം നടക്കുമ്പോൾ ദശരഥന് പ്രായം അറുപതിനായിരമാണത്രെ! ഈ കണക്കൊന്നും സാമാന്യ ബുദ്ധിക്ക് നിരക്കുന്നതല്ല. സീതാപഹരണത്തിന് മുമ്പ് അറുപതിനായിരം കൊല്ലം രാവണൻ തപസ്സിരിക്കുന്നതായി ഒരു കഥയുണ്ട്. ഓരോ കൊല്ലവും ഓരോ ശിരസ്സ് വെട്ടി അഗ്നിയിലെറിഞ്ഞുകൊണ്ടായിരുന്നുവത്രെ രാവണന്റെ കൊടുംതപസ്സ്! അങ്ങനെയെങ്കിൽ സീതാപഹരണ സമയത്ത് രാവണന് ശരിക്കും എത്ര വയസ്സുണ്ടാവും?! ദശരഥന്റെ ഭാര്യമാരുടെ എണ്ണവും അറുപതിനായിരമാണെന്ന് കമ്പരാമായണത്തിൽ പറയുമ്പോൾ കേവലം 350 ഭാര്യമാരെ ഉണ്ടായിരുന്നുള്ളുവെന്നാണ് വാല്മീകി പറയുന്നത്. കാര്യങ്ങൾ ഇങ്ങനെ ചെയ്യാനായിരുന്നുവെങ്കിൽ പ്രത്യേകിച്ച് ഇതിനായി ഒരു യാഗം നടത്തേണ്ട കാര്യമെന്ത്? യാഗമൊന്നുമില്ലാതെ തന്നെ ധാരാളം വിധവകൾ കുലഗുരുവായ വ്യാസമഹർഷിയിൽനിന്നും ഗർഭം ധരിച്ചതായി മഹാഭാരതത്തിൽ പറയുന്നുണ്ട്. മദ്യവുംമാംസവും വിഷയസുഖവും രാജാവിന്റെ ചെലവിൽ ആവോളം ആസ്വദിക്കാനുള്ള ബ്രാഹ്മണ തന്ത്രമാണ് യാഗ-യജ്ഞാദികൾ. പുത്രകാമേഷ്ടിയിലൂടെ പിറന്ന രാമനും സഹോദരൻമാരും ദശരഥ പുത്രൻമാരാണെന്ന് എങ്ങനെ പറയാനാവും?പാണ്ഡുപുത്രൻമാരുടെ അതേ അവസ്ഥയാണവർക്കുമുള്ളത്- ഇ.വി.ആർ സ്ഥാപിക്കുന്നു.

സീതയെ രാവണന്റെ മകളായി ചിത്രീകരിക്കുന്ന കമ്പരാമായണത്തോട് പെരിയാർക്ക് തെല്ലും പ്രതിപത്തിയുണ്ടായിരുന്നില്ല. ഭക്തരെ ചൂഷണം ചെയ്യാനായി വാല്മീകിരാമായണത്തിലെ വസ്തുതകളെ നിർലജ്ഞം വളച്ചൊടിക്കുകയാണ് കമ്പർ ചെയ്തതെന്ന്

അദ്ദേഹം വിലയിരുത്തി. രാമന്റെ ജനനംപോല തന്നെ സീതയുടെ ജനനവും അഭിമാനകരമല്ല. സീതയുടെ മാതാവ് അജ്ഞാതപുരുഷ നിൽ നിന്ന് ഗർഭം ധരിച്ചശേഷം കുട്ടിയെ പാടത്തെ ഉഴവുചാലിൽ ഉപേക്ഷിക്കുകയാണുണ്ടായത്. കഥാന്ത്യംവരെ സീതയുടെ മാതാപി താക്കളെപ്പറ്റി രാമായണത്തിൽ പരാമർശമില്ല. ജനകമഹാരാജാവ് സീതയുടെ വളർത്തച്ഛനാണ്. സീതയുടെ ജനനത്തെപ്പറ്റിയുള്ള ദുരൂഹതയാണ് അവളുടെ വിവാഹം നീണ്ടുപോകാനിടയാക്കിയത്. അത് സീതതന്നെ പലവുരു സൂചിപ്പിക്കുന്നുമുണ്ട്. അതല്ലാതെ സ്വ യംവരവില്ല് കുലയ്ക്കാൻ ആളില്ലാത്തതുകൊണ്ടല്ല. ബാലനായ രാമൻ ഒടിച്ചത് നേരത്തെതന്നെ ഒടിച്ച് വെച്ചിരുന്ന വില്ലാണെന്ന് നിരവധി രാമായണപണ്ഡിതരെ ഉദ്ധരിച്ച് പെരിയാർ വാദിക്കുന്നു. സ്വയംവര മാണ് ഉദ്ദേശിച്ചതെങ്കിൽ സീതയുടെ അനുജത്തിയായ(?) ഊർമ്മിള ലക്ഷ്മണനെ വരിക്കുന്നതിന് അത്തരം ഉപാധികൾ ഒഴിവാക്കപ്പെട്ട തെന്ത്? കൂട്ടകല്യാണത്തിലൂടെ ജനകന്റെ സഹോദരനായ കുശദ്ധ്വ ജന്റെ മക്കളായ ശ്രുതകീർത്തിയും മാണ്ഡവിയും അതേ വേദിയിൽ വെച്ച് ഭരത-ശത്രുഘ്നൻമാരുടെ ജീവിതസഖിമാരാകുമ്പോഴും വില്ലൊടിക്കലുമില്ല, സാഹസികപ്രകടനവുമില്ല.

ശ്രീരാമപട്ടാഭിഷേകം അതിസുന്ദരമായ ഒരു ഗൂഢാലോചനയാ ണെന്ന് പെരിയാർ സമർത്ഥിക്കുന്നു. ലാവണ്യതിടമ്പും ബുദ്ധിമതിയു മായ കൈകേയിയെ വിവാഹംചെയ്യുന്ന സമയത്തുതന്നെ അവളിൽ ഉണ്ടാകുന്ന മകന് രാജ്യംനൽകാമെന്ന് വൃദ്ധനും കാമാന്ധനുമായ ദശരഥൻ ഉറപ്പ് കൊടുത്തിരുന്നു. പക്ഷേ വിഷയാസക്തനായ ദശരഥൻ വാക്കുപാലിച്ചില്ല. ചില രാമായണകഥകൾ ചൂണ്ടിക്കാട്ടി വിവാഹസമയത്ത് തന്നെ അയോദ്ധ്യ കൈകേയിക്ക് സ്വന്തമായി എന്നും ഇ.വി. ആർ വാദിക്കുന്നുണ്ട്. കരാർപ്രകാരം ദശരഥൻ ഒരു പ്രതിനിധിയായിട്ടാണത്രെ രാജ്യം ഭരിച്ചിരുന്നത്. കൈകേയിയേയും ദശരഥനേയും കുറിച്ച് ശ്രീ സോമസുന്ദര ഭാരതിയാർ എം.എ.ബി. എൽ. എന്ന തമിഴ് ബ്രാഹ്മണപണ്ഡിതനെഴുതിയ ഗ്രന്ഥമാണ് ഇ.വി. ആർ പ്രധാനമായും ഇതിനായി ഉദ്ധരിക്കുന്നത്.

ഇവിടെ ഇ.വി.ആറിന് അനുകൂലമായും പ്രതികൂലമായും നിരവധി തെളിവുകൾ കണ്ടെത്താനായേക്കും. ഒരുപക്ഷേ വാല്മീകിരാമായണം അറിയുന്ന ഏതൊരാൾക്കും തോന്നാനിടയുള്ള ചില സംശയങ്ങൾ ഈ കരാറിലുണ്ട്. ഇത്തരമൊരു കരാർ മഹാഭാരതകഥയിൽ സത്യ വതിയും നേടിയെടുക്കുന്നുണ്ട്. പിന്നീട് ഭീഷ്മർ സ്വപിതാവിന്റെ പ്രതിജ്ഞ അക്ഷരംപ്രതി പാലിക്കുന്നു; സ്വയം നഷ്ടപ്പെടുത്തി കൊണ്ട് തന്നെ. വനവാസം പ്രാചീന സംസ്കൃത മഹാകാവ്യങ്ങളിലെ ഒരു

സ്ഥിരം സങ്കേതമാണെന്ന് മാത്രമല്ല വളരെ പ്രചാരമുള്ള ഒരു ഇന്തോ -യൂറോപ്യൻ മിത്തുമാണിത്. കഥ കൊട്ടാരത്തിൽ മാത്രം തളംകെട്ടി കിടന്നാൽ കവിഭാവനയെ ഉത്തേജിപ്പിക്കുന്ന രംഗങ്ങൾക്ക് പരിമിതിയുണ്ടാകും. പ്രകൃതിയിലെ രമണീയദൃശ്യങ്ങളും വൈവിധ്യമാർന്ന സംഭവങ്ങളും കാവ്യത്തിന്റെ ചമത്കാരഭംഗി കൊഴുപ്പിക്കാൻ സഹായിക്കുന്നതാണ്. മഹാഭാരതകഥയിൽ പാണ്ഡവരും വനവാസം ചെയ്യുന്നു; കാലാവധി അജ്ഞാതവാസമുൾപ്പടെ 13 വർഷമാണെന്ന വ്യത്യാസം മാത്രം. ഗ്രന്ഥകർത്താവിന് വർണ്ണിക്കാനും വിവരിക്കാനും ഒരുപാട് സംഗതികൾ ഈ 'അലയുന്ന നായകൻ' (wandering hero) സമ്മാനിക്കുമെന്നതിനാൽ നീണ്ട യാത്രകൾ,വനവാസം,സമുദ്രയാത്രകൾ ഇതിലേതെങ്കിലുമൊന്നില്ലാത്ത പ്രാചീന ഇതിഹാസങ്ങൾ ഇല്ലെന്ന് തന്നെ പറയാം. ഗ്രീക്ക് ഇതിഹാസങ്ങളായ ഇലിയഡിലും ഒഡീസ്സിയിലും ഹോമർ വിവരിക്കുന്ന കപ്പൽയാത്രകളും യാത്രാവിശേഷങ്ങളും സമാന ഉദാഹരണങ്ങളാണ്. സംസ്കൃതസാഹിത്യം ജനിച്ചത് ഇന്ത്യാ ഉപഭൂഖണ്ഡത്തിന്റെ അങ്ങേയറ്റമായ ഉത്തരേന്ത്യയിലായതാണ് അവയിൽ വനവാസത്തിന് പ്രാമുഖ്യം കൈവരാൻ കാരണം. പ്രാചീന സംസ്കൃത കാവ്യങ്ങളിൽ നിരവധി പർവതങ്ങളും നദികളും പരാമർശിക്കപ്പെടുന്നതും ഉത്തരേന്ത്യൻ ഭൂപ്രകൃതിക്ക് സമാനമായാണ്.

ഭീഷ്മരിൽനിന്നും വ്യത്യസ്തമായി കാട്ടിൽപോയി തിരിച്ചെത്തിയ രാമൻ വീണ്ടും രാജാവാകുന്നതാണ് രാമയണത്തിൽ കാണുന്നത്. അതായത്, ഭീഷ്മരുടെ ഉയരം രാമന് അപ്രാപ്യമാണ്. കരാറിലെ കാട്ടിൽപോവുക എന്ന ഭാഗം മാത്രമേ രാമൻ പാലിക്കുന്നുള്ളൂ. വനവാസത്തിൽ അദ്ദേഹത്തിന് ഇണയും തുണയുമുണ്ട്. എന്നാൽ ഭരതനെ രാജാവാക്കുക എന്ന ലക്ഷ്യം അത്യന്തികമായി അട്ടിമറിക്കപ്പെടുകയും ചെയ്യുന്നു. ഭരതനെ യുവരാജാവാക്കണം എന്നാണ് കൈകേയി പറഞ്ഞത്; അല്ലാതെ 14 വർഷത്തേക്ക് മാത്രം വാഴിക്കണം എന്നായിരുന്നില്ല. സത്യത്തിൽ വനവാസം കരാറിലെ ഒരു ഉപവകുപ്പ് മാത്രമാണ്.

14 വർഷം രാമനെ കാട്ടിലയക്കുകയായിരുന്നു കൈകേയിയുടെ ലക്ഷ്യമെന്ന് ആരും പറയില്ല. രാജാവാകുന്ന തന്റെ മകന് രാമനിൽ നിന്ന് ഭീഷണി ഉണ്ടാകാതിരിക്കണമെന്ന ലക്ഷ്യത്തോടെയാണ് കൈകേയി വനവാസം ആവശ്യപ്പെട്ടതെന്നറിയാൻ സാമാന്യബുദ്ധി തന്നെ ധാരാളം. ആ നിലയ്ക്ക് രാമൻ കരാർ ലംഘനമാണ് നടത്തിയെതെന്ന വാദവും ഉയരാം. ജനഹിതവും ഭരതന്റെ ജീവത്യാഗഭീഷണിയുമാണ് കാരണമാണ് താൻ വീണ്ടും രാജാവാകുന്നതെന്ന

രാമവാദം ബാലിശമാണ്. രാമൻ കാട്ടിൽ പോകുമ്പോൾ പിതാവും ബന്ധുക്കളുമുൾപ്പടെ ആബാലവൃദ്ധം ജനം വിലപിച്ചു കൊണ്ട് രാമനെ കാട്ടിലേക്ക് പിന്തുടരുന്നുണ്ട്. വിയോഗദുഃഖവും ദുരന്തവും കാരണം പിതാവിന്റെ വാക്കു പാലിക്കപ്പെട്ടില്ല എന്നുവരുന്നത് കടുത്ത ആക്ഷേപമായതിനാലാണ് രാമൻ പിന്മാറാതെ കാട്ടിലേക്ക് പോകുന്നത്. പക്ഷേ കൈകേയി ലക്ഷ്യമിട്ടത് ഭരതനും ഭരതന്റെ മക്കളും രാജ്യം ഭരിക്കുകയെന്നതാണ്. ആത്യന്തികമായി ആ മോഹം പൂവണിയുന്നില്ല.

പെരിയാറിന്റെ രാമായണവിമർശനത്തിലേക്ക് തിരികെവരാം. ശ്രീരാമപട്ടാഭിഷേകം നടത്തുന്നതിന് രാമൻ മൗനാനുവാദം കൊടുത്തുവെന്ന് ഇ.വി.ആർ. വാദിക്കുന്നു. ഭരതൻ സ്ഥലത്തില്ലാത്ത നേരത്തുള്ള തിടുക്കത്തിലുള്ള സ്ഥാനാരോഹണം നീതിനിഷ്ഠനായിരുന്നുവെങ്കിൽ രാമൻ ചെറുക്കുമായിരുന്നു. അവസാനം കൈകേയിയുടെ ഇടപെടലിലൂടെ ഗൂഢാലോചന അട്ടിമറിക്കപ്പെടുമ്പോൾ വല്ലാതെ നിരാശനാകുന്നുണ്ടദ്ദേഹം. കൗസല്യയ്ക്കും രാമനും വസിഷ്ഠനുൾപ്പടെയുള്ള ഗുരുക്കൻമാർക്കും ദശരഥന്റെ പ്രതിജ്ഞയെപ്പറ്റി നേരത്തെ അറിയാമായിരുന്നു. ബാലകാണ്ഡം നാലാം അധ്യായത്തിൽ കൈകേയിപുത്രനായ ഭരതൻ അമ്മാവനായ സുധാജിത്തിന്റെ കൊട്ടാരത്തിലേക്ക് പോയത് ശുഭസൂചനയായി കാണണമെന്ന് ദശരഥൻ രാമനോട് പറയുന്നുണ്ട്. പിതാവും രാമനും കൂടി ഭരതനെതിരെ നീങ്ങുകയായിരുന്നുവോ?

നീണ്ട 10 വർഷം ഭരതൻ അമ്മവന്റെകൂടെ താമസിക്കുന്നതിൽ ദുരൂഹതയുണ്ട്. എന്തുകൊണ്ടങ്ങനെ? ഭരതൻ ഏക സന്താനമാണ്. പ്രായമായ മാതാപിതാക്കൾ ജീവിച്ചിരിക്കുന്നു. വളരെക്കാലം കാത്തിരുന്നതിന് ശേഷം ജനിച്ച മകൻ. അങ്ങനെയൊരാൾ എന്തുകൊണ്ട് 10 വർഷം അയാൾ മാറിനിൽക്കുന്നു? അല്ലെങ്കിൽ മാറ്റിനിറുത്തുന്നു? ഇത്ര നീണ്ട കാലയളവ് ഭരതനെ അയോദ്ധ്യയിൽ നിന്നും മാറ്റിനിർത്തിയതിന് രാമനെ സുഗമമായി രാജാവാക്കുകയെന്ന ലക്ഷ്യമല്ലാതെ മറ്റൊന്നും ചൂണ്ടിക്കാട്ടാനാവില്ല. നാലവർ ഡോ.സോമസുന്ദര ഭാരതിയാരുടെ രാമായണവിമർശനങ്ങളെ ആധാരമാക്കിയാണ് ഇ.വി.ആർ ഇത്തരം നിഗമനങ്ങളിലെത്തുന്നത്. മന്ഥരയെന്ന കഥാപാത്രത്തെകൊണ്ട് തന്ത്രപൂർവ്വം വാല്മീകിതന്നെ ഇതൊക്കെ പറയുന്നതായി ഇ.വി.ആർ നിരീക്ഷിക്കുന്നു: "രാമനെ രാജാവാക്കണമെന്ന ഉദ്ദേശ്യത്തോടെയാണ് ഭരതനെ അകറ്റി നിർത്തിയത്. ഭരതകുമാരൻ തലസ്ഥാനനഗരിയിൽ തന്നെ ഉണ്ടായിരുന്നാൽ ജനങ്ങളുടെ അനുഭാവം പിടിച്ചു പറ്റും. അമ്മാവന്റെ വീട്ടിലാക്കിയാൽ

ഭരതന് ജനസമ്പർക്കം ഉണ്ടാവുകയില്ലല്ലോ"(വാല്മീകി രാമായണം -അയോദ്ധ്യാ കാണ്ഡം).

തന്റെ മകനായ രാമനെ രാജാവാക്കണമെന്ന് കൗസല്യ നിരന്തരമായി ദശരഥനോട് അപേക്ഷിക്കുമായിരുന്നു. തുടക്കത്തിൽ, ശ്രീരാമപട്ടാഭിഷേകം നടത്തുന്ന വിവരം കൈകേയി, കൈകേയിയുടെ അച്ഛൻ, ഭരതൻ, ശത്രുഘ്നൻ, തുടങ്ങിയവരെ അറിയിക്കുന്നതേയില്ല. സ്വകാര്യ സംഭാഷണത്തിനിടയിൽ ദശരഥൻ തന്നെ രാമനോട് പറയുന്നു:"ചടങ്ങ് തടയാൻ നിർബന്ധിതമായാൽ പോലും ഭരതനത് ചെയ്യില്ല. ശാന്തനായ അവൻ പ്രതിഷേധിക്കില്ല. തന്റെ മടക്കത്തിന് മുമ്പ്, തന്റെ അഭാവത്തിൽ ആയാൽ പോലും ശാന്തനും സൗമ്യനുമായ ഭരതൻ എല്ലാം അംഗീകരിക്കും"(വാല്മീകി രാമായണം-അയോദ്ധ്യാ കാണ്ഡം). കാര്യങ്ങളിൽ പന്തികേടില്ലെങ്കിൽ ഭരതനെ ദശരഥൻ ഭയക്കുന്നതെന്തിന്? ഭരതന്റെ സ്വഭാവവിശുദ്ധി ചൂഷണംചെയ്ത് തനിക്ക് രാജ്യഭരണം വേണ്ട എന്ന നിലപാട് എന്തുകൊണ്ട് രാമൻ സ്വീകരിക്കുന്നില്ല? കൈകോയിയുടെ ഒറ്റ മകനും സ്വന്തം സഹോദരനുമായ ഭരതൻ 10 വർഷമായി ബന്ധു വീട്ടിൽ തുടരുന്നതിന്റെ പിന്നിലെ ഗൂഢാലോചനയെപ്പറ്റി രാമന് ഒന്നും അറിയില്ലായിരുന്നു എന്നു പറഞ്ഞാൽ അത് അതിശയോക്തിപരമാണ്.

അധികാരക്കൈമാറ്റത്തിലെ അനീതികളും കുഴമറിച്ചിലുകളും മഹാഭാരതത്തിലും മുഖ്യവിഷയമായി വരുന്നതോർക്കുക. സത്യത്തിൽ പാണ്ഡവർക്ക് പകുതി രാജ്യത്തിന് അവകാശമുണ്ടോ? പാണ്ഡുപുത്രർ പാണ്ഡവരുടെ പുത്രരല്ല എന്നിരിക്കെ കുന്തിയുടെ മക്കൾക്ക് പാണ്ഡുവിന് അവകാശപ്പെട്ട(?) പകുതിരാജ്യം ലഭിക്കണമെന്ന ആവശ്യം ധാർമ്മികമായി ശരിയാണോ? രാജ്യത്തിന്റെ യഥാർത്ഥ അവകാശിയായിരുന്ന മൂത്തപുത്രൻ ധൃതരാഷ്ട്രർ അന്ധനായതിനാലാണ് അനുജനായ പാണ്ഡുവിനെ രാജ്യഭരണം ഏൽപ്പിച്ചത്. പിന്നീട് പാണ്ഡു കാട്ടിലേക്ക് തിരിക്കുമ്പോൾ ഭരണം ധൃതരാഷ്ട്രർ തിരിച്ചെടുക്കുന്നു. ഈ അധികാരക്കൈമാറ്റങ്ങൾ നടക്കുമ്പോൾ മറ്റൊരു അവകാശിയായ സഹോദരൻ വിദുർ വെറും കയ്യോടെ നോക്കി നിൽക്കുകയാണ്. 'പാണ്ഡവരിൽ'രണ്ട് പേർ മാദ്രിയുടെ പുത്രൻമാരാണ്; മൂന്നുപേർ കുന്തിയുടേയും. അശ്വനിദേവൻമാരാണ് നകുല-സഹദേവൻമാരുടെ പിതാക്കൻമാർ. യഥാക്രമം യമൻ, വായു, ഇന്ദ്രൻ എന്നിവർ കൗന്തേയമാരുടെ പിതാക്കൻമാരും. പാണ്ഡുവിന് കിട്ടുന്നത് ധൃതരാഷ്ട്രർ ഏൽപ്പിച്ചുകൊടുത്ത ഭരണനിർവഹണാധികാരം മാത്രമാണ്. അതല്ലാതെ പാണ്ഡുവിന് രാജ്യത്തിന് മേൽ നിയമപരമായി അവകാശമൊന്നുമില്ല. സ്വഭാവികമായും പാണ്ഡു അതുകൂടി

ത്യജിക്കുമ്പോൾ രാജ്യം സമ്പൂർണ്ണമായും ധൃതരാഷ്ട്രർക്ക് തന്നെ ലഭിക്കണം. അങ്ങനെയെങ്കിൽ രാജ്യത്തിന്റെ ശരിയായ അവകാശികൾ ദുര്യോധനാദികളാണ്. സഹോദരൻമാർ രാജ്യം പകുത്തു ഭരിക്കുന്ന രീതിക്ക് നിയമപിന്തുണയുമില്ല. കുറെക്കൂടി സൂക്ഷ്മമായി നോക്കിയാൽ ധൃതരാഷ്ട്രരും പാണ്ഡുവും വിദുരരും വിചിത്രവീരന്റെ മക്കളുമല്ല.

ഇത്രയധികം സങ്കീർണ്ണമായ പ്രശ്നങ്ങളില്ലെങ്കിലും സമാനമായ പലതും അയോദ്ധ്യയിലും സംഭവിക്കുന്നുണ്ട്. സത്യത്തിൽ ദശരഥന് സന്താനങ്ങളുണ്ടോ എന്ന ചോദ്യത്തിൽ നിന്നാണ് അതും ആരംഭിക്കുക. കരാർപ്രകാരം രാജ്യം ഭരതനുള്ളതാണെങ്കിൽ ദശരഥൻ വൈകാരികമായ വാദങ്ങൾ ഉയർത്തുന്നത് അധാർമ്മികമല്ലേ? ഭരതന്റെ ഹൃദയനൈർമല്യം ചൂഷണം ചെയ്യാനുറച്ച് തന്നെയാണ് രാമനും ദശരഥനും തിടുക്കത്തിലുള്ള പട്ടാഭിഷേകത്തിനൊരുങ്ങുന്നത്. കൈകേയിയെ വശത്താക്കാനുള്ള ഉപായങ്ങളെല്ലാം ലക്ഷ്യം കാണാതെ വന്ന് ഹതാശനായ ദശരഥൻ രാമനോട് പറയുന്നു: "രാമാ! ഒരു ദുർബല നിമിഷത്തിൽ ഭരതനെ രാജാവാക്കാൻ വാക്കു കൊടുത്തുവെന്നത് സത്യം തന്നെ. പക്ഷേ അത് എന്റെ മാത്രം വാക്കാണ്. നിനക്കത് ബാധകമല്ല. നീ ഈ തക്കം നോക്കി സിംഹാസനത്തിൽ നിന്നും എന്നെ പുറത്താക്കി അധികാരം പിടിച്ചെടുത്തു കൊള്ളുക"(വാല്മീകി രാമായണം-അയോദ്ധ്യാ കാണ്ഡം).

അയോദ്ധ്യാ കാണ്ഡം 36-ാം അദ്ധ്യായത്തിന്റെ അവസാനം പൂർണ്ണപരാജിതനായ ദശരഥൻ ഖജാനാവിലുള്ള സമ്പത്തും ധാന്യവും, വ്യാപാരികളും അഭിസാരികകളുമടക്കമുള്ള പൗരജനത്തോടോപ്പം രാമന് കാട്ടിലേക്കയച്ചു കൊടുക്കാൻ ഉത്തരവിടുന്നു. ആ നീക്കത്തെ എതിർത്ത കൈകേയിയോട് ദശരഥൻ കയർക്കുന്നുണ്ട്:''നീ ചോദിച്ചത് രാജ്യം മാത്രമാണ്.അതിനകത്തുള്ളതായിരുന്നില്ല"(വാല്മീകിരാമായണം-അയോദ്ധ്യാകാണ്ഡം). എന്നാൽ ലക്ഷ്മണൻ പോകുന്നതിനെപറ്റിയോ സീത പോകുന്നതിനെ പറ്റിയോ ദശരഥൻ വേവലാതിപ്പെട്ട് കാണുന്നില്ല.

ഇവിടെ ഇ.വി.ആറിന്റെ വാദം അർത്ഥവത്താണ്. ദശരഥന്റെ രാമപ്രേമം സത്യത്തിൽ ഒരു പ്രഹേളികയാണ്. രാമൻ പോകുന്നതിൽ വിലപിച്ച് അലമുറയിടുകയും നിലത്ത് കിടന്ന് ഉരുളുകയുമൊക്കെ ചെയ്യുന്ന ഈ പിതാവിന് ഭരതനെ പത്ത് വർഷമായി കാണാത്തതിൽ പ്രത്യേകിച്ചൊരു കുണ്ഠിതമൊന്നുമില്ല! മാത്രമല്ല തികഞ്ഞ സൗമ്യനും മര്യാദക്കാരനുമെന്ന് വിശേഷിപ്പിക്കുമ്പോൾതന്നെ രാമന്റെയും തന്റെയും എതിരാളിയായിട്ടാണ് അദ്ദേഹം ഭരതനെ

കാണുന്നത്. ലക്ഷ്മണനും ശത്രുഘ്നനും സീതയും ഒന്നും അദ്ദേഹ ത്തിന് വിഷയമല്ല. രാമൻ! രാമൻ! രാമൻ മാത്രം! അതുമാത്രമാണ് അദ്ദേഹം സദാ ചിന്തിക്കുന്നത്. അപസ്മാരതുല്യമാണ് ദശരഥന്റെ ഈ പെരുമാറ്റം. മൂത്തപുത്രനോട് അല്പം സ്നേഹവും വാൽസല്യ വും കൂടുമെന്ന് പറഞ്ഞാൽ മനസ്സിലാക്കാം. പക്ഷേ ഇവിടെയത് സർവ്വസീമകളും ലംഘിച്ച് അവിശ്വനീയമായ ഒരു തലത്തിലെത്തി നിൽക്കുന്നുവെന്ന് പറയാതെ വയ്യ.

മദ്രാസ് സംസ്കൃത കോളേജിലെ പ്രൊഫസറായിരുന്ന ശ്രീ. സി. ആർ ശ്രീനിവാസ അയ്യങ്കാർ 1925-ൽ വാല്മീകിരാമായണം പൂർണ്ണ മായും തമിഴിലേക്ക് പരിഭാഷപ്പെടുത്തിയപ്പോൾ ദശരഥനെ അതിൽ 'മനസാക്ഷിയുടെ ഘാതകൻ' എന്ന് വിശേഷിപ്പിച്ചതായി പേജും ഖണ്ഡികയും ചൂണ്ടികാട്ടി ഇ.വി.ആർ സൂചിപ്പിക്കുന്നു. പട്ടാഭിഷേക ത്തെ കുറിച്ച് പണ്ഡിതരുടെ ഉദ്ധരണികൾ സഹിതം പെരിയോർ നിരത്തുന്ന നിരീക്ഷണങ്ങളിൽ ചിലത് മാത്രമാണിവ.

ആവർത്തിക്കട്ടെ, ഇ.വി.ആറിന് ശ്രീരാമൻ ഒരു ആദർശക ഥാപാത്രം പോലുമല്ല. 'പുല്ലിലെ പാമ്പാ'യാണ് അദ്ദേഹം രാമനെ വിലയിരുത്തുന്നത്. അതായത് ഒരു ചിരിക്കുന്ന വില്ലൻ അല്ലെങ്കിൽ കാപട്യക്കാരൻ. ലക്ഷ്യങ്ങളെല്ലാം നേടുകയുംവേണം എന്നാൽ 'തനി നിറം'ആരുമറിയുകയുമരുത്. സത്യത്തിൽ വിവാഹസമയത്ത് തന്നെ ഭരതനെ കിരീടാവകാശിയായി ദശരഥൻ അംഗീകരിച്ച വിവരം രാമ നറിയാമായിരുന്നു. ആരണ്യകാണ്ഡത്തിൽ തന്നെ കാണാനെത്തുന്ന ഭരതനോട് രാമനിത് പറയുന്നുണ്ട്. അയോദ്ധ്യയിലെ ജനങ്ങളോടും പിതാവിനോടും കൈകേയിയോടും ഒക്കെയുള്ള രാമന്റെ പെരുമാറ്റം കിരീടം ലക്ഷ്യമാക്കിയുള്ള വിനയപ്രകടനമാണ്. ഭരതന്റെ അഭാവ ത്തിൽ നടന്ന എല്ലാ ശ്രമങ്ങളേയും രാമൻ പിന്തുണച്ചു; ഉള്ളാലെ സന്തോഷിച്ചു. പ്രശ്നങ്ങളുണ്ടാകാതിരിക്കാനായി ലക്ഷ്മണനെ വാനോളം പുകഴ്ത്തുകയും ചെയ്യുന്നു: 'ലക്ഷ്മണാ, നിനക്ക് വേണ്ടിയാണ് ഞാൻ കിരീടമണിയുന്നത്. യാഥാർത്ഥത്തിൽ ഭരിക്കാൻ പോകുന്നത് നീയായിരിക്കും'(അയോദ്ധ്യകാണ്ഡം, സർഗ്ഗം/അദ്ധ്യായം-4).

യുവരാജാവായുള്ള തന്റെ പട്ടാഭിഷേകം നടക്കുമോ എന്ന കാര്യ ത്തിൽ രാമൻ വളരെ ഉത്കണ്ഠാകുലനായിരുന്നു: 'രാജ്യം നിനക്കുള്ളത ല്ല. നീ കാട്ടിലേക്ക് പോകണം എന്ന് പിതാവ് പറഞ്ഞപ്പോൾ രാമൻ ഒറ്റയ്ക്ക് പോയിരുന്നു സങ്കടപ്പെട്ടു'(അയോദ്ധ്യകാണ്ഡം, അദ്ധ്യായം-11). ദുഖിതനായ അദ്ദേഹം മാതാവായ കൗസല്യയോട് പറയുന്നു: 'രാജ്യം വിട്ടുകൊടുക്കാനും, രാജകീയ സുഖസൗകര്യങ്ങളും സ്വാദിഷ്ടമായ മാംസഭക്ഷണങ്ങളും ഉപേക്ഷിക്കാനും ഉത്തരവായിരിക്കുന്നു. ഇനി

ഞാൻ വനത്തിൽ വസിച്ച് പച്ചക്കറികളും പഴങ്ങളും മാത്രം ഭക്ഷിച്ച് കൊള്ളണമത്രെ'(അയോദ്ധ്യകാണ്ഡം, അദ്ധ്യായം-20).

തുടർന്ന് 'എന്റേതായി തീരുമെന്ന ഘട്ടത്തിൽ രാജ്യം കെയ്യിൽ നിന്നു വഴുതിപോയിരിക്കുന്നു' എന്ന് അയോദ്ധ്യകാണ്ഡം 20, 26, 94 എന്നീ അദ്ധ്യായങ്ങളിൽ വിലപിക്കുന്ന രാമൻ അച്ഛനോടുള്ള കോപം ലക്ഷമണനോടാണ് തീർക്കുന്നത്:'എപ്പോഴും തന്റെ ആജ്ഞ ശിരസ്സാ വഹിക്കുന്ന ഒരുവനെ വനത്തിലേക്ക് പറഞ്ഞയക്കാൻ ഏതെങ്കിലും വിഡ്ഢി സമ്മതം മൂളുമോ?'

അധികാരം തന്നെകൊണ്ട് പിടിച്ചെടുപ്പിക്കാതെ ദശരഥന് സ്വയം അത് ചെയ്യുതരാമായിരുന്നു എന്നാണ് രാമൻ സൂചിപ്പിക്കുന്നത്. ദശരഥനെ പോലെ രാമനും അനേകം ഭാര്യമാരുണ്ടായിരുന്നു. 1925-ൽ പ്രസിദ്ധീകരിച്ച അയ്യാങ്കാരുടെ പരിഭാഷയനുസരിച്ച് രാമൻ പട്ടമഹിഷിയായി വാഴിച്ചത് സീതയെ ആയിരുന്നുവെങ്കിലും രാജകീയ വഴക്കമനുസരിച്ച് ലൈംഗികാനന്ദത്തിനായി മറ്റനേകം ഭാര്യമാരെക്കൂടി വിവാഹം ചെയ്തിരുന്നുവെന്ന് പറയുന്നുണ്ട്(അദ്ധ്യായം 8, പേജ്-28). ബംഗാളിയിലും സംസ്കൃതത്തിലും അഗാധമായ പാണ്ഡിത്യമുള്ള ശ്രീ മന്മഥനാഥദത്താറിന്റെ പരിഭാഷയിലും 'രാമന്റെ ഭാര്യമാർ' എന്ന പ്രയോഗം നിരവധിതവണ പ്രത്യക്ഷപ്പെടുന്നുണ്ട്.

കൈകേയിയോടുള്ള രാമന്റെ സ്നേഹം കപടമായിരുന്നു. വാല്മീകിരാമായണത്തിൽ തന്നെ തെളിവുകൾ നിരവധി:'കൈകേയി ഒരു ദുഷ്ട സ്ത്രീയാണ്'', കൈകേയി എന്റെ അമ്മയെ(കൗസല്യ) ദ്രോഹിക്കും', (അയോദ്ധ്യാകാണ്ഡം, അദ്ധ്യായം-31,53).

തുടർന്ന് 'അവരെന്റെ അച്ഛനെ കൊല്ലും', 'കൈകേയിയുടെ ആഗ്രഹം സാധിച്ചിരിക്കുന്നു. ഇപ്പോൾ കൈകേയിക്ക് തൃപ്തിയായി കാണും' എന്നൊക്കെ രാമൻ രോഷംകൊള്ളുന്നു.

'രാമാ, ഭരതനെ രാജാവായി അഭിഷേകം ചെയ്യണമെന്നും നിന്നെ വനത്തിലേക്കയക്കണമെന്നും നിന്നെ അറിയിക്കാൻ രാജാവ് എന്നെ ചുമതലപ്പെടുത്തിയിരിക്കുന്നു' എന്ന് പറയുന്ന കൈകേയിയോട് 'രാജ്യഭരണം ഭരതനെ ഏൽപ്പിക്കുന്ന കാര്യം എന്നോടച്ഛൻ ഒരിക്കലും പറഞ്ഞിട്ടില്ല' എന്നാണ് രാമന്റെ നീരസം നിറഞ്ഞ മറുപടി.

'കോപാന്ധനായാൽ സർവ്വ ശത്രുക്കളേയും ഒന്നടങ്കം തകർത്ത് രാജാവാകാൻ എനിക്ക് കഴിയും. പക്ഷേ ജനം പഴിപറയുമെന്ന പേടിയാലാണ് ഞാനാ മാർഗ്ഗം സ്വീകരിക്കാത്തത് എന്ന് രാമൻ ലക്ഷ്മണനോട് പച്ചയായിതന്നെ വീമ്പിളക്കുന്നുണ്ട്(അയോദ്ധ്യാകാണ്ഡം, അദ്ധ്യായം-53).

സത്യത്തോടും നീതിയോടും രാമനുള്ള പ്രതിബദ്ധത പെരിയാർ ചോദ്യം ചെയ്യുന്നു. വനവാസത്തിന് പോകുമ്പോൾ സീതയോട്: 'നീ ഇവിടെതന്നെ വസിക്കുക, ഭരതനോട് വിരോധത്തിനിട വരുത്താതെ അയാളുടെ അഭീഷ്ടമനുസരിച്ച് ജീവിക്കുക. നമുക്കതു കൊണ്ട് ഭാവിയിൽ പല ഗുണങ്ങളുമുണ്ടാകും'(അയോദ്ധ്യാകാണ്ഡം, അദ്ധ്യായം-26)എന്നു പറയുന്നുണ്ട്.

രാമനെതേടി കാട്ടിലെത്തുന്ന ഭരതനെ'എന്താ ഭരതാ, നിന്നെ ജനം ആട്ടിപ്പായിച്ചോ? അതോ അച്ഛനെ സഹായിക്കാനുള്ള മനസ്സില്ലാത്തതിനാൽ ഇങ്ങോട്ട് പോന്നതാണോ?'(അയോദ്ധ്യാ കാണ്ഡം, അദ്ധ്യായം-100) എന്ന് പരിഹസിക്കുന്ന രാമൻ 'നിന്റെ അമ്മയുടെ ആഗ്രഹമൊക്കെ ഇപ്പോൾ സഫലമായല്ലോ.അവർക്ക് സന്തോഷമായിരിക്കുമല്ലോ'(അയോദ്ധ്യാകാണ്ഡം, അദ്ധ്യായം-100) എന്നിങ്ങനെ മുനവെച്ച് സംസാരിക്കാനും മറക്കുന്നില്ല.

ശൂദ്രന്റെ തപസ്സ് വേദവിരുദ്ധമാണെന്ന് പറഞ്ഞ് രാമൻ നിരപരാധിയായ ശംബൂകന്റെ കഴുത്ത് വെട്ടുന്നു(ഉത്തരകാണ്ഡം, അദ്ധ്യായം-76). സ്വന്തം സഹോദരൻമാരെ ചതിച്ച് രാജ്യം പിടിക്കാനൊരുങ്ങുന്ന ചതിയൻമാരും ഭീരുക്കളുമായ സുഗ്രീവനും വിഭീഷണനുമായി സഖ്യം കൂടുന്ന രാമന് സ്വന്തം കാര്യലാഭം മാത്രമെ ലക്ഷ്യമുള്ളൂ. രാമൻ നടത്തുന്ന ബാലിവധം അന്യായമാണ്. സീതയുടെ ചാരിത്ര്യശുദ്ധിയിൽ രാമൻ എന്നും സംശയാലുവായിരുന്നുവെന്ന് മാത്രമല്ല സീതയോടുള്ള സ്നേഹവും അത്ര തെളിച്ചമുള്ളതായിരുന്നില്ല. ജനനദൂഷ്യം മൂലം വളരെക്കാലം വിവാഹം നടക്കാതിരുന്ന തന്നെക്കാൾ പ്രായംകൂടിയ സീതയെ രാമന്റെമേൽ അടിച്ചേൽപ്പിക്കുകയായിരുന്നുവെന്നും ലക്ഷ്മണനേയും പൗരജനത്തേയും കാണിക്കാൻ വേണ്ടി മാത്രമാണ് സീതയുടെ കാര്യത്തിൽ വലിയ താല്പര്യം കാട്ടി ലങ്കയിൽ പോയതെന്നും ഇ.വി.ആർ വിലയിരുത്തുന്നു. സീതയെ രാവണന് വിട്ടുകൊടുത്ത് തലയുയർത്തി അയോദ്ധ്യയിൽ തിരിച്ചെത്താൻ രാമന് കഴിയുമായിരുന്നില്ല. അഗ്നിപരീക്ഷ സമയത്ത് അഗ്നിയിൽ നിന്ന് ബ്രഹ്മാവ് ഉൾപ്പടെയുള്ളവരാണ് ഉയർന്ന് വന്ന് രാമനോട് സീതയുടെ ശുദ്ധിയെപ്പറ്റി ഉറപ്പ് നൽകുന്നത്. രാമൻ അവതാരമാണെന്ന് അപ്പോൾ മാത്രമാണ് രാമൻ പോലും ബ്രാഹ്മാവിൽ നിന്നറിയുന്നത്. പക്ഷേ അതിനൊക്കെ എത്രയോ മുമ്പ് തന്നെ ഹനുമാനുൾപ്പടെയുള്ളവർ കടുത്ത രാമഭക്തി തുടങ്ങി കഴിഞ്ഞു! രാവണന്റെകൂടെ കഴിഞ്ഞതിന്റ പേരിൽ അഗ്നിപരീക്ഷ നടത്തണമെന്ന് ആവശ്യപ്പെട്ട രാമൻ ഗർഭിണിയാണെറിഞ്ഞപ്പോൾ സീതയെ നിർദ്ദയമായി ഉപേക്ഷിക്കുകയായിരുന്നു.

ജനാഭിപ്രായമെന്ന നിലയിൽ കാര്യങ്ങൾ അവതരിപ്പിച്ച രാമൻ ഒരിക്കലും തന്റെ അഭിപ്രായം എന്താണെന്ന് തന്റേടത്തോടെ പറയുന്നില്ല. ഒരു സുപ്രഭാതത്തിൽ ഒരലക്കകാരൻ പറഞ്ഞ അഭിപ്രായത്തെ കുറിച്ചറിഞ്ഞ് രാമൻ സീതയെ ഉപേക്ഷിക്കാൻ തീരുമാനിച്ചുവെന്ന് പറയുന്നത് അവിശ്വസനീയമാണ്. തന്റെ ക്രൂരപ്രവർത്തി ഒരലക്കകാരന് മേൽ ചാരി രക്ഷപെടാനുള്ള ഭരണാധികാരിയുടെ സൃഗാലതന്ത്രമാണിവിടെ പ്രകടമാകുന്നത്.മറ്റേതു കാര്യത്തിലാണ് അലക്കകാരും കർഷകരുമൊക്കെ പറഞ്ഞു നടക്കുന്ന കാര്യങ്ങൾ രാമൻ കേട്ടിട്ടുള്ളത്? സീതയെ ത്യജിച്ചത് രാമൻ കൃത്യമായി ആലോചിച്ചുറപ്പിച്ച കാര്യം തന്നെയായിരുന്നു. സീത ഗർഭിണിയായതിന്റെ ഉത്തരവാദി താനല്ലെന്ന് രാമന് സംശയിച്ചുവെന്ന് കരുതുന്നതിൽ തെറ്റില്ല. വിവാഹശേഷം സീതയുമായി അയോദ്ധ്യയിൽ കഴിഞ്ഞുകൂടിയ 12 വർഷത്തിലോ വനവാസത്തിലെ നീണ്ട 13 വർഷത്തിലോ സംഭവിക്കാത്ത ഒരു കാര്യം സീത ലങ്കാവാസം കഴിഞ്ഞ് തിരിച്ചെത്തുമ്പോൾ സംഭവിച്ചുവെന്നറിയുന്ന രാമനിൽ അപകർഷതാബോധം ത്രുക്ഷമാകാതെ തരമില്ല.

വനത്തിൽ ഉപേക്ഷിക്കാൻ ആജ്ഞാപിച്ച കാര്യം പറയുമ്പോൾ താൻ നാല് മാസം ഗർഭിണിയാണെന്ന് ലക്ഷ്മണനെ വയറ് ചൂണ്ടികാട്ടി സീത പറയുന്നുണ്ട്. ചില കഥകളിൽ ഇത് 5 മാസമാണ്. കാര്യം സുവ്യക്തമാണ്-ഒന്നുകിൽ രാമൻ ചിന്തിക്കുന്നവണ്ണം സീത കളങ്കിതയാണ്. അല്ലെങ്കിൽ ഗർഭിണിയായ ഭാര്യയേയും സ്വന്തം കുട്ടികളേയും ഉപേക്ഷിക്കുന്ന രാമൻ നിർദ്ദയനും ഭീരുവുമായ ഒരു ഒഥല്ലോയാണ്. ഏത് വഴിക്ക് ചിന്തിച്ചാലും ഈ ഇരുവ്യക്തികളും ആരാധനയ്ക്കർഹരല്ലതന്നെ.

രാമ-ലക്ഷ്മണൻമാർ താടകയേയും ശൂർപ്പണഖയേയും അവയവങ്ങൾ മുറിച്ച് കളഞ്ഞ് ശിക്ഷിക്കുന്നത് തികച്ചും പ്രാകൃതമായാണ്. വാല്മീകി രാമായണത്തിൽ രാമൻ പലതവണ സ്ത്രീകളെ താഴ്ത്തി കെട്ടി സംസാരിക്കുന്നുണ്ടെന്ന കാര്യം ഇ.വി.ആർ ചൂണ്ടികാട്ടുന്നുണ്ടെന്ന് സൂചിപ്പിച്ചല്ലോ. 'സ്ത്രീകളെ വിശ്വസിക്കരുത്. ഭാര്യയെ വിശ്വസിച്ച് സ്വകാര്യങ്ങളൊന്നും വെളിപ്പെടുത്തരുത്'(അയോദ്ധ്യാകാണ്ഡം, സർഗ്ഗം/അദ്ധ്യായം-100) എന്ന് പറയുന്ന രാമന്റെ സ്ത്രീകളോടുള്ള നിലപാട് എന്നും നിന്ദാപരമായിരുന്നു. രാമൻ ഒടിച്ച വില്ല് നേരത്തെ ഒടിഞ്ഞിരുന്നതായിരുന്നുവെന്നും(തമിഴ് വിജ്ഞാനകോശമായ അഭിധാന ചിന്താമണി, പേജ് 157,331,571, 663,894,1151,1173,1494) ഇ.വി.ആർ എഴുതി. പല രാമായണകഥകളും പരശുരാമന്റെ അഭിപ്രായ പ്രകടനവും ഈ വാദം ശരിവെക്കുന്നുണ്ട്. വില്ലൊടിച്ച

കാലത്ത് രാമന്റെ പ്രായം 5 വയസ്സ് മാത്രമാണെന്ന് കൗസല്യ സൂചിപ്പിക്കുമ്പോൾ അത് ദശരഥന്റെ കണക്കിൽ പത്തും സീതയുടെ അഭിപ്രായത്തിൽ 12 വയസ്സുമാണ്. എന്തായാലും യൗവ്വനത്തിലേക്ക് കടക്കുന്നതിന് മുമ്പാണ് രാമൻ വില്ലുകുലച്ച് സീതയെ വരിച്ചതെന്ന് ഏറെക്കുറെ മിക്ക രാമായണങ്ങളും അടിവരയിട്ട് കാണിക്കുന്നുണ്ട്. യാഗരക്ഷയ്ക്കായി വിശ്വാമിത്രൻ രാമനെ ആവശ്യപ്പെട്ട് ചെല്ലുമ്പോൾ ദശരഥൻ പറയുന്നത് രാമൻ ഒരു തീരെ ചെറിയ ബാലകനാണെന്നും മുടിമുറിക്കാനുള്ള പ്രായം പോലുമായിട്ടില്ല എന്നുമാണ്. അങ്ങനെയു ള്ള ചെറിയകുട്ടി യാഗം മുടക്കികളായ ഘോരരാക്ഷസരെ എങ്ങനെ നേരിടുമെന്നാണ് ദശരഥന്റെ ആശങ്ക. അങ്ങനെയെങ്കിൽ രാമൻ രാക്ഷസരെ കൊല്ലാനും സീതാസ്വയംവരത്തിൽ പങ്കെടുക്കാനുമായി പോയത് ഒന്നുകിൽ ബാല്യത്തിൽ, അങ്ങേയറ്റംപോയാൽ കൗമാര ത്തിൽ! രാമനെക്കുറിച്ച് പെരിയാർ ഉന്നയിക്കുന്ന ആരോപണങ്ങൾ നിരവധിയാണ്.

ഇനി സീതയെപ്പറ്റിയുള്ള അദ്ദേഹത്തിന്റെ നിരീക്ഷണങ്ങളി ലൂടെ ഒരോട്ട പ്രദക്ഷിണമാവാം: ആദ്യംതന്നെ പെരിയാർ സ്പർശി ക്കുന്നത് സീതയുടെ സംശയകരമായ ജനനത്തെ തന്നെ: 'എന്നെ മണ്ണിൽ നിന്നും കണ്ടെത്തിയതാണ്, മാതാപിതാക്കളെക്കുറിച്ച് അറിവില്ല. ഋതുമതിയായി ഏറെനാൾ കഴിഞ്ഞിട്ടും എന്നെ വിവാഹം ചെയ്യാൻ ആരുമെത്തിയില്ല' എന്ന് സീത തന്നെ പറയുന്നുണ്ടല്ലോ. വിവാഹശേഷം പെട്ടെന്നുതന്നെ അവൾ ഭരതനുമായി അനിഷ്ടത്തി ലായി 'നീ ഭരതന്റെ പ്രശംസ അർഹിക്കുന്നില്ല'-എന്നുപറയുന്നത് രാമനാണ്(അയോദ്ധ്യകാണ്ഡം, സർഗ്ഗം/അദ്ധ്യായം--26).

സീതയും ഇത് സമ്മതിക്കുന്നു:'എന്നെ അവഗണിക്കുന്ന ഭരത നോടൊപ്പം വസിക്കാൻ എനിക്കിഷ്ടമല്ല' (അയോദ്ധ്യാകാണ്ഡം, സർഗ്ഗം/അദ്ധ്യായം--26) എന്ന പ്രതികരണം ശ്രദ്ധിക്കുക. സീത രാമനെ 'വിടുഭോഷൻ' എന്നുവിളിക്കുന്നുണ്ട്. 'നിങ്ങൾ കാഴ്ചയിൽ പുരുഷനാണെങ്കിലും പുരുഷത്വമില്ലാത്തവനാണ്' എന്നു പറയുന്ന സീത വനത്തിലേക്ക് വരാൻ അനുവദിക്കാത്ത രാമനോട് സംസ്ക്കാ രശൂന്യമായി സംസാരിക്കുന്നു. അയോദ്ധ്യയിൽ താൻ തങ്ങി ഭരത നോടൊപ്പം വസിക്കണമെന്ന് പറയുന്നതിലൂടെ രാമൻ തന്നെ വ്യഭി ചാരത്തിന് പ്രേരിപ്പിക്കുയാണെന്നവൾ രോഷം കൊള്ളുന്നു: 'സ്വന്തം ഭാര്യയെ വിറ്റ് ജീവിക്കുന്നവനേക്കാൾ മാന്യനല്ല നിങ്ങൾ. ഞാൻ വ്യഭിചരിച്ച് അതിൽനിന്ന് മുതലെടുക്കാനാണ് നിങ്ങളുടെ മോഹം' എന്നാണ് തുറന്നടിക്കുന്നത്. രാമന് എല്ലായ്പ്പോഴും തന്നെ സംശയ മാണെന്ന് മണത്തറിഞ്ഞ സീത: 'രാമാ, അങ്ങെന്റെ രക്ഷകനാണ്.

എന്റെ പ്രേമം നിങ്ങളിൽ മാത്രം അർപ്പിതമാണ്. പക്ഷേ ഞാനിത് പലതവണ പറഞ്ഞിട്ടും നിങ്ങളെന്നെ വിശ്വസിക്കുന്നില്ല' എന്നു പറയുന്നതിന്റെ മറുപടിയായി 'ഞാൻ നിന്നെ പരീക്ഷിച്ച് നോക്കി' എന്ന ലാഘവത്തോടു കൂടിയുള്ള മറുപടിയാണ് രാമൻ നൽകുന്നത്(അയോദ്ധ്യാകാണ്ഡം,സർഗ്ഗം/അദ്ധ്യായം--30(6,7,8,9,10,11,).

സീതയുടെ ആഡംബരഭ്രമമവും പൊങ്ങച്ചം നിറച്ച ധാർഷ്ട്യവും വ്യക്തമാക്കുന്ന അനവധി സന്ദർഭങ്ങളും വാചകങ്ങളും ഇ.വി.ആർ വാല്മീകിരാമായണത്തിൽ നിന്ന് ചൂണ്ടികാട്ടുന്നുണ്ട്. രാമനോടൊത്ത് പോകുന്ന സമയത്തും 14 വർഷം അണിയാനുള്ള വസ്ത്രങ്ങളും ആഭരണങ്ങളും മുഴുവൻ കൊണ്ടുപോകണമെന്ന് വാശിപ്പിടിക്കുന്ന സീതയോട്: 'കുലീനയും സുശീലയുമായ സ്ത്രീകളെപോലെ പെരുമാറുക. നിന്റെ ഭർത്താവിന് മാനക്കേടുണ്ടാക്കരുത്'' എന്ന് കൗസല്യ ശാസിക്കുന്നു. പക്ഷേ 'അതൊക്കെ എനിക്കറിയാം. നിങ്ങളിൽനിന്ന് ഒന്നും പഠിക്കാനില്ല' എന്ന ധാർഷ്ട്യം കലർന്ന മറുപടി നൽകുന്ന സീത ആഭരണങ്ങൾ അഴിച്ച് വെക്കുന്നില്ലെന്ന് അയോദ്ധ്യാകാണ്ഡത്തിൽ പറയുന്നത്(അദ്ധ്യായം--37)ഇ.വി.ആർ ചൂണ്ടിക്കാട്ടുന്നു. പിന്നീട്

'രാമ-ലക്ഷ്മണണൻമാർ മരവുരി ധരിച്ചു, സീതയാകട്ടെ മരവുരി ധരിക്കാൻ വിസമ്മതിച്ചു' (സർഗ്ഗം/അദ്ധ്യായം--37). 'അവസാനം രാമൻ അവളെ മരവുരി ധരിക്കാൻ നിർബന്ധിച്ചു. കാട്ടിലേക്ക് കൂടെ കൂട്ടുകയും ചെയ്തു'(അയോദ്ധ്യാകാണ്ഡം-സർഗ്ഗം/അദ്ധ്യായം-37,38) തുടങ്ങിയവയും ഉദ്ധരിക്കുന്നു.

ഭരതന് സീതയോടുള്ള അനിഷ്ടവും അയോദ്ധ്യയിൽ തങ്ങാൻ കൈകേയി അനുവദിക്കാതിരുന്നതും സീതയുടെ വനവാസത്തിന് പ്രേരകമായി. വനത്തിലേക്ക് വനത്തിലേക്ക് തിരിക്കാൻ തുനിയുന്ന കൗസല്യയോട് ഭർത്താവിനെ പരിചരിക്കുകയാണ് ഭാര്യയുടെ പരമമായ ധർമ്മമെന്ന് ഓർമ്മിപ്പിച്ച് നിരുത്സാഹപ്പെടുത്തുകയാണ് രാമൻ ചെയ്യുന്നത്. എന്നാൽ ഭാര്യയായ സീത തന്റെ കൂടെ വരുന്നതിനെ ഇതേ രാമൻ വിലക്കുകയും ചെയ്യുന്നു! ദുഃഖിതയായ മാതാവ് കൗസല്യയെ പരിചരിച്ച് കൊട്ടാരത്തിൽ നിൽക്കണമെന്ന രാമന്റെ അഭ്യർത്ഥന സീതയ്ക്കും സ്വീകാര്യമല്ല. വനവാസത്തിന് പോയെങ്കിലും അധികാരവും പ്രതാപവും എന്നും സീതയ്ക്ക് നഷ്ടബോധമുണ്ടാക്കി. രാമനില്ലാതെ അയോദ്ധ്യയിൽ തങ്ങിയാൽ ഒറ്റപ്പെടുത്തലിന്റെയും കുറ്റപ്പെടുത്തലിന്റെ ശമനമില്ലാത്ത പരീക്ഷണങ്ങൾ നേരിടേണ്ടി വരുമെന്നും ഭയന്നു. വാല്മീകിയുടെ ആശ്രമത്തിലേക്ക് കടക്കുന്ന വേളയിൽ യമുനാനദിയിൽവെച്ച് സീത നദിയോട് പ്രാർത്ഥിക്കുന്നത് അധികാരത്തോടും സുഖത്തോടുമുള്ള അവളുടെ തീരാത്ത മോഹം

വ്യക്തമാക്കുന്നു:'പരിശുദ്ധയായ യമുനാ ഭഗവതി, എന്റെ ഭർത്താവ് വിജയകരമായ വനവാസം പൂർത്തിയാക്കി സ്വരാജ്യത്ത് തിരിച്ചെത്തി രാജ്യഭരണം ചെയ്യാൻ ഭവതിയുടെ അനുഗ്രഹമുണ്ടാകണേ. നിനക്ക് ആയിരം പശുക്കളേയും ആയിരം കുടം കള്ളും നിവേദിക്കാം'(അയോദ്ധ്യകാണ്ഡം, സർഗ്ഗം/അദ്ധ്യായം--52).

കാട്ടിൽ ബുദ്ധിമുട്ടുകളുണ്ടാകുമ്പോഴൊക്കെ'നമ്മുടെ കഷ്ടപ്പാട് കൈകേയിക്ക് സന്തോഷം നൽകും'എന്ന് ഈർഷ്യയോടെ പറയുന്ന സീതയെ കാണാം. സീതയുടെ സ്വഭാവം സംശയകരമാണെന്ന് ലക്ഷ്മണൻ വെട്ടിത്തുറന്ന് പറയുന്നുണ്ട്(ആരണ്യകാണ്ഡം,സർഗ്ഗം/അദ്ധ്യായം-18).

പിന്നീട്, 'അങ്ങെന്തിനാണ് ഒരു സാധാരണ സ്ത്രീയെ ഓർത്ത് വ്യാകുലപ്പെടുന്നത്?'(ആരണ്യകാണ്ഡം, സർഗ്ഗം/അദ്ധ്യായം-66-) -ലക്ഷ്മണൻ രാമനോട് ചോദിക്കുന്നു.

മാരീചവേട്ടയ്ക്ക് പോയ രാമനെ രക്ഷിക്കാൻ മടിച്ച് നിന്ന ലക്ഷ്മണനെ അതിനിന്ദ്യമായാണ് സീത അപമാനിക്കുന്നത്: 'രാമന്റെ ജീവൻ രക്ഷിക്കാതെ ഇവിടെ നിന്ന് എന്നെ മാനഭംഗപ്പെടുത്താമെന്നാണോ നീ കരുതുന്നത്. ഇതിനാണോ സത്യസന്ധനെന്ന് ഭാവിച്ച് പിറകെക്കൂടിയത്? നീയൊരു വഞ്ചകനാണ്. എന്നോടുള്ള ആസക്തിമൂലം രാമൻ കൊല്ലപ്പെടണമെന്നാണ് നീ ആഗ്രഹിക്കുന്നത്. ഇതിനാണോ ഭരതൻ നിന്നെ ഞങ്ങളോടൊപ്പം കാട്ടിലേക്കയച്ചത്? നിന്റേയും ഭരതന്റേയും ആഗ്രഹം ഒരിക്കലും നടക്കില്ല'(ആരണ്യകാണ്ഡം,സർഗ്ഗം/അദ്ധ്യായം-45) എന്നൊക്കെ സാധാരണ സ്ത്രീകൾപോലും പ്രയോഗിക്കാത്ത ഭാഷ ഉപയോഗിക്കുന്ന സീതയെ കാണാം.

'അമ്മേ! ഇവിടുത്തെ പാദങ്ങളിലല്ലാതെ മറ്റൊന്നിലും ഞാനിതുവരെ നോക്കിയിട്ടില്ല. ഈവിധം ക്രൂരമായി എന്നോട് സംസാരിക്കരുതേ'-എന്ന് ലക്ഷ്മണൻ മറുപടി പറയുമ്പോഴും: 'നീ സൂത്രശാലിയാണ്. എന്നോടുള്ള ആഗ്രഹം നീ ഒളിക്കാൻ ശ്രമിക്കുകയാണ്. എന്നെ നോക്കിനിന്ന് ആസ്വദിക്കാനായി ഓരോന്ന് പറഞ്ഞ് നീ സമയം നീട്ടിയെടുക്കുകയാണ്''(ആരണ്യകാണ്ഡം,സർഗ്ഗം/അദ്ധ്യായം-45)-എന്ന ഹൃദയശൂന്യമായ മറുപടിയാണ് സീത പറയുന്നത്.

രാമനോടുള്ള സമർപ്പണം ഇവിടെ വ്യക്തമാണെന്ന് പറഞ്ഞാലും നിഷ്കളങ്കനായ ലക്ഷ്മണനോടുള്ള സീതയുടെ പരാമർശം അവരുടെ താഴ്ന്ന സംസ്ക്കാരമാണ് വ്യക്തമാക്കുന്നത്. രാമനെയായാലും ലക്ഷ്മണനെയായാലും ഒന്നുപറഞ്ഞ് രണ്ടിന് ലൈംഗികവിഷയം സൂചിപ്പിച്ച് ബെല്ലും ബ്രേക്കുമില്ലാതെ അധിക്ഷേപിക്കുന്നത് സീതയ്ക്ക്

ഹരമാണ്. എന്നാൽ രാവണൻ അങ്ങേയറ്റം മാന്യതയോടെയാണ് സീതയോട് പെരുമാറിയത്. തന്റെ സഹോദരിയായ ശൂർപ്പണഖയുടെ മൂക്കും ചെവികളും സ്തനങ്ങളും ഛേദിച്ച് നിന്ദ്യമായി അപമാനിച്ച രാമ-ലക്ഷ്മണൻമാരോട് പകരം വീട്ടാനാണ് രാവണൻ പഞ്ചവടിയിലെത്തിയത്; അതല്ലാതെ അയാൾക്ക് രാമനോട് മുൻവൈരാഗ്യമോ സീതയോട് പ്രത്യേകിച്ച് ആസക്തിയോ ഇല്ല. ഇവിടെ പ്രകോപനം വരുന്നത് രാമന്റെ ഭാഗത്തുനിന്നാണ്. സഹോദരിയെ നീചമായി അപമാനിച്ചവനോട് ഒരുളുപ്പുമില്ലാതെ ദയ യാചിക്കുന്ന അധികാരമോഹിയും ചതിയനുമായ വിഭീഷണനേക്കാൾ എത്രയോ യോഗ്യനാണ് രാവണൻ! എന്നാൽ രാമഭക്തനാണെന്ന ഒറ്റക്കാരണത്താൽ വിഭീഷണൻ മഹാനാകുന്നു. ഭക്തിയുള്ളവന്റെ മനോമാലിന്യങ്ങൾ വിശുദ്ധമായി സഹിക്കപ്പെടണമെന്ന വിലക്ഷണ സന്ദേശമിവിടെയുണ്ട്.

പഞ്ചവടിയിൽ സന്യാസിവേഷം കെട്ടിയെത്തിയ രാവണൻ കാമപരവശതയോടെ സീതയെ അംഗപ്രത്യംഗം വർണ്ണിക്കുമ്പോൾ അത് സീത സ്വയം മറന്നാസ്വദിക്കുന്നുണ്ട്. രാവണന്റെ ഈ മധുരഭാഷണം കേട്ട് നിൽക്കാൻ കുലസ്ത്രീയായ സീതയ്ക്ക് യാതൊരു വിഷമവുമില്ല. അതും ഭർത്താവ് അപകടത്തിൽ പെട്ടെന്ന് വിചാരിച്ചിരിക്കുന്ന സമയം. സാധാരണ സ്ത്രീകളായിരുന്നുവെങ്കിൽ പോലും അടികിട്ടുമായിരുന്ന പഞ്ചാരവർത്തമാനമാണും സീതയെ ഹർഷപുളകിതയാക്കുന്നതും അവൾ തന്റെ വയസ്സ് കുറച്ച് പറഞ്ഞ് പൊങ്ങച്ചം കാട്ടാൻ ശ്രമിക്കുന്നതും വാല്മീകിയെ ഉദ്ധരിച്ച് തന്നെ പെരിയാർ സമർത്ഥിക്കുന്നുണ്ട്. വിവാഹം നടക്കാൻ വൈകിയെന്ന് സീതതന്നെ പറഞ്ഞിട്ടുള്ളതിനാൽ കാട്ടിൽവസിച്ച 13 വർഷവും രാമനോടൊത്ത് അയോദ്ധ്യയിൽ 12 വർഷവും കഴിഞ്ഞ സീതയ്ക്ക് അപഹരണസമയത്ത് കുറഞ്ഞത് 45 വയസ്സെങ്കിലും ആയിട്ടുണ്ടാവണം. എന്നാലും ചപലകളും പൊങ്ങച്ചകാരികളുമായ സ്ത്രീകളെ പോലെ പ്രായം വളരെ കുറച്ചുപറയുന്നത് സീതയെ ഒരു സാധാരണ സ്ത്രീയാക്കി തരം താഴ്ത്തുന്നുണ്ട്. സീതയുടെ പ്രായം ലക്ഷ്മണനും ശൂർപ്പണഖയുമായുള്ള സംഭാഷണത്തിലും വ്യക്തമാകുന്നുണ്ട്. ജ്യേഷ്ഠത്തിയുടെ അടിവയർ മടക്കുകൾ വന്നുളുങ്ങി സൗന്ദര്യത്തിന് ഇടിവ് തട്ടിയതിനാൽ രാമനെ തന്നെ സമീപിക്കാനാണ് ലക്ഷ്മണൻ ശൂർപ്പണഖയെ ഉപദേശിക്കുന്നത്. വാല്മീകി രാമായണമനുസരിച്ച് വിവാഹസമയം സീതയ്ക്ക് 20-25 വയസ്സെങ്കിലും ഉണ്ടാവണം. കണിശമായ കണക്കുകളുദ്ധരിച്ച് രാമന് അപ്പോൾ 5-6 വയസ്സ് മാത്രമേ കാണുകയുള്ളൂ എന്നും ഒരു കാരണവശാലും അത് 12-നപ്പുറം പോകില്ലെന്നും ഇ.വി.ആർ പറയുന്നു. 5 വയസ്സെന്നത് തീരെ ചെറുപ്പമല്ലേ എന്നാരും ചോദിച്ചുപോകും.

പക്ഷേ വയസ്സ് സംബന്ധിച്ച കണക്ക് പെരിയാർ ആവർത്തിക്കുന്നത് വാല്മീകിരാമായണത്തിൽ നിന്ന് തന്നെ നിരവധി സന്ദർഭങ്ങൾ ഉദ്ധരിച്ചുകൊണ്ടാണ്. അയോദ്ധ്യാകാണ്ഡത്തിൽ വനവാസത്തിനായി പോകുന്നതിന് മുമ്പ് സ്വന്തം മാതാവായ കൗസല്യയെ കാണാനായി രാമനെത്തുമ്പോൾ അവർ ദുഃഖാർത്തയായി രാമനോട് പരാതി പറയുന്നത് അയോദ്ധ്യകാണ്ഡത്തിലുണ്ട്:

"ഓ! രാമാ! നിന്റെ പിതാവും എന്റെ പതിയുമായ ദശരഥനും സഹപത്നി കൈകേയിയും കൂടി എന്നോട് ഏറെ നികൃഷ്ടമായി പെരുമാറിവരികയാണ്. കഴിഞ്ഞ പതിനേഴ് സംവത്സരങ്ങൾ കൊണ്ട് ഞാൻ ധാരാളം കഷ്ടപ്പാടുകൾ സഹിച്ചിരിക്കുന്നു. എല്ലാം നിനക്ക് വേണ്ടി മാത്രം. അല്ലെങ്കിൽ ഞാൻ എന്നേ മരിച്ചേനെ"(Ayodhyakanda, Sarga 17, Sloka 26).

അപ്പോൾ കൗസല്യയുടെ അഭിപ്രായത്തിൽ വനവാസത്തിന് പോകുന്ന സമയം രാമന് പ്രായം 17 വയസ്സാണ്. വാത്മികരാമയണത്തിലെ 'നായകകഥാപാത്രത്തിന്റെ പ്രായം സംബന്ധിച്ച ഏറ്റവും വ്യക്തമായ പ്രസ്താവനയാണിത്. 12 കൊല്ലം അയോദ്ധ്യയിൽ ഒരുമിച്ച് കഴിഞ്ഞതിന് ശേഷമാണ് സീതയും രാമനും കാട്ടിലേക്ക് പോയതെന്ന് പിന്നീട് സീത ഹനുമാനോടും പറയുന്നുണ്ട്(Sundarakanda, Sarga 31, Slokas 13-14). ഈ രണ്ട് പ്രസ്താവനകളുടെ കാര്യത്തിൽ തർക്കമുണ്ടാകാനിടയില്ല. അപ്പോൾ സീതയെ വിവാഹം കഴിക്കുന്ന സമയത്ത് രാമന് 5 വയസ്സേ ഉണ്ടായിരുന്നുള്ളുവെന്ന് വ്യക്തം. മാതാവുംഭാര്യയും സൂചിപ്പിക്കുന്ന രാമന്റെ പ്രായകണക്ക് അവിശ്വസിക്കണമെന്ന് നിർബന്ധം ഉള്ളവർക്ക് അതാകാം! വേറേയും സന്ദർഭങ്ങൾ തെളിവായുണ്ട്. മൂത്ത പുത്രനെ യാഗരക്ഷയ്ക്കായി വിട്ടുതരണമെന്ന് അഭ്യർത്ഥിക്കുമ്പോൾ വിശ്വാമിത്ര മഹർഷിയോട് ദശരഥൻ ചോദിക്കുന്നത് 'മഹർഷേ! രാമൻ എന്റെ മടിയിലിരുന്ന് കളിക്കുന്ന കുഞ്ഞാണ്. ആദ്യമായി തലമുടി മുറിച്ച് മാറ്റുന്ന ചടങ്ങുപോലും ഇതുവരെ കഴിഞ്ഞിട്ടില്ല. അങ്ങനെയുള്ളൊരു കുഞ്ഞിനെ ഞാനെങ്ങനെയാണ് പോരിനയ്ക്കുന്നത്?' എന്നാണ്.

പഞ്ചവടിയിൽവെച്ച് അപഹരണ വേളയിൽ രാവണന്റെ തനിനിറം ബോധ്യപ്പെട്ടപ്പോൾ സീത രാമനനുകൂലമായി സംസാരിക്കുന്നുണ്ട്. എങ്കിലും സീതയുടെ സമ്മതത്തോടെയാണ് രാവണൻ സീതയെ കൊണ്ടുപോയതെന്ന് വ്യക്തമാണ്. കാരണം ഏതെങ്കിലും സ്ത്രീയെ അവളുടെ അനുമതിയില്ലാതെ രാവണൻ സ്പർശിക്കുന്നതായാൽ തല പൊട്ടിച്ചിതറിപോകും എന്നൊരു ശാപം രാവണനുണ്ടായിരുന്നു. മാത്രമല്ല, വശംവദയാകാൻ മടിക്കുന്ന സ്ത്രീയെ തൊടാൻ

ധൈര്യപ്പെട്ടാൽ ആ നിമിഷം ശരീരം കത്തിചാമ്പലാകുമെന്ന് ബ്രഹ്മാവ് നൽകിയ ശാപം വേറെയുമുണ്ട്. ലങ്കയിൽവെച്ച് രാവണൻ സീതയോട് മര്യാദയ്ക്ക് പെരുമാറിയതിന് കാരണം ശാപഭീഷണിയാണെന്ന് വരുത്തിതീർത്ത് രാവണനെ വിലയിടിച്ചു കാട്ടാനാണ് വാസ്തവത്തിൽ ഈ ശാപകഥകളൊക്കെ കുത്തിത്തിരുകിയതെന്ന നിരീക്ഷണമുണ്ട്. പക്ഷേ അത് ഫലത്തിൽ സീതയ്ക്കെതിരെയുള്ള ആരോപണമായി തിരിച്ചടിക്കുന്നത് ഇവിടെ നാം കാണുന്നു.

വാല്മീകി പറയുന്നതനുസരിച്ച് ആ നിലയ്ക്ക്, മുടിയിൽ കടന്ന് പിടിച്ച് സ്വന്തം തുടയിലിരുത്തി രാവണൻ സീതയെ കൊണ്ടുപോകുമ്പോൾ അയാളുടെ തല പൊട്ടിതെറിക്കേണ്ടതാണ്. രണ്ടായാലും തനിക്ക് കിട്ടിയ ശാപം രാവണൻ മറക്കാനിടയില്ല. എന്നാൽ തലയൊട്ട് പൊട്ടിതെറിക്കുന്നുമില്ല. ഈ ഭാഗത്തുള്ള വീഴ്ച പരിഹരിക്കാനാണ് രാവണൻ സീത നിന്ന ഭാഗം തോണ്ടിയെടുത്തു കൊണ്ടുപോയി എന്നൊക്കെ കമ്പർ എഴുതിപിടിപ്പിച്ചത്. ശാപവുമായി കഥ ഒത്തു പോകാനായി രാവണൻ തട്ടികൊണ്ടു പോയത് യഥാർത്ഥ സീതയെ അല്ല മായാസീതയെ ആണെന്നുമൊക്കെയുള്ള വിചിത്രവാദങ്ങൾ ഉന്നയിക്കുന്ന ഭക്തൻമാരുമുണ്ട്. പക്ഷേ വാത്മീകി രാമയണത്തിൽ അങ്ങനെ പറയുന്നില്ല: 'സീതയെ രാവണൻ തന്റെ മടിയിലിരുത്തി കൊണ്ട് സ്ഥലം വിടുമ്പോൾ അവളുടെ മേനി പകുതിയും നഗ്നമായിരുന്നു. മാറിടഭാഗം വിവസ്ത്രമാക്കിയത് അവൾ തന്നെയായിരുന്നു'(ആരണ്യ കാണ്ഡം, അദ്ധ്യായം-54).(രാമായണത്തിലെ ഈ രംഗം ആസ്പദമാക്കി എം.എഫ്.ഹുസ്സൈൻ വരച്ച ചിത്രം വിവാദ കൊടുങ്കാറ്റുയർത്തിയത് സ്മരണീയമാണ്).അതായത് വാത്മീകിയുടെ രാമയണമനുസരിച്ച് അപഹരണം നടക്കുമ്പോൾ രാവണന്റെ തല പൊട്ടിത്തകരാതിരിക്കണമെങ്കിൽ ഒരൊറ്റ മാർഗ്ഗമേയുള്ളു: സീത സ്വമനസ്സാലെ അപഹരണശ്രമത്തോട് സഹകരിക്കണം!

വിഖ്യാത ബംഗാളി ഗവേഷകനും ചരിത്രപണ്ഡിതനും സർവ്വകാലാശാലാ അംഗവുമായിരുന്ന ശ്രീ.റാവു സാഹിബ് ദിനേഷ് ചന്ദ്രസെൻ ഈ വിഷയത്തിൽ നടത്തിയ പഠനങ്ങൾ ഇ.വി.ആർ ഉദ്ധരിക്കുന്നുണ്ട്: 'രാവണൻ സീതയെ ബലാൽക്കാരമായി തട്ടികൊണ്ടുപോയെന്നു സ്ഥാപിക്കാനുള്ള തെളിവുകളൊന്നും തന്നെയില്ല എന്നാണ് എന്റ നിഗമനം. ഈ സത്യം പറയുമ്പോൾ ഒരു പക്ഷേ യാഥാസ്ഥികർ രോഷകുലരായേക്കും. പക്ഷേ അതുകൊണ്ട് എന്റെ നിലപാട് മാറ്റാനാവില്ല. കഥയിലെ സാഹിത്യ സൗന്ദര്യത്തിന്റെ തിരശ്ശീല നീക്കിയാൽ വെറുമൊരസ്ഥിപഞ്ജരമാണാണ് കാണാനാവുക'-സെൻ രേഖപ്പെടുത്തുന്നു.

ഒന്നുകിൽ ശാപകഥ ശരിയാവണം,അല്ലെങ്കിൽ സീത അനുകൂലിക്കണം. രണ്ടും ഒരേപോലെ ശരിയായാൽ അപഹരണം സാധ്യമല്ല. ശാപകഥ തെറ്റാക്കി തല്ക്കാലം രക്ഷപ്പെട്ടാലും ലങ്കാവാസം മുഴുവൻ സീത പരിശുദ്ധയായിരുന്നു എന്നതിന് കാരണം വേറെ തേടണം. യുദ്ധവിജയത്തിന് ശേഷം അയോദ്ധ്യയിലേക്ക് തിരികെപോകവേ പുഷ്പകവിമാനത്തിൽ വെച്ച് 'രാവണൻ നിന്നെ ഒന്നും ചെയ്തില്ലേ?'എന്ന രാമന്റെ ചോദ്യത്തിന്: 'എനിക്കെന്തു ചെയ്യാൻ കഴിയും? കേവലം അബലയായിരുന്ന എന്റെ ശരീരം അയാളുടെ അധീനതയിലായിരുന്നു. സ്വന്തം ഇഷ്ടത്തോടെ ഞാനൊരു തെറ്റും ചെയ്തിട്ടില്ല. എപ്പോഴും മനസ്സ് കൊണ്ട് ഞാൻ അങ്ങയോടൊപ്പമായിരുന്നു. എല്ലാം ദൈവേച്ഛയായിരുന്നു'(ഉത്തരകാണ്ഡം,അദ്ധ്യായം-110) എന്നേ സീത പറയുന്നുള്ളൂ.

അവസാനം സീതയോട് സത്യം ചെയ്യാൻ ആവശ്യപ്പെടുമ്പോൾ അതിന് തുനിയാതെ ജീവപരിത്യാഗം ചെയ്യുകയാണവൾ. അപഹരണശേഷം ലങ്കയിലെത്തിയ ശേഷം സീതയ്ക്ക് രാവണനോടുള്ള ബഹുമാനം കൂടുകയാണെന്ന് ആ ഭാഗം സൂക്ഷ്മമായി വായിച്ച് നോക്കുന്ന ആർക്കും ബോധ്യപ്പെടും. എങ്കിലും അവൾ സ്വന്തം ഇച്ഛപ്രകാരം രാവണന് വശംവദയായാകാതിരിക്കാൻ ശ്രദ്ധിച്ചു. പക്ഷേ സീത'താങ്കൾക്ക് ഇഷ്ടമെങ്കിൽ ഈ ശരീരത്തെ വാരിപുണരാം. ഞാനത് സംരക്ഷിക്കേണ്ടതില്ല. പക്ഷേ ഞാൻ സ്വയം തെറ്റ് ചെയ്തു എന്ന കളങ്കം ഒരിക്കലും എനിക്കുണ്ടാവാൻ പാടില്ല'(ആരണ്യകാണ്ഡം, അദ്ധ്യായം 59).-എന്നുപറയുന്ന രംഗം ആലോചനാമൃതമാണ്.

യുദ്ധം കഴിഞ്ഞ് അയോദ്ധ്യയിൽ തിരിച്ചെത്തിയ ശേഷവും സീതയ്ക്ക് രാവണനെ മറക്കാനാവുന്നില്ല. രാവണന്റെ ചിത്രം വിശറിയിൽ വരച്ച് അത് നോക്കി നെടുവീർപ്പിടുകയും മാറോടടുപ്പിച്ച് രാമന്റ ശയ്യയിൽ അലസശയനം നടത്തുകയും ചെയ്യുന്ന സീതയെപ്പറ്റി സഹോദര പത്നി രാമനോട് ഏഷണി പറയുന്നുണ്ട്. പിന്നീട് കുകുവവതിയോടൊപ്പം അന്തപ്പുരത്തിൽ പോയിനോക്കുന്ന രാമൻ രാവണചിത്രം എഴുതിയ വിശറിയും മാറോടടുപ്പിച്ചുറങ്ങുന്ന സീതയെ ആണ് കാണുന്നത്(മിസ്സിസ്സ് ചന്ദ്രവതിയുടെ ബംഗാളിരാമായണം, പേജ് 199,200). അതിൽ പിന്നീട് രാമൻ സീതയോ കാട്ടിൽ ഉപേക്ഷിക്കാൻ ലക്ഷ്മണനോട് ആജ്ഞാപിക്കുകയായിരുന്നുവത്രെ.

ഇവിടെ രാമൻ പ്രയോഗിക്കുന്ന അടവ് 'വഞ്ചനയിലെ ചതി'യാണ്. ഗർഭകാലത്ത് സ്ത്രീകൾ ചില പ്രത്യേക ആഹാരങ്ങളും ആഗ്രഹങ്ങളും(ദോഹദം) പ്രകടിപ്പിക്കുക സാധാരണമാണല്ലോ. ഭാര്യയോട് സ്നേഹമുണ്ടെന്ന് തെളിയിക്കാനായി പലരും ഇത്തരം

അഭിലാഷങ്ങൾ നിറവേറ്റികൊടുക്കും. കുറേനാൾ രാജധാനിയിൽ കഴിഞ്ഞപ്പോൾ കാനനഭംഗി ആസ്വദിക്കണമെന്നും മുനിമാരുടെ ആശ്രമങ്ങളിൽ വസിക്കണമെന്നും സീത ആഗ്രഹം പ്രകടിപ്പിച്ചിരുന്നവത്രെ. അത് സാധിച്ച് കൊടുക്കാനായി വാല്മീകിയുടെ ആശ്രമത്തിൽ കൊണ്ടുവിടണമെന്നാണ് ലക്ഷ്മണന് നിർദ്ദേശം നൽകുന്നത്. പിന്നീടെല്ലാം സൗകര്യപൂർവം ഒരലക്കുകാരന്റെ മുകളിൽ ചാർത്തി ജനാഭിപ്രായം മാനിക്കുന്ന ഉത്തമഭരണാധികാരിയുമായി! രാമായണകഥ ആദ്യം കേൾക്കുന്ന ഒരുത്തമ ഭക്തന് സീതാദേവിയെ ചതിച്ച ആ അലക്കുകാരനോട് തീർത്താൽ തീരാത്ത രോഷമാണുണ്ടാകുക! സീത രാമനോടൊത്ത് കഴിയാൻ ആഗ്രഹിക്കുകയും അദ്ദേഹത്തെ സ്നേഹിക്കുകയും ചെയ്തിരുന്നുവെന്ന് സ്ഥാപിക്കാൻ അനേകം വരികൾ നമുക്ക് ഉദ്ധരിക്കാനാവും. പക്ഷേ സീത പ്രസവിച്ചത് രാമന്റെ കുട്ടികളെയാണെന്ന് തെളിയിക്കാൻ വാല്മീകിരാമായണം മുഴുവൻ പരതിയാലും യാതൊരു തെളിവും കിട്ടില്ലെന്ന് ഇ.വി.ആർ പറയുന്നു. ആഗ്രഹം വേറെ, യാഥാർത്ഥ്യം വേറെ.

പെരിയാറിന്റെ വിമർശനം മാറ്റിവെയ്ക്കാം

'സച്ചിരാമായണം'(സ്യരാമായണം)എന്ന പെരിയാർ രാമായണത്തിന്റെ ഹിന്ദിതർജ്ജമ('Sachi Ramayan'-The Ramayana-A true Reading,1959) യു.പി-യിൽ നിരോധിക്കണമെന്ന് ബി.ജെ.പി സംസ്ഥാന നേതൃത്വം 2007 ഒക്ടോബർ 28-ന് ആവശ്യപ്പെട്ടത് വലിയ വാർത്തയായിരുന്നു. യു.പി മുഖ്യമന്ത്രി മായവതിയുടെ പാർട്ടിയായ ബി.എസ്.പി.അവരുടെ സമ്മേളനങ്ങളിലൊക്കെ പെരിയാറിന്റെ വലിയ കട്ടൗട്ടുകൾ ഉയർത്താറുണ്ട്. ബഹുജൻചേതനാമഞ്ച് പോലുള്ള പ്രസാധകസംഘംവഴി പെരിയാറിന്റേയും രചനകളും വിറ്റഴിക്കുന്നുണ്ട്. 2007,ഒക്ടോബർ 9-ന് ബി.എസ്.പി നടത്തിയ ബഹുജനറാലിയിൽ പെരിയാർ രാമായണത്തിന്റെ 4000 കോപ്പികൾ ഒറ്റദിവസം കൊണ്ട് വിറ്റഴിച്ചുവെന്നാണ് ആരോപണം. എന്നാൽ പ്രസ്തുത പുസ്തകത്തിന്റെ ഒരു കോപ്പി പോലും യു.പി-യിൽ കിട്ടാനില്ലെന്നാണ് ബി.എസ്. പി പ്രതികരിച്ചത്. എന്തായാലും ശ്രദ്ധിക്കപ്പെടാതെകിടന്ന ഒരു പുസ്തകത്തിന്റെ കാര്യം കുത്തിപൊക്കി ബി.ജെപി.തന്നെ അതിന് ആവശ്യക്കാരെ ഉണ്ടാക്കുകയായിരുന്നു. പെരിയാറിന്റെ രാമായണവിമർശനത്തെപറ്റി രസകരമായൊരു കഥയുണ്ട്. പെരിയാറിന്റെ രാമായണവിമർശനം വായിച്ച് സഹികെട്ട് ഒരു ബ്രാഹ്മണയുവാവ് ഒരിക്കൽ അദ്ദേഹത്തിന്റെ ഓഫീസിൽ ചെന്ന് ക്രുദ്ധനായി ചോദിച്ചു: 'നിങ്ങൾക്കീ ചവറൊക്കെ കിട്ടിയത് എവിടെ നിന്നാണ്? ഞങ്ങൾ രാമായണവും ഭാരതവുമൊക്കെ കുട്ടിക്കാലത്തേ

അറിയുന്നവരാണ്. അതിലൊന്നും നിങ്ങൾ പറയുന്നതുപോലെയൊന്നുമില്ല. ഹിന്ദുക്കളെ മന:പൂർവ്വം അധിക്ഷേപിക്കലാണ് നിങ്ങളുടെ പണി'.....പിന്നെ കുറെ അച്ചടിക്കാൻ കൊള്ളാത്ത വാചകങ്ങളും.

പെരിയാർ തിരിച്ചു ചോദിച്ചു: 'നിങ്ങൾ ഏതൊക്കെ പുസ്തകങ്ങളാണ് വായിച്ചത്, പേരു പറയൂ'.

'ഒക്കെ വായിച്ചിട്ടുണ്ട്'-എന്നായിരുന്നു യുവാവിന്റെ നിഷേധാത്മകമായ മറുപടി. പെരിയാർ തന്റെ ഷെൽഫിൽ നിന്ന് പത്തോളം രാമായണങ്ങളും അനുബന്ധമായ പല വിമർശനഗ്രന്ഥങ്ങളും എടുത്ത് മേശപ്പുറത്തിട്ടു. 'വരൂ, ഞാനെവിടെയാണ് കള്ളം പറയുന്നതെന്ന് നോക്കാം'.

'ഇല്ല എനിക്ക് സമ്മതമില്ല. നിങ്ങൾ ദൈവദോഷം കാണിക്കുന്നതിന് കൂട്ട് നിൽക്കുകയല്ല എന്റെ പണി, ഞാനൊരു ബ്രാഹ്മണനാണ്.. നിങ്ങൾ പറയുന്ന അസുരകൃതികളൊക്കെ വായിച്ചാൽ എനിക്ക് നരകത്തിൽ കിടക്കേണ്ടി വരും'-ഇതും പറഞ്ഞ് ആ ചെറുപ്പക്കാരൻ പുറത്ത് പോയത്രെ.

ഈ യുവാവ് മാസങ്ങൾക്ക് ശേഷം തിരിച്ചുവന്ന് പെരിയാറിന്റെ അനുയായിയായി തീർന്നുവത്രെ. ഊരും പേരും നാളുമൊന്നുമില്ലാത്തതിനാൽ ഇത്തരം കഥകൾ കെട്ടുകഥയോ പ്രചരണസാഹിത്യമോ ആയി മാത്രം കാണേണ്ടതാണ്. പക്ഷേ കഥ ഇവിടെ ഉദ്ധരിക്കാൻ കാരണം മറ്റൊന്നാണ്. പെരിയാർ മതവിശ്വാസികൾക്ക് അസ്വസ്ഥത സമ്മാനിക്കുന്നതെന്തുകൊണ്ടെന്ന് മേൽസൂചിപ്പിച്ച സംഭവം വ്യക്തമാക്കുന്നുണ്ട്. അന്ധവിശ്വാസം എന്നൊരു പ്രത്യേക വകുപ്പില്ലെന്നും എല്ലാ മതവിശ്വാസവും അന്ധമാണെന്നും അദ്ദേഹം വാദിച്ചു. സത്യം കണ്ടെത്താൻ ആഗ്രഹമുണ്ടെങ്കിൽ ലോകത്ത് സത്യമെന്ന് അംഗീകരിക്കപ്പെട്ട എല്ലാ തത്വസംഹിതകളേയും സംശയിച്ചിരിക്കണമെന്ന് അദ്ദേഹം നിഷ്കർഷിച്ചിരുന്നു. നിർഭാഗ്യവശാൽ സംശയവും അന്വേഷണവും ഭക്തരെ സംബന്ധിച്ചിടത്തോളം വലിയ പാപബോധമാണ് ഉണ്ടാക്കുന്നത്. അറിയാനും ചിന്തിക്കാനും ശ്രമിക്കാതിരിക്കുക എന്നത് വിശ്വാസസംരക്ഷണത്തിന്റെ അടിസ്ഥാന നിബന്ധനയാകുന്നു. മതവിരുദ്ധമായ എന്തെങ്കിലും വായിച്ചാൽ തങ്ങൾ സമ്പാദിച്ച് കൂട്ടിയ പുണ്യമൊക്കെ ആവിയായി പോകുമെന്നാണ് വിശ്വാസികളെ മതം ഭീഷണിപ്പെടുത്തുക. വായിക്കുമെങ്കിൽ ഭക്തിഗ്രന്ഥങ്ങൾ മാത്രം വായിക്കുക;കൂടുതൽ വായിക്കുന്നവർക്ക് പ്രോത്സാഹനസമ്മാനവും മതം വാഗ്ദാനം ചെയ്യുന്നു. ഭാവിയിലേക്ക് പുണ്യം സമ്പാദിക്കാനായി ഗർഭകാലത്ത് രാമായണം മനസ്സിരുത്തി വായിക്കുകയും ശ്ലോകങ്ങൾ കടലാസിൽ പകർത്തി ഉരുവിട്ടുനടക്കുകയും ചെയ്ത്

അവസാനം കടുത്ത നിരീശ്വരവാദിയായിതീർന്ന ഒരു യുവതിയുടെ കഥ പെരിയാർ പറയുന്നുണ്ട്. ബ്രാഹ്മണയുവാവ് യാഥാർത്ഥത്തിൽ നയിച്ച ജീവിതം ഏതാണ്ടിത് തന്നെയായിരുന്നു. പെരിയാറിനെ ആ യുവാവ് എതിർത്തതിൽ അസ്വാഭാവികമായൊന്നുമില്ല. പക്ഷേ എവിടുന്ന് കിട്ടി എന്നയാൾ ചോദിക്കാൻ കാരണം മേൽപ്പറഞ്ഞ ഒളിച്ചോട്ടം തന്നെയാണ്. കിട്ടിയത് എവിടെ നിന്നാണെന്ന് അറിയാൻ പോലും അയാൾക്ക് താല്പര്യമില്ല;അധിക്ഷേപിക്കുക യെന്നത് മാത്രമാണയാളുടെ ലക്ഷ്യം. പെരിയാർ രാമായണത്തെ ഒരു കെട്ടുകഥയായി തള്ളുമ്പോൾ അദ്ദേഹം ഒറ്റയ്ക്കല്ല. ജവഹർലാൽ നെഹ്റുവിനേപ്പോലുള്ള നിരവധി പണ്ഡിതർ ഇതേ അഭിപ്രായം രാമായണത്തെകുറിച്ച് വെച്ചുപുലർത്തുന്നുണ്ട്.

'ഇന്തോ-ആര്യൻ കാലഘട്ടവും അവരുടെ ആക്രമണങ്ങളും ആഭ്യന്തരയുദ്ധങ്ങളും വർണ്ണിക്കുന്ന കൃതികളാണ് രാമായണവും മഹാഭാരതവും. പഞ്ചതന്ത്രം, അറേബ്യൻരാത്രികൾ തുടങ്ങിയവയെപോലെ ഇവയും തികച്ചും സാങ്കൽപ്പികങ്ങളാണ്'(നെഹ്റു,ഡിസ്കവറി ഓഫ് ഇന്ത്യ). ഭരണഘടനാശിൽപ്പിയായ അംബേദ്ക്കറിന്റെ രാമായണവിമർശനങ്ങളും രാമഭക്തരെ ഒട്ടും രസിപ്പിക്കാനിടയില്ലല്ലോ.

ഇ.വി.ആർ രാമായണത്തിലെ ഒരോ ചെറിയ കഥാപാത്രത്തേയും സസൂക്ഷ്മമായി വിശകലനം ചെയ്യുന്നുണ്ട്. അതൊക്കെ വിവരിക്കാൻ ഒരു പുസ്തകം തന്നെ വേണ്ടിവരും. രാമായണത്തിലെ പ്രധാന കഥാപത്രങ്ങളെല്ലാം തന്നെ സാധാരണമനുഷ്യരുടെ വൈകാരിക ഘടനയും ചിന്തകളും പേറുന്നവരാണെന്നും അവരിൽ ദിവ്യമായി ഒന്നുമില്ലെന്നുമാണ് അദ്ദേഹം പറയുന്നതിന്റെ രത്നച്ചുരുക്കം. മറ്റ് പലരേയുംപോലെ രാവണനെയാണ് വാല്മീകിരാമയണത്തിലെ ഏറ്റവും കരുത്തുറ്റ കാഥാപാത്രമായദ്ദേഹം കാണുന്നത്.

'രാവണൻ നല്ല വ്യക്തിയായിരുന്നു. സുന്ദരനും മഹാമനസ്ക്കനും.എന്നാൽ ബ്രാഹ്മണർ യാഗത്തിന്റെപേരിൽ സാധുമൃഗങ്ങളെ കൊന്നൊടുക്കുന്നതും സോമരസം കുടിച്ചുന്മാദിക്കുന്നതും കാണാനിടയായ സ്ഥലങ്ങളിലൊക്കെ അയാളവരെ ശിക്ഷിച്ചിരുന്നു'-വാല്മീകിയുടെ വാക്കുകൾ തന്നെ കടമെടുക്കുകയാണ് ഇ.വി.ആർ. സീത ആദ്യം നടത്തുന്ന അഗ്നിപരീക്ഷ പരിശീലനമുള്ള ആർക്കും നിസ്സാരമായി ചെയ്യാവുന്നതാണെന്ന് വാദിക്കുന്ന പെരിയാർ സീതയുടെ മരണം ആത്മഹത്യ തന്നെയാണെന്ന വാദത്തിൽ ഉറച്ച് നിൽക്കുന്നു. ഭൂമിപിളർന്ന് ഉള്ളിലേക്ക് കയറിപ്പോയി എന്നൊക്കെ പറയുന്നത് മണ്ണിൽനിന്നും മണ്ണിലേക്ക് തിരികെ പോകുന്ന മനുഷ്യജീവിതം പ്രതീകാത്മകമായി സൂചിപ്പിക്കുന്ന കാവ്യസങ്കേതം മാത്രമാണ്.

സീത പുഴയിൽചാടുന്നതും, ആത്മഹ്ഹതി ചെയ്യുന്നതുമായ വിഭിന്നരാമായണകഥകൾ നിലവിലുണ്ടെന്നത് അദ്ദേഹം ചൂണ്ടിക്കാട്ടുന്നുണ്ട്. അവസാനം നായകനും നായികയും ഉപനായകനുമൊക്കെ ഒന്നിനു പിറകെ ഒന്നായി ആത്മഹത്യ ചെയ്യുന്ന ഒരു കൃതിയിൽ ഉത്തമമാനവ ജീവിതത്തിന് എന്ത് മാതൃകയാണുള്ളതെന്ന് അദ്ദേഹം ചോദിക്കുന്നു. യജ്ഞസംസ്ക്കാരത്തിന് വേണ്ടി പൊരുതിയ രാമൻ രാവണനെ കൊല്ലുന്നത് ഹീനമായ ബ്രാഹ്മണ അജണ്ടയാണ് വ്യക്തമാക്കുന്നത്.

മലയാളിയുടെ രാമായണം

എഴുത്തച്ഛന്റെ അദ്ധ്യാത്മരാമയണം കിളിപ്പാട്ടിലെ ഭക്തിപുകയേറ്റ് കാഴ്ച മങ്ങിയ ശരാശരി മലയാളിഭക്തന് അസ്വീകാര്യമായ കാര്യങ്ങളാണ് പെരിയാർ പറയുന്നത്. പല നിരീക്ഷണങ്ങളും പ്രകോപനപരമായും തോന്നിയേക്കാം. സ്വതന്ത്രചിന്തകനായ ആ യുഗപ്രഭാവന്റെ നിരീക്ഷണങ്ങൾ പൂർണ്ണമായി തള്ളിക്കളയാനും അന്വേഷിച്ചറിയാനും ആർക്കും സ്വാതന്ത്ര്യമുണ്ട്. നിങ്ങൾക്ക് രാമൻ ആരാണ് എന്നതിനെ ആശ്രയിച്ചിരിക്കും നിങ്ങൾക്ക് ഇത്തരം വിമർശനങ്ങളോടുള്ള നിലപാട്. ഒരു രാമഭക്തൻ മറ്റ് ഭക്തൻമാർക്ക് വേണ്ടി അവതരിപ്പിക്കുന്ന ഒരു രാമായണമാണ് നിങ്ങളുടെ കയ്യിലുള്ളതെങ്കിൽ നിങ്ങൾക്കിത് അസഹനീയമായി തോന്നിയെന്നും വരാം. വിശ്വാസിക്കും അവിശ്വാസിക്കും അവസരങ്ങൾ നൽകുന്ന പഠനങ്ങളാണ് കൂടുതൽ അഭികാമ്യം. എന്തായാലും ഇത്തരം വിമർശനാത്മകമായ പഠനങ്ങൾ കൊണ്ട് സമൃദ്ധമായ സാംസ്കാരികാന്തരീക്ഷമുള്ള തമിഴ്നാട്ടിലാണ് 'രാമൻ ഏത് എഞ്ചിനീയറിംഗ് കോളേജിലാണ് പഠിച്ചത്?' എന്ന വിവാദചോദ്യം കരുണാനിധി ഉന്നയിച്ചതെന്ന് സൂചിപ്പിക്കാനാണ് ഇത്രയും വ്യക്തമാക്കിയത്.

തമിഴർ നാലാംകിട അന്ധവിശ്വാസികളാണ്, സിനിമാതാരങ്ങൾക്കുവരെ കോവിൽ പണിയുന്നവരാണ്-എന്നൊക്കെ കേരളീയർ പരിഹസിക്കാറുണ്ടല്ലോ. പക്ഷേ ഇന്ന് ടി.വി സീരിയൽ കഥാപാത്രത്തിന് വരെ ക്ഷേത്രം നിർമ്മിക്കുന്ന മലയാളി തമിഴനെ കടത്തിവെട്ടുകയാണ്. പത്തനംതിട്ട ജില്ലയിൽ കോഴഞ്ചേരിക്കടുത്തുള്ള എടപ്പാറ മലദേവർക്ഷേത്രത്തിലെ ദൈവമായി കായംകുളം കൊച്ചുണ്ണി അവതരിച്ചിരിക്കുന്നുവത്രെ. ഇഷ്ടനൈവേദ്യം ചാരായം, കള്ള്, കഞ്ചാവ്, വെറ്റില, പാക്ക്. അഭീഷ്ടസിദ്ധി അച്ചെട്ടെന്ന് അനുഭവസ്ഥർ ആണയിടുന്നു. സ്ഥലവും റൂട്ടും കാണിച്ച് പത്രപരസ്യത്തിനൊരുങ്ങുകയാണ് കമ്മറ്റിക്കാർ. കായംകുളം കുഞ്ഞുണ്ണി മുസ്ളീമായതിനാൽ കാര്യങ്ങൾക്ക് ഒരു മതസൗഹാർദ്ദ ടച്ചുമുണ്ട്. സിനിമാതാരങ്ങളും അഭ്യസ്തവിദ്യരുമായ ഭക്തജനങ്ങളുടെ തിരക്ക്

അനുദിനം വർദ്ധിക്കുന്നുവത്രെ!-2007 സെപ്റ്റംബറിൽ പത്രങ്ങളിലും മാസികകളും വഴി മലയാളി മനസ്സിലാക്കിയ കൗതുക വാർത്തയാണിത്. മറ്റുള്ളവരെ പരിഹസിക്കുന്ന കാര്യത്തിൽമാത്രം മലയാളി ഉദാരനാവുന്നതിൽ കഥയുണ്ടോ എന്നതാണിവിടുത്തെ ചോദ്യം.

എഴുത്തച്ഛൻ പറയാതിരുന്നത്

പെരിയാറിന്റെ നിരീക്ഷണങ്ങൾ തൽക്കാലം മാറ്റിവെച്ച് എഴുത്തച്ഛനിലേക്ക് വരാം. ഭക്തകേസരിയായ എഴുത്തച്ഛന് പോലും ഒളിക്കാനാവാത്ത നിരവധി പൊരുത്തക്കേടുകൾ രാമായണത്തിൽ ഇടകലർന്നിട്ടുണ്ട്. അവയിൽ പലതും ശ്രീരാമന്റെ വ്യക്തിത്വത്തിന് മേൽ കരിനിഴൽ വീഴ്ത്തുന്നവയാണ്. ശ്രീരാമനെ മുൻനിർത്തി രാജ്യത്തെ മുൾമുനയിൽ നിർത്തുന്നവർ ഒരിക്കലും അവഗണിക്കാൻ പാടില്ലാത്തവയാണ് അത്തരം വസ്തുതകൾ. വിസ്തരിച്ചൊരു പഠനം ഇവിടെ സാധ്യമല്ല. ഇന്ത്യയിൽ ദളിത്-പിന്നാക്ക സാഹിത്യം രാമായണത്തെപ്പറ്റി ഉയർത്തുന്ന വിമർശനങ്ങൾ നിരവധിയാണ്. ശൂദ്രതാപസ്സനായ ശംബൂകന്റെ കാര്യം തന്നെ എടുക്കുക. വനവാസം കഴിഞ്ഞ് അയോദ്ധ്യയിൽ തിരിച്ചെത്തിയ രാമന്റെ രാജധാനിയിലേക്ക് രോഗം വന്ന് മരിച്ച മകന്റെ ശവവുമായെത്തുന്ന ബ്രാഹ്മണദമ്പതികൾ അലമുറയിട്ട് പരാതിപറയുന്നത് ഒരു ശൂദ്രൻ കാട്ടിലിരുന്ന് തപസ്സ് ചെയ്യുന്നതുകൊണ്ടാണ് തങ്ങളുടെ മകന് ആ ദുരന്തം ഉണ്ടായതെന്നാണ്. മരണകാരണം ഇത്ര നിസ്സാരമായി വിവരിച്ച് കൊടുത്തതും രാമൻ വസിഷ്ഠനോടും മറ്റ് രാജപുരോഹിതൻമാരോടും ഉപദേശം തേടി. ശൂദ്രതാപസ്സന്റെ ശിരസ്സറുക്കണമെന്ന ബ്രാഹ്മണതീരുമാനം അവർ മുന്നോട്ട് വെക്കുന്നു. രാമൻ സസന്തോഷം അതംഗീകരിക്കുകയും ഉടൻ പുഷ്പകവിമാനം കൊണ്ടുവരാൻ ആജ്ഞാപിക്കുകയും ചെയ്യുന്നു(ചില കഥകളിൽ പുഷ്പകവിമാനമില്ല).

പിന്നീട് രാമൻ വനത്തിൽ ചെന്ന് തപസ്സ് ചെയ്യുന്ന ശംബൂകനെ കണ്ടെത്തി സ്വന്തം വാളാൽ അവന്റെ ശിരസ്സറുത്ത് അവന് ശാപമോക്ഷം നൽകുന്നുവെന്ന് എഴുത്തച്ഛൻ. എത്ര മനോഹരമായാണ് ശൂദ്രൻ ശാപമോക്ഷം നേടിയത്! തപസ്സിന് ഫലമുണ്ടായി ,തലപോയെങ്കിലും ശ്രീരാമചന്ദ്രന്റെ വാളല്ലേ കഴുത്തിലൂടെ കടന്നുപോയത്! ഉടൻതന്നെ ബ്രാഹ്മണബാലന് ജീവനും തിരിച്ചുകിട്ടുന്നുവത്രെ.

ശൂദ്രന്റെ കഴുത്തറുത്തപ്പോൾ ബ്രാഹ്മണന് ജീവൻ തിരിച്ചുകിട്ടിയെന്ന് പറയുന്നത് നടന്ന കാര്യമാണോ എന്നൊന്നും ആലോചിക്കേണ്ടതില്ല. പക്ഷേ ഗൗരവതരമായി അപഗ്രഥിക്കേണ്ട ഒരു വസ്തുത അതിലടങ്ങിയിട്ടുണ്ട്. ഇവിടെ ഒരപ്രിയ സത്യം സ്വാഭാവികമായി

തന്നെ അനാവരണം ചെയ്യപ്പെടുകയാണ്. ബ്രാഹ്മണർ കുത്തകയായി വെച്ചിരുന്ന തപസ്സും പൂജഹോമാദികളും താഴ്ന്ന ജാതിക്കാരും ചെയ്തു തുടങ്ങിയാൽ ക്രമേണ ബ്രാഹ്മണർക്ക് ഉപജീവനമാർഗ്ഗം നഷ്ടപ്പെടും. പൊതുവെ അദ്ധ്വാനിച്ച് ജീവിക്കാൻ താല്പര്യവും ശീലവുമില്ലാത്തതിനാൽ പട്ടിണികിടന്ന് മരിക്കുകയേ പിന്നെ ബ്രാഹ്മണർക്ക് നിവൃത്തിയുള്ളൂ. താഴ്ന്ന ജാതിക്കാരെ വിലക്കി നിർത്തിയാലേ എന്നെന്നും ബ്രാഹ്മണന് പ്രതാപം നിലനിർത്താനാവൂ. ആ രീതിയിൽ നോക്കുമ്പോൾ തപസ്സിന് തുനിഞ്ഞ ശംബൂകന്റെ വധത്തോടെ ബ്രാഹ്മണബാലന് ജീവൻ തിരിച്ച് കിട്ടിയതിനെ പ്രതീകാത്മകമായി കാണാവുന്നതാണ്. ശംബൂകൻ രാമന്റെ രാജ്യത്തെ ഒരു പൗരനാണ്. അയാളുടെ താല്പര്യം സംരക്ഷിക്കാനുള്ള ബാദ്ധ്യതയും അദ്ദേഹത്തിനുണ്ട്. തപസ്സ് ചെയ്യാനും ധ്യാനിക്കാനും ആർക്കും അവസരമുണ്ടാകേണ്ടതാണ്; അത് പാടില്ലെന്നു പറയുന്ന ഒരവതാരം മുന്നോട്ടു വെക്കുന്ന നീതിശാസ്ത്രം തീരെ ദുർബലമാണ്.

ചാതുർവർണ്യം സംരക്ഷിക്കാനായി ഏതറ്റംവരെയും പോകുന്ന രാമന് സ്വന്തം പൗരൻമാരോടുള്ള അടിസ്ഥാനകടമകൾ പോലും നിറവേറ്റാനാകുന്നില്ല. അയോദ്ധ്യകാണ്ഡം മൂന്നാംസർഗ്ഗത്തിൽ നിരായുധനായ വിരാധനെ രണ്ടു കൈയ്യും അറുത്തെടുത്തിട്ട് ജീവനോടെ കുഴിച്ച് മൂടുന്നത് പൈശാചികമല്ലെന്ന് പറയാനാവുമോ? നീചകുല സന്യാസിനിയായ ശബരിയുടെ ആശ്രമത്തിൽ രാമ-ലക്ഷ്മണൻമാർ പ്രവേശിച്ച് സൽക്കാരം സ്വീകരിച്ച് മടങ്ങും മുമ്പ് തീയിൽ വെന്തുരുകുന്ന ശബരിയെയാണ് നാം കാണുന്നത്. ഇത് രാമനെ കണ്ട വകുപ്പിൽ ശബരിക്ക് മോക്ഷം കിട്ടിയതായാണ് ഭക്തകവികൾ വ്യാഖ്യാനിക്കുന്നത്. പക്ഷേ ബ്രാഹ്മണസന്യാസിമാർക്കൊന്നും രാമൻ ഇത്തരത്തിൽ 'മോക്ഷം' കൊടുക്കുന്നതായി കാണുന്നില്ല! സന്യാസികളാകാൻ ശ്രമിച്ച താഴ്ന്ന കുലത്തിൽപ്പെട്ട ശംബൂകനും ശബരിക്കും മരണം ശിക്ഷയാകുന്നത് രാമന്റെ പൊതുനിലപാടിന്റെ ഭാഗമായാണ്.

യാഗവും യജ്ഞവും നശിപ്പിക്കുന്നവരോട് ഒരു കാരണവശാലും ക്ഷമിക്കാൻ തയ്യാറാകാത്ത ശ്രീരാമനെയാണ് രാമായണത്തിലുടനീളം നാം കാണുന്നത്. താടകയുടെയും മറ്റ് രാക്ഷസരുടേയും ഗതി സൂചിപ്പിക്കുന്നതും മറ്റൊന്നല്ല. പക്ഷേ രാമ-രാവണ യുദ്ധത്തിനിടയ്ക്ക് നവചൈതന്യം കിട്ടാനായി ഏകനായി ഒരു ഗുഹയ്ക്കുള്ളിലിരുന്ന് ധ്യാനനിമഗ്നനായി പൂജഹോമാദികൾ ചെയ്യുന്ന രാവണനെ പിൻതിരിപ്പിക്കാൻ ഹനുമാനേയും അംഗദനേയും പറഞ്ഞ് വിടുന്നതും ഇതേ രാമൻതന്നെ. രാവണൻ മുതൽ മഹാമുനിമാർവരെ വ്യക്തിപരമായ

നേട്ടത്തിന് വേണ്ടിയാണ് തപസ്സും ധ്യാനവുമനുഷ്ഠിച്ച് കാണുന്നത്. രാവണന്റെ കാര്യവും വ്യത്യസ്തമല്ല. വാനരവീരൻമാർ രാവണന്റെ അരമനയിൽ എത്തി കണ്ണിൽ കണ്ടതെല്ലാം തച്ചുതകർത്തുവെങ്കിലും ഹോമസ്ഥലം മാത്രം കണ്ടെത്താനായില്ല. ഒടുവിൽ സ്ഥിരം ചാരനായ വിഭീഷണന്റെ ഭാര്യ സരമയാണ് ഹോമസ്ഥലം കാട്ടികൊടുക്കുന്നത്.

ഗുഹ്യ്ക്കുള്ളിൽ കയറിയ വാനരവീരൻമാർ ഹവനദ്രവ്യങ്ങൾ വലിച്ചെറിഞ്ഞു;വേദി അടിച്ച് തകർത്തു. രാവണന്റെ കയ്യിൽനിന്നും സ്രുവം പിടിച്ചെടുത്ത് ഹനുമാൻ അട്ടഹസിച്ചു. എങ്കിലും രാവണൻ ധ്യാനത്തിൽ തന്നെ. രാവണനെ പിൻതിരിപ്പിക്കാൻ കഴിയാതെ വന്നപ്പോൾ രാവണപത്നിയും സീതയ്ക്കു തുല്യം പതിവ്രതയുമായ മണ്ഡോദരിയെ പിടിച്ച് കെട്ടികൊണ്ട് വരുന്നത് അംഗദനാണ്(സീതയിൽ നിന്ന് വ്യത്യസ്തമായി മണ്ഡോദരിയുടെ പരിശുദ്ധി ഒരിക്കലും തർക്കവിഷയമാകുന്നില്ല). ഭർത്താവിന്റെ മുന്നിലിട്ട് അംഗദനും കൂട്ടരും അവളുടെ രത്നാഭരണങ്ങൾ തട്ടിപ്പൊട്ടിച്ചു, മുടിക്കുത്തിൽ പിടിച്ച് തറയിലൂടെ വലിച്ചിഴച്ച് അപമാനിച്ചു. സമാനമായൊരു രംഗം കൗരവസഭയിലെ ദ്രൗപദി വസ്ത്രാക്ഷേപത്തിൽ മാത്രമേ നമുക്ക് കാണാൻ കഴിയൂ. മണ്ഡോദരിയുടെ വിലാപം അവഗണിക്കാനാവാത്ത രാവണൻ കണ്ണുതുറന്ന് ഉടനടി വാളെടുത്ത് അംഗദനെ വെട്ടി. രക്തം കൊണ്ട് യജ്ഞഭൂമിയാകെ അലങ്കോലപ്പെട്ടു. വാനരൻമാർ ഈ രീതിയിൽ യജ്ഞം മുടക്കുന്നതിൽ വിജയിച്ചു. പക്ഷേ ഇതൊരു കുറ്റമല്ല. കാരണം യജ്ഞം നടത്തുന്നതാര് എന്നതാണ് രാമന് പ്രധാനമായിട്ടുള്ളത്. ലക്ഷ്യം നേടാൻ ഏതറ്റവും പോകാം എന്ന നിലപാട് രാവണൻ സീതയുടെ കാര്യത്തിൽപോലും സ്വീകരിക്കുന്നില്ല.

സീതയുടെ ജീവപരിത്യാഗം എന്തുകൊണ്ട്?

സീതയുടെ അഗ്നിപരീക്ഷയും ഭൂമിപിളർന്നുള്ള ജീവത്യാഗവും വിവിധരീതിയിൽ വിശകലനം ചെയ്യപ്പെട്ടിട്ടുണ്ട്. നൂറ്റാണ്ടുകളായി അത് തുടരുന്നു. വാത്മീകിരാമായണത്തിലെ ഉത്തരകാണ്ഡം മുഴുവൻ പ്രക്ഷിപ്തമാണെന്ന് പലരും വാദിക്കുന്നതിനാൽ ഈ ഭാഗത്തെപ്പറ്റി വിഭിന്ന വിശകലനങ്ങൾ താരതമ്യേന കുറവുതലാണ്. സീതയെ പരിശുദ്ധയെന്ന് സങ്കൽപ്പിക്കുന്ന നിമിഷം കാളിമ പരക്കുക രാമന്റെ വ്യക്തിത്വത്തിന് മുകളിലാണ്. സീത വഴങ്ങുന്നില്ല;രാമസേന ലങ്കയിലെത്തി വെല്ലുവിളിക്കുന്നു;ഉപദേശത്തിനാകട്ടെ യാതൊരു പഞ്ഞവുമില്ല. എന്നിട്ടും രാവണൻ സീതയെ രാമന് വിട്ടുകൊടുക്കുന്നില്ല, എന്തുകൊണ്ട്? രാവണന്റെ ദുസ്സഹമായ അഹങ്കാരമാണതിന് കാരണം എന്ന് എളുപ്പത്തിൽ പറഞ്ഞ് പോകാം. സീതയെ രാമൻ അഗ്നിക്കിരയാക്കും എന്ന ഭയം രാവണന് ഉണ്ടായിരുന്നതുകൊണ്ടാണ്

സീതയെ വിട്ടുകൊടുക്കാഞ്ഞതെന്ന വാദവും ഉന്നയിക്കാം. രാമൻ ലങ്കയിൽ എത്തിയത് തന്നെ ഇതിനാണത്രെ. നമുക്കറിയുന്ന കഥാ വിവരണത്തിന്റെ പശ്ചാത്തലത്തിൽ അതിശയോക്തിപരമായി തോന്നാവുന്ന ഒരു വിശകലനമാണിത്. ശരി, വിട്ടുകളയാം. പക്ഷേ വാല്മീകിരാമായണം ഇത്തരം നിഗമനങ്ങളെ പൂർണ്ണമായും തള്ളികള യുന്നില്ല എന്നതാണ് ശ്രദ്ധേയം. യുദ്ധം ജയിച്ചശേഷം ആദ്യം രാമൻ ചെയ്തത് വിഭീഷണനെ ലങ്കാധിപനായി വാഴിക്കുകയാണ്; അല്ലാതെ നീണ്ടകാലം പിരിഞ്ഞിരുന്ന പ്രാണപ്രേയസിയുമായി സംഗമിച്ച് സന്തോഷം പങ്കുവെയ്ക്കുകയല്ല. വിഭീഷണനെ വാഴിക്കുകയാണ് തന്റെ മുഖ്യധർമ്മം എന്നുവരെ പറയുന്നുണ്ട് രാമൻ:

'ഇതാണെൻ മുഖ്യകാമം എനിക്കീരാവണാനുജൻ,
ലങ്കാഭിഷിക്തനായി സ്സൗമ്യ, കാണാകേണം വിഭീഷൻ'

(വാല്മീകിരാമായണം 6-115-10)

തന്റെ സ്വകാര്യഅജണ്ട തൽക്കാലം മാറ്റിവെച്ചിട്ട് രാവണന്റെ മരണത്തോടെ അനാഥമായ ലങ്കയ്ക്ക് പുതിയ രാജാവിനെ നൽകാൻ മുൻഗണന നൽകുന്ന രാമന്റെ നിലപാട് ആദർശധീരതയായി വ്യാഖ്യാനിക്കാവുന്നതാണ്. പക്ഷേ സീതയോടുള്ള ഈ നിസ്സംഗത യാദൃശ്ചികമല്ലെന്ന് പിന്നീടുള്ള സംഭവങ്ങൾ സൂചിപ്പിക്കുന്നുണ്ട്. തുടർന്ന് മുങ്ങിക്കുളിച്ച് ദിവ്യാഭരണങ്ങളും ദിവ്യവസ്ത്രങ്ങളുമണിഞ്ഞ സീതാദേവിയെ അഗ്നികുണ്ഡത്തിലേക്ക് കൊണ്ടുവരാൻ ആജ്ഞാപി ക്കുകയാണ് രാമൻ. മുങ്ങിക്കുളിക്കുന്നതിന് മുമ്പ് രാമനെ കാണണമെ ന്ന ആഗ്രഹമുണ്ടായിരുന്നു സീതയ്ക്ക്. അഗ്നിപ്രവേശത്തിന് മുമ്പ് ആചാ രപ്രകാരമുള്ള മുങ്ങിക്കുളിയും ദിവ്യമായ ചടങ്ങുകളും ഉണ്ടാവണമെന്ന് രാമൻ നിർബന്ധം പിടിക്കുന്നു. പ്രാചീനഭാരതത്തിൽ സതി അനുഷ്ഠി ക്കുന്ന സ്ത്രീകൾക്ക് ഇത്തരം ചടങ്ങുകൾ നിർബന്ധമായിരുന്നുവെന്ന് മാർക്കോപോളയുടെ സഞ്ചാരസാഹിത്യം സാക്ഷ്യപ്പെടുത്തുന്നുണ്ട്.

'മുങ്ങിക്കുളിച്ച ദിവ്യാംഗരാഗവും ദിവ്യഭൂഷയും,
അണിഞ്ഞ സീതയെ കൊണ്ടുവരികിങ്ങ ചിരേണ നീ

(വാല്മീകി രാമായണം 6-117-7)

അഗ്നികുണ്ഡമൊരുക്കുന്നത് ഹനുമാനാണ്. അഗ്നിപ്രവേശത്തിന് സീത തന്നെ നിർബന്ധിച്ച് മുൻകൈയ്യെടുത്തു എന്ന ഭാഷ്യം തൽക്കാലം വിടുക. പതിയുടെ അറിവോ സമ്മതമോ കൂടാതെ അന്യപുരുഷന്റെ ഗൃഹത്തിൽ വസിച്ചു എന്നതാണ് രാമൻ സീതിയിൽ ആരോപിക്കുന്ന കുറ്റം.

'കുലീനനേതൊരാളന്യഗൃഹത്തിൽപ്പാർത്ത പെണ്ണിനെ
തിരിച്ചെടുക്കും,

തേജസ്വിയുൽകണ്ഠിത മനസ്കനായ്
രാവണാങ്കേ വസിച്ചോൾ നീ, ദുഷ്ടൻ കണ്ണാലെ കണ്ടവൾ
നിന്നെ തിരിച്ചെടുക്കുമോ കുലവമ്പോതീടുന്ന ഞാൻ'

(വാല്മീകി രാമായണം 6-18-19,20)

സത്യം തെളിയിക്കാൻ അക്കാലത്തെ പ്രാചീനസമൂഹങ്ങളിൽ പലതരം ശിക്ഷകളും പരീക്ഷണങ്ങളും നിലവിലുണ്ടായിരുന്നു. അഗ്നി പരീക്ഷ, ജലപരീക്ഷ, ഭൂമിപരീക്ഷ എന്നിവ അവയിൽ പ്രധാന മായിരുന്നു. കുറ്റാരോപിതനായ വ്യക്തി മുതലകുളത്തിൽ ഇറങ്ങി കുളിക്കുക. മുതലകൾക്ക് ആഹാരമാകാതെ പോയാൽ കുറ്റവിമുക്തർ! അഗ്നിപരീക്ഷയിൽ സത്യം ചെയ്യിച്ചശേഷം ബന്ധനസ്ഥരാക്കി ചിത യിലെറിയുന്നു. തീപ്പൊള്ളലേൽക്കാതെ രക്ഷപ്പെട്ടാൽ കളങ്കമില്ല! ഭൂമിപരീക്ഷയിലാകട്ടെ കുറ്റാരോപിതരെ ജീവനോടെ മണ്ണിട്ടുമൂടുന്നു. കുറ്റം ചെയ്യാത്തവർക്ക് ഭൂമിപിളർന്ന് പ്രാണവായുവും ജീവനും തിരിച്ച് കിട്ടുമെന്നാണ് വിശ്വാസം. ഇത്തരം പരീക്ഷണങ്ങൾ ഇന്ത്യയിലെ എല്ലാ പ്രാചീനഗോത്രങ്ങളിലും സമുദായങ്ങളിലുമുണ്ടായിരുന്നു. പരീക്ഷയുടെ സ്വഭാവം നോക്കുമ്പോൾ വിജയശതമാനം എത്രമാത്രം ദയനീയമായിരിക്കുമെന്ന് ഊഹിക്കാവുന്നതേയുള്ളൂ.

പണ്ട് തിരുവിതാംകൂറിൽ ശുചീന്ദ്രത്ത് ''കൈമുക്ക്''എന്നപേരിൽ സമാനമായൊരു ചടങ്ങുണ്ടായിരുന്നുവല്ലോ. യശഃശ്ശരീരനായ ശ്രീ. പി.കെ ബാലകൃഷ്ണൻ കേരളത്തിലെ നാടുവാഴി വ്യവസ്ഥയെക്കു റിച്ചുള്ള തന്റെ വിഖ്യാതഗ്രന്ഥത്തിൽ ജലപരീക്ഷ, വിഷപരീക്ഷ, അഗ്നിപരീക്ഷ, തുക്കപരീക്ഷ എന്നിങ്ങനെ നാലിനം പരീക്ഷണ ങ്ങൾ പരാമർശിക്കുന്നുണ്ട്.എന്തായാലും വാല്മീകിരാമായണത്തിൽ സീത മേൽപ്പറഞ്ഞപരീക്ഷകളിൽ രണ്ടെണ്ണം അനുഷ്ഠിക്കുന്നുണ്ട്; അഗ്നിപരീക്ഷ ലങ്കയിലും ഭൂമിപരീക്ഷ അയോദ്ധ്യയിലും. ലങ്കയിലെ അഗ്നിപരീക്ഷ അയോദ്ധ്യയിലെ ജനം വിശ്വസിച്ചില്ലെന്ന് വേണം കരുതാൻ. കൈകാലുകൾ ബന്ധിച്ച് ചിതയിലെറിഞ്ഞ ഒരു സ്ത്രീ ജീവനോടെ തിരിച്ചുവരുന്ന കാര്യത്തിൽ അവർക്ക് സംശയമുണ്ട്. അത്തരം ഒരനുഭവം അവർക്ക് മുമ്പ് ഉണ്ടായി കാണില്ല. അഗ്നിപ രീക്ഷയിൽ സീതയെ അഗ്നിയിലെറിയുമ്പോൾ ബ്രഹ്മാവ് സീതയെ പൊക്കിയെടുത്തു കൊണ്ടുവന്ന് അവർ പരിശുദ്ധയാണെന്ന് രാമനെ അറിയിക്കുന്നു, ഒപ്പം രാമൻ വിഷ്ണുവിന്റെ അവതാരമാ ണെന്ന കാര്യവും.ആരോപിതയായ സ്ത്രീയുടെ പാതിവ്രത്യം തെളി യിക്കാനായി ദേവൻമാരും മാലാഖമാരുമൊക്കെ വന്ന് സാക്ഷ്യം പറയുന്നതും ഒരു സെമറ്റിക്ക് മിത്താണ്. യേശുവിന്റെ മാതാവിന്റെ കാര്യത്തിലൊക്കെ സമാനമായ രീതിയിൽ 'ഉന്നതങ്ങളിൽ നിന്നുള്ള'

ഇടപെടൽ ഉണ്ടാകുന്നുണ്ട്.

'വാങ്ങിയ്ക്കു, ദോഷമില്ലാത്ത ശുദ്ധചിത്തയെ രാഘവാ
ചൊല്ക വേണ്ടൊന്നുമേ, നിന്നോടാജ്ഞാപിക്കുകയാണ് ഞാൻ'

(വാല്മീകി രാമായണം 6-121-10)

ലങ്കയിലെ ജനകീയകോടതിയും പണ്ഡിതസദസ്സും സീതയെ അഗ്നിപരീക്ഷയിൽനിന്ന് രക്ഷിച്ചതല്ലേ?-അങ്ങനെയൊരു ചോദ്യവുമുണ്ട്. എന്തെന്നാൽ വിശ്വപിതാവായ ബ്രഹ്മാവിന്റെ സാക്ഷ്യപത്രം അയോദ്ധ്യാവാസികൾക്ക് അസ്വീകാര്യമാകേണ്ടതില്ല. ലങ്കയിലെ ജനസഭയുടെ തീരുമാനവും വിഭീഷണന്റെ അപേക്ഷയുമാണ് സീതയെ സ്വീകരിക്കാൻ രാമനെ പ്രേരിപ്പിക്കുന്നതെന്ന നിരീക്ഷണമുണ്ട്. പക്ഷേ രാമന് സംശയം മാറുന്നില്ലെന്നതിന് നിരവധി ഉദാഹരണങ്ങൾ നമുക്ക് വാല്മീകി രാമായണത്തിൽ പിന്നീട് കാണാം. അതുതന്നെയാണ് അയോദ്ധ്യാ നിവാസികളിൽ ഭൂരിപക്ഷത്തിന്റേയും ഉള്ളിലിരുപ്പ്. പുഷ്പകവിമാനത്തിൽ വെച്ച് 'രാവണൻ നിന്നെ ഒന്നും ചെയ്തില്ലേ? എന്ന് രാമൻ വീണ്ടും ചോദിക്കുന്നുണ്ടല്ലോ. ഗർഭിണിയാണെന്നറിഞ്ഞപ്പോൾ പരിത്യജിച്ചത് സീത രക്ഷപ്പെട്ടുകൊള്ളട്ടെ എന്ന പ്രതീക്ഷയോടെയാണ് എന്നുവേണമെങ്കിൽ പറയാം. പരീക്ഷ നടന്ന് അതിൽ സീത കളങ്കിതയാണെന്ന് തെളിഞ്ഞിരുന്നെങ്കിൽ അതിന്റെ അപമാനം തനിക്കാകുമായിരുന്നെന്ന് രാമന് തോന്നിയിരിക്കാം. അയോദ്ധ്യയിൽ വൻജനക്കൂട്ടത്തിന് മുന്നിലാണ് ഭൂമിപരീക്ഷ നടക്കുന്നത്. അശ്വമേധയാഗം തടസ്സപ്പെടുത്തിയ വാല്മീകിയോടും കൂട്ടരോടും രോഷം പൂണ്ടിരുന്ന ബ്രാഹ്മണർ സദസ്സിൽ ധാരാളമുണ്ടായിരുന്നു. ഭൂമിയിലേക്ക് പ്രവേശിക്കാൻ പാകത്തിൽ മണ്ണുമാറ്റി കുഴിയെടുത്തശേഷം സീതയെ സർവ്വാഭരണവിഭൂഷിതയായി ദിവ്യവസ്ത്രങ്ങളുമണിയിച്ച് ഒരു സിംഹാസനത്തിൽ ഇരുത്തുന്നു. ദിവ്യബലിയ്ക്ക് ഇരയാകുന്നവരെ ഇരുത്തുന്ന സിംഹാസനമാണത്.

'നൽസിംഹാസനമൊന്നുയർന്നു വസുധാതലാൽ'

(വാല്മീകി രാമായണം 7-97-18)

പലപ്പോഴും മയക്കുമരുന്നു കൊടുത്തോ ചലിക്കാനാവാത്ത വിധം മർദ്ദിച്ചവശരാക്കി സിംഹാസനത്തിൽ ബന്ധിച്ചോ ആണ് അന്നൊക്കെ ഇത്തരം പരീക്ഷകൾ നടപ്പിലാക്കിയിരുന്നതെന്ന് ചരിത്രകാരൻമാർ പ്രസ്താവിക്കുന്നു. വാല്മീകിമഹർഷി സീത പരിശുദ്ധയാണെന്ന് വീണ്ടും പ്രഖ്യാപിച്ച് അവരെ രക്ഷിക്കാൻ ശ്രമിച്ചുവെങ്കിലും അയോദ്ധ്യയിലെ സവർണ്ണ സദസ്സ് തൃപ്തരായില്ല;പരീക്ഷ നടക്കുക തന്നെ വേണമെന്നവർ നിർബന്ധിക്കുന്നു. ജനത്തിന്റെ കഠിനഹൃദയമലിയില്ലെന്ന് തീർത്തും ബോദ്ധ്യമായ സീത ഭൂമിദേവിയോട്

ഹൃദയമുരുകി പ്രാർത്ഥിക്കുന്നത് കാണാം:

'നിനയ്ക്കാറില്ല ഞാൻ രാമനൊഴിഞ്ഞൊരെയെങ്കിലോ,
എനിക്ക് മാധവീദേവി പഴുതൊന്നു തരേണമേ!
മനസ്സാകർമ്മണാ വാചാ, രാമാർച്ചയെങ്കിലോ,
എനിക്ക് മാധവീദേവി പഴുതൊന്നു തരേണമേ!
രാമേതരനെയോർപ്പീലെന്നീയെൻ ചൊൽ സത്യമെങ്കിലോ,
എനിക്ക് മാധവീദേവി പഴുതൊന്നു തരേണമേ! '

(വാല്മീകി രാമായണം 67-97-15,16,17)

ദിവ്യ സിംഹാസനത്തോടൊപ്പം മണ്ണിട്ട് മൂടപ്പെട്ടുമ്പോഴും ഒരല്പം പ്രാണവായുവിനായി ചെറിയ പഴുതെങ്കിലും കിട്ടണമേയെന്ന് മനമുരുകി കേഴുന്ന സീത. ബുദ്ധസാഹിത്യവുമായി ബന്ധപ്പെട്ട ഒരു വിശകലനമാണ് മുകളിൽ പാരമർശിച്ചത്. രണ്ട് ബൗദ്ധ-ജൈന രാമായണങ്ങൾ വാല്മീകി രാമായണത്തിന് മുമ്പ് തന്നെ രചിക്കപ്പെട്ടിരുന്നല്ലോ. ഇവിടെ രാമഭക്തർക്ക് ചെയ്യാവുന്ന ഒരു കാര്യം ഭൂമിദേവിവന്ന് സീതയെ സ്വീകരിച്ചാനയിച്ച് കൊണ്ടുപോയി എന്ന ഭക്തകഥയിലെ ഇതിവൃത്തം സ്വീകരിച്ച് ബാക്കിയുള്ളവ കഥയില്ലാത്ത വ്യാഖ്യാനങ്ങളായി തള്ളികളയുക എന്നതാണ്. പക്ഷേ രാമായണകഥയുടെ സാമൂഹിക-സാംസ്ക്കാരിക പശ്ചാത്തലം വെച്ച് നോക്കുമ്പോൾ കുറ്റാരോപിതയായ സീത നാട്ടുനടപ്പനുസരിച്ചുള്ള രണ്ട് പരീക്ഷകൾക്ക് വിധേയമായി എന്ന കാര്യം പരോക്ഷമായി അംഗീകരിക്കപ്പെടുന്നുണ്ട്. ഒന്നാമത്തേത് ശരിക്കും സതി തന്നെ. രണ്ടാമത്തെ പരീക്ഷയ്ക്ക് ശേഷം സീത ജീവനോടെ തിരിച്ചുവരുന്നില്ല. ബ്രഹ്മാവോ മറ്റ് ദേവൻമാരോ രണ്ടാമത് രക്ഷിക്കാൻ വരുന്നില്ലെന്നർത്ഥം. പക്ഷേ ലങ്കയിൽവെച്ച് സീത രക്ഷപ്പെട്ടത് അഗ്നിപരീക്ഷ യഥാർത്ഥത്തിൽ നടക്കാത്തതു കൊണ്ടാണെന്ന നിഗമനം തള്ളാനാവില്ലതന്നെ. അഹിംസാവാദികളായ ലങ്കാനിവാസികളെ മാമൂൽപ്രിയരായ അയോദ്ധ്യക്കാർ വിശ്വസിക്കാതിരുന്നതും അതുകൊണ്ടാവാം.ഒരു ഗോത്രകഥയെന്ന നിലയിൽ വളർന്ന് വികസിച്ച് വിവിധ മതങ്ങളുടെ, വിവിധ രാജ്യങ്ങളുടെ സാംസ്ക്കാരിക സ്വത്തായി തീർന്ന രാമായണത്തെ സംബന്ധിച്ചിടത്തോളം ഇത്തരം വിശകലനങ്ങൾ തീർത്തും അപ്രസക്തമല്ല തന്നെ.

രാമായണത്തിലെ സേതുബന്ധനം

ആഡംസ് ബ്രിഡ്ജ് വിവാദത്തിലേക്ക് തിരികെയെത്താം. ശ്രീരാമന്റെ സേതുനിർമ്മാണവുമായ ബന്ധപ്പെട്ട് നിരവധി പരാമർശങ്ങൾ രാമായണങ്ങളിലുണ്ടല്ലോ. ലങ്കയിലേക്ക് പാലം നിർമ്മിക്കുന്നതിലേക്കായി തന്റെ ബന്ധുവായ സാഗരത്തിനെ പ്രസാദിപ്പിക്കുവാനായി 3 ദിവസ്സം തുടർച്ചയായി തപസ്സുചെയ്തിട്ടും ഫലമില്ലെന്ന് വന്നപ്പോൾ ശ്രീരാമൻ ക്രുദ്ധനായി ലക്ഷ്മണനോട് പറഞ്ഞു:

'സാഗരം നമ്മുടെ വിനയം ദൗർബല്യമായി കാണുകയാണ്. ഈ അലയാഴിയെ ഞാനിന്നൊരു മരുഭൂമിയാക്കും. അമ്പും വില്ലും കൈയ്യിൽ തരിക'

തുടർന്ന് ഗർജ്ജിച്ചുകൊണ്ട് രാമൻ കടലിനുനേരെ ബ്രഹ്മാസ്ത്രം തൊടുത്തു. അസ്ത്രതാപമേറ്റ് കടൽ ആവിയാകാൻ തുടങ്ങി. കടലിലുള്ള സർവ ജീവജാലങ്ങളും ചത്തൊടുങ്ങി. ദേവൻമാർ അരുതേ!അരുതേ! എന്നലമുറയിട്ടു. ചകിതനായിതീർന്ന വരുണൻ പ്രത്യക്ഷപ്പെട്ട് സംഹാരം നിർത്താൻ രാമനോടപേക്ഷിച്ചു. രാമനും കൂട്ടർക്കും അക്കരെ കടക്കാനുള്ള മാർഗ്ഗം പറഞ്ഞു കൊടുത്തു. കടലിൽ നാല് യോജനയുള്ള അണക്കെട്ട് കെട്ടാനാണ് നിർദ്ദേശിച്ചത്. വരുണൻ സ്ഥലം പറഞ്ഞുകൊടുത്തു. വിശ്വകർമ്മാവിന്റെ പുത്രനായ നളനാണ് സേതുബന്ധനത്തിന് സഹായിച്ചത് (നാലൻ വരുകെന്ററൻ കവിക്ക് നായകൻ-സേതുപർവ്വം, കമ്പരാമായണം)നാലഞ്ച് ദിവസം കൊണ്ടാണത്രെ വാനരപ്പട അണ നിർമ്മിച്ചത്. ദേവൻമാരും ബ്രഹ്മർഷികളും ഈ അത്ഭുതകൃത്യം കണ്ടാനന്ദിച്ചു. വാല്മീകിരാമായണവുമായി ബന്ധപ്പെട്ട സേതുബന്ധനകഥയാണിത്. മറ്റൊരു രാമായണകഥയിൽ സേതു ബന്ധനത്തെ കുറിച്ച് പറയുന്ന ഭാഗം ശ്രദ്ധിക്കുക: 'നിർമ്മാണത്തിന്റെ ആദ്യദിവസം വാനരൻമാർ 12 മൈൽ നീളത്തിൽ പാറ

വിന്യസിച്ചു. പാറകൾ സമുദ്രോപരിതലത്തിൽ പൊങ്ങിക്കിടന്നു. രണ്ടാമത്തെ ദിവസം അവർ കൂടുതൽ വേഗത്തിൽ ജോലിചെയ്ത് പാലം രൂപപ്പെടുന്നത് കണ്ട് സന്തോഷിച്ചു. അന്ന് 160 മെൽ ദൂരത്തിൽ പാറ വിന്യസിച്ചു. മൂന്നാം ദിവസമാകട്ടെ, 168 മെലും നാലാം ദിവസം അവരുടെ ശക്തിയും ഉന്മേഷവും വർദ്ധിച്ചതനുസരിച്ച് 176 മെൽ ദൂരത്തിൽ അവർ നിർമ്മാണം പൂർത്തിയാക്കി. അവസാനത്തേതും അഞ്ചാമത്തെയും ദിവസം 184 മൈൽ നീളത്തിൽ ലങ്കയുടെ വടക്കെ തീരത്തുള്ള സുവാല പർവതം വരെയുള്ള സേതുവിന്റെ നിർമ്മാണം പൂർത്തിയാക്കി. അങ്ങനെ പാലം പൂർത്തിയാക്കിയപ്പോൾ അതിന് 80 മൈൽ വീതിയും(128 കി.മീ) 800 മൈൽ(1280 കി.മീ)നീളവുമുണ്ടായിരുന്നു'.

വാനരപ്പട ദൈവികശക്തിയാൽ പ്രചോദിതരായാണ് പാലം നിർമ്മിച്ചതെന്ന് പറയുന്നു. സമുദ്രജലം നിരന്തരമായ ചലനങ്ങൾക്കും വേലിയേറ്റത്തിനും വേലിയിറക്കത്തിനും ഒക്കെ വിധേയമാണ്. കടലിലേക്ക് പാറയിട്ടാൽ അതിടുന്ന സ്ഥലവും വീഴുന്ന സ്ഥലവും ഉറയ്ക്കുന്ന സ്ഥലവും ഒന്നാവുമെന്ന് ഉറപ്പില്ല. ഇന്നും ആ സ്ഥിതിയിൽ മാറ്റമില്ല. തീരത്ത് നിന്ന് പുലിമുട്ട് നിർമ്മിക്കുന്നതുപോലെ എളുപ്പമല്ല കടൽപാല നിർമ്മാണം;അതും നിരവധി കിലോമീറ്ററുകൾ. വൻതോതിലുള്ള ആസൂത്രണവും സാങ്കേതികവിദ്യയും ആവശ്യമുള്ള മേഖലയാണിത്. ഒക്കെ നമുക്കറിയാം. എങ്കിലും വാനരപ്പട ഇതൊക്കെ ചെയ്തുവെന്നുതന്നെ സങ്കൽപ്പിക്കുക. അപ്പോഴും കഥയിൽ സൂചിപ്പിക്കുന്ന നീളത്തിലുള്ള (800മൈൽ-1280 കി.മീ) പാലം ആവശ്യമില്ല. പാലക്കാട്ട് നിന്ന് കെട്ടിതുടങ്ങിയാലും ശ്രീലങ്കയിലെ തലൈമന്നാർ തീരത്തേക്ക് 800 മൈൽ(1280കി.മീ) ദൂരമുണ്ടാവില്ല. ഇപ്പോൾ കണ്ടെത്തിയിട്ടുള്ള ആഡംസ് ബ്രിഡ്ജിന്റെ ദൂരം കേവലം 30 കിലോമീറ്റർ മാത്രമാണ്. 128 കി.മീ വീതിയിൽ ഒരു പാലമെന്നു പറയുന്നതും അസംബന്ധമാണ്. ഇതൊന്നും ഉൾക്കൊള്ളാനുള്ള വലുപ്പം പാക് കടലിടുക്കിനില്ലെന്നത് വേറെ കാര്യം. എന്നാൽ അളവുകളും കണക്കുകളുമൊക്കെ വിട്ടുകളഞ്ഞേക്കൂ, രാമായണത്തിൽ പാലത്തിന്റെ കാര്യം പറയുന്നുണ്ടല്ലോ, അതുതന്നെ ധാരാളം എന്ന് ശാഠ്യം പിടിക്കുന്നവരോട് സംവേദിക്കേണ്ടിവരുമ്പോഴാണ് രാഷ്ട്രം പകച്ച് നിൽക്കുന്നത്.

മിത്തും യാഥാർത്ഥ്യവും

ഒരു സാഹിത്യകൃതിയെ ആധാരമാക്കി ഇത്തരം കണക്കുകൾ അവതരിപ്പിക്കുന്നതിൽ കഴമ്പില്ല. കവിഭാവനയെന്നോ പ്രതീകാത്മകമെന്നോ മറ്റോ പറഞ്ഞ് മുന്നോട്ടുപോകേണ്ട കാര്യമേയുള്ളൂ. പക്ഷേ

രാമായണത്തിൽ പറയുന്നുണ്ട് എന്ന നിർബന്ധവുമായി ആളുകൾ ഇറങ്ങി തിരിക്കുമ്പോൾ രാമായണത്തിൽ എന്താണ് പറയുന്നത് എന്ന പരിശോധന നടത്തപ്പെടാനിടയുണ്ട്. സേതുബന്ധന വിഷയത്തിൽ രാമായണകഥാകാരൻ പാക് കടലിടുക്ക് തന്നെയാണോ സൂചിപ്പിക്കുന്നതെന്ന സംശയം പലരും ഉന്നയിക്കുന്നുണ്ടല്ലോ. ഇനി അഥവാ ആണെങ്കിൽ ആ സമുദ്രഭാഗത്ത് ഒരിക്കലും പോയിട്ടില്ലാത്ത;അതിന്റെ ദൂരത്തേയും വിസ്തൃതിയേയുംപ്പറ്റി വേണ്ടത്ര ഗ്രാഹ്യമില്ലാത്ത ഒരാളുടെ കവിഭാവനയിൽ വിരിഞ്ഞതാണ് ഇത്രയും വലിയ പാലമെന്ന് വ്യക്തമാണ്. ഇതിഹാസകഥകളിൽ പൊതുവെ കാണുന്ന അതിശയോക്തിക്കനുസരിച്ച് വിശിഷ്ടമായ ഒരു പാലം നിർമ്മിച്ച് രാമന്റെ ദൈവികാംശത്തിന് മാറ്റ് കൂട്ടാനാണ് കവി ശ്രമിക്കുന്നതെന്ന് ആർക്കും മനസ്സിലാകും.

ഈ പാലത്തിന്റെ നിർമ്മാണത്തെപ്പറ്റി ഇതിലും അതിശയോക്തി കലർന്ന കഥകളുള്ള രാമായണ രചനകളും ലഭ്യമാണ്. സത്യത്തിൽ ഇവയെല്ലാം ഒരു മിത്തിന്റെ ഭാഗമാണ്. മിത്ത് കാലാതീതവും യാഥാർത്ഥ്യത്തിനുപരിയുമാണ്;അതിനെ പലതിന്റേയും സൂചകമായി കാണണം. പക്ഷേ മിത്തിനെ ചരിത്രവുമായി കൂട്ടികുഴക്കുന്നത് ആസൂത്രിത നീക്കങ്ങളുടെ ഭാഗമായാണ്. മിത്ത് യാഥാർത്ഥ്യത്തെ പരോക്ഷമായി പ്രതിനിധാനം ചെയ്യുന്നുവെങ്കിലും അതൊരിക്കലും യാഥാർത്ഥ്യമല്ല. മിത്ത് യാഥാർത്ഥ്യമാണെന്ന് ശഠിക്കുന്നവരുടെ ലക്ഷ്യം മറ്റ് ചിലതാണെന്ന് വ്യക്തം;കാരണം മറ്റുള്ളവരെ വിശ്വസിപ്പിക്കാൻ കിണഞ്ഞ് ശ്രമിക്കുമ്പോഴും പലപ്പോഴും അവരത് സ്വയം വിശ്വസിക്കാറില്ല.

എലിയും പാമ്പും

ശ്രീരാമ ഭക്തരിലൊരാളായ ഹനുമാൻ നിസ്സാരമായി രണ്ടുപ്രാവശ്യം ചാടിക്കടന്ന കടലാണിത്. മൃതസഞ്ജീവനിക്കായി ഹനുമാൻ ഹിമാലയംവരെ പോയി അവിടെനിന്നും ഔഷധം വളരുന്ന പർവ്വതം തന്നെ പൊക്കിയെടുത്തുകൊണ്ട് വരുന്നുണ്ട്. ആ നിലയ്ക്ക് ശ്രീരാമന് കഷ്ടപ്പെട്ട് ഇത്തരമൊരു പാലം നിർമ്മിക്കേണ്ട വല്ല കാര്യവുമുണ്ടോ എന്നാരെങ്കിലും ചോദിക്കുമോ? കവിഭാവനയെ ആ രീതിയിൽ തന്നെ കാണാൻ ശേഷിയുള്ള ആരും അത്തരമൊരു ചോദ്യം ഉന്നയിക്കില്ല. ശിവപുരാണമനുസരിച്ച് ശിവന്റെ വാഹനം കാളയും പുത്രനായ ഗണപതിയുടേത് എലിയുമാണ്. സുബ്രഹ്മണ്യന് മയിലാണ് വാഹനം. ശിവന്റെ ഗളത്തിൽ പാമ്പ് സന്തതസഹചാരിയായും. പാമ്പിനോട് മയിലിന് സൗഹൃദമില്ല;എലിയെ കണ്ടാൽ പാമ്പും വിടില്ല. കാളയ്ക്കാകട്ടെ ഇവറ്റയൊന്നും തീരെ പഥ്യമല്ല. ആ

നിലയ്ക്ക് ശിവന്റെ കുടുംബത്തിൽ പാർവ്വതിദേവി അനുഭവിക്കാനിടയുള്ള കുടുംബസംഘർഷം എത്ര രൂക്ഷമാണെന്നാലോചിച്ചു നോക്കൂ-എന്നൊരാൾ പറയുന്നുവെന്നിരിക്കട്ടെ. ഒരിക്കലും നമുക്കത് ഗൗരവത്തോടെ കാണാനാവില്ല.

പുരാണം മനസ്സിലാക്കുകയും ആസ്വദിക്കുകയും ചെയ്യേണ്ട രീതി ടിയാന് അന്യമാണ് എന്നത് തന്നെ കാരണം. പക്ഷേ നാളെക്കാലത്ത്, ഈ രാജ്യത്ത് എലിയെ പിടിക്കാൻ പാമ്പിനെ അനുവദിക്കരുതെന്ന് നിയമം കൊണ്ടുവരണമെന്ന് വാദിച്ച് ശിവപുരാണവും ഉദ്ധരിച്ച് ഒരു ഭക്തൻ കോടതിയിൽ പോയാൽ ആദ്യം സൂചിപ്പിച്ച ഫലിതം ഗൗരവതരമായി തീരും. ഭക്തൻ മിത്തും പുരാണവും എങ്ങനെ കൈകാര്യം ചെയ്യണമെന്ന കാര്യത്തിൽ അതിർത്തി ലംഘിക്കുകയാണ്. മിത്തിനെ വർത്തമാന യാഥാർത്ഥ്യവുമായി അനാവശ്യമായി കൂട്ടികലർത്താൻ ശ്രമിക്കുന്നതാണിവിടെ വിഷയമാകുന്നത്.

മഹാവിഷ്ണുവിനെ സംബന്ധിച്ച് പാലാഴി എന്നൊരു സങ്കൽപ്പമുണ്ടല്ലോ. എന്ത് പാലാഴി? ഏത് മൃഗത്തിന്റെ പാൽ? പാൽ കെട്ടുപോകാത്തതെന്ത്? തുടങ്ങിയ 'മിടുക്കൻ'സംശയങ്ങളൊന്നും ആരും ഇതു സംബന്ധിച്ച് ഉന്നയിക്കാറില്ല. കാരണം പാലെന്നത് സമൃദ്ധിയുടേയും ഐശ്വര്യത്തിന്റേയും ചിഹ്നമാണ്. മഹാവിഷ്ണുവും ലക്ഷ്മിദേവിയും ഐശ്വര്യത്തിന്റെ പ്രതീകമാണ്. അത്രയുമേ അതിൽനിന്നും മനസ്സിലാക്കാനുള്ളൂ. ഇനി അതല്ല, പാലാഴി ശരിക്കും ഉള്ളതാണെന്ന് ആരെങ്കിലും വിശ്വസിച്ചാലും എതിർപ്പുണ്ടാകില്ല. അതങ്ങനെ ആയിക്കൊള്ളട്ടെ. പക്ഷേ നാളെ ഏതെങ്കിലും കാരണത്താൽ നിറം മാറിയ ഒരു ജലാശയം ചൂണ്ടി കാട്ടി 'ദേ, നോക്കൂ, പാലാഴി!' ഇനി അതിൽ മത്സ്യബന്ധനം പാടില്ല, ഞങ്ങൾ കോടതിയിൽ പോകും. പുരാണം സാക്ഷി?! എന്നൊക്കെ പറഞ്ഞ് വരുമ്പോഴാണ് ഒരു മതേതര പാലാഴിയിൽ പുളിപ്പുണ്ടാകുന്നത്.

ദൈവനിർമ്മാണത്തിലെ ബ്രാഹ്മണ തന്ത്രം

രാമായണവും രാമന്റെ കഥയും ഭാരതീയർക്ക് ചിരപരിചിതമാണല്ലോ. വാത്മീകി രാമായണത്തിൽ രാമനെ ഒരു മാതൃകാ മനുഷ്യനും ഭരണാധികാരിയുമായി അവതരിപ്പിച്ചുവെങ്കിലും പിന്നീട് ദൈവികത നിഴലിക്കുന്ന ഭാഗങ്ങൾ കൂട്ടിച്ചേർക്കപ്പെട്ടു എന്ന കാര്യവും സൂചിപ്പിച്ചു. വിദേശത്തേക്ക് സഞ്ചരിച്ച രാമായണങ്ങളിൽ പലതും മതപ്രചരണദൗത്യത്തിൽ നിന്ന് കുറച്ചൊക്കെ ഒഴിവായതായി കാണപ്പെടുന്നു. ജനപ്രിയ നായകരെ മുഴുവൻ അവതാരമാക്കി സ്വന്തമാക്കാനുള്ള ബ്രാഹ്മണതന്ത്രം രാമന്റെ കാര്യത്തിലും സംഭവിച്ചിട്ടുണ്ട്. ഭാരതത്തിൽ ബ്രാഹ്മണമതത്തിന്റെ ഏറ്റവും വലിയ എതിരാളി ബുദ്ധനും ബുദ്ധമതവുമായിരുന്നുവെന്ന് നമുക്കറിയാം. ബുദ്ധമതത്തിനെതിരെ അഴിച്ചുവിട്ട അക്രമവും ക്രൂരതകളും ലജ്ജാകരവും സമാനതകളില്ലാത്തതുമാണ്. ഹോമത്തിന് തയ്യാറാക്കി നിർത്തിയിരുന്ന ബലിമൃഗത്തിനൊപ്പം നിൽക്കാൻ ബുദ്ധൻ തയ്യാറായി. ജനിച്ച നാട്ടിൽനിന്ന് നിർദ്ദയം ആട്ടിപ്പായിക്കപ്പെട്ടത് അഹിംസാവാദത്തിന് ജനകീയതയില്ലാത്തതു കൊണ്ടായിരുന്നില്ല. അഹിംസയക്ക് പ്രാധാന്യം നൽകുന്ന മതങ്ങൾക്ക് വെട്ടിപിടിക്കലും ചെറുത്തുനിൽപ്പും ദുഷ്കരമായിരിക്കും. അശോകൻ യുദ്ധവിജയത്തിൽ അപമാനം കണ്ടെത്തിയത് ബുദ്ധമതത്തിന്റെ ചരിത്രത്തിലെ വഴിത്തിരിവായി.

അംഹിംസയ്ക്ക് വലിയ പ്രാധാന്യം നൽകാത്ത മറ്റ് വിദേശമതങ്ങളുടെ മുൻപിൽ പിൽക്കാലത്ത് വെല്ലുവിളിക്കപ്പെട്ട ഹിന്ദുമതത്തിന് ബുദ്ധ-ജൈന മതങ്ങളെ നിസ്സാരമായി തുത്തെറിയാൻ കഴിഞ്ഞത് ആ മതങ്ങളുടെ പ്രത്യേകതകൾ കൊണ്ട് മാത്രമാണ്. ഉദാഹരണമായി തുർക്കികളുടെ നളന്ദാ ആക്രമണം(എ.ഡി.1199) തന്നെയെടുക്കുക. വിശ്വപ്രസിദ്ധിയാർജ്ജിച്ച ബുദ്ധമത വിദ്യാകേന്ദ്രമായിരുന്ന നളന്ദയിൽ അയ്യായിരത്തോളം വിദേശവിദ്യാർത്ഥികൾ

വരെ ഒരേസമയം പഠിച്ചിരുന്നു. സ്വദേശികളുടെ എണ്ണം അതിലും എത്രയോ കൂടുതലാണിട. നളന്ദ മുഴുവൻ കീഴടക്കി ചുട്ടെരിക്കാൻ ബക്തിയാർ ഖിൽജിയുടെ നേതൃത്വത്തിലുള്ള ഏതാനും തുർക്കി ആക്രമണകാരികൾക്ക് നിസ്സാരമായ പ്രതിരോധം പോലും നേരിടേണ്ടി വന്നില്ലെന്ന് ചരിത്രം പറയുന്നു. ഹിംസ ആയുധമാക്കിയ മതങ്ങൾക്ക് മുന്നിൽ ബുദ്ധഭിക്ഷുക്കൾ കാട്ടുതീയിലകപ്പെട്ട കരിയില പോലെയായിരുന്നുവെന്ന് നിഷ്പക്ഷ ചരിത്രകാരൻമാർ രേഖപ്പെടുത്തിയിട്ടുണ്ട്. അവർ പേരിനെങ്കിലും പ്രതിരോധമുയർത്തിയിരുന്നെങ്കിൽ, ഒരുപിടി മണ്ണെങ്കിലും വാരിയെറിഞ്ഞിരുന്നുവെങ്കിൽ ഇത്ര ഏകപക്ഷീയമായ വിജയം തുർക്കികൾക്കുണ്ടാകുമായിരുന്നില്ല. പക്ഷേ പലരും ഓടിപ്പോകാൻപോലും തുനിയാതെ ധ്യാനനിരതരായിരിക്കുകയായിരുന്നുവത്രെ.

ഹിന്ദുക്കൾ ബുദ്ധമതത്തിനെതിരെ നടത്തിയ ആക്രമണങ്ങൾ മിക്കതും ഇതുപോലെതന്നെ ഏകപക്ഷീയമായിരുന്നു. നിമിഷനേരം കൊണ്ട് നൂറ് കണക്കിന് ബുദ്ധമതാനുയായികളാണ് കൊന്നൊടുക്കപ്പെട്ടത്. അതുംപോരാഞ്ഞിട്ട് ശൂന്യതാവാദിയും നിരീശ്വരനുമായ ബുദ്ധനെപ്പോലും അവസാനം വിഷ്ണുവിന്റെ അവതാരമാക്കി കളഞ്ഞു. പല്ലുംനഖവുമില്ലാത്ത, ഹിംസയെ പ്രതിരോധിക്കാനറിയാത്ത ബുദ്ധമതമായിരുന്ന ഭാരതത്തിൽ പ്രബലമതമായി നിലനിന്നിരുന്നതെങ്കിൽ ഇന്ത്യ ലോകത്തെ ഏറ്റവും വലിയ മുസ്ളീംരാജ്യമായി നിസ്സാരമായി മാറ്റപ്പെട്ടുമായിരുന്നുവെന്ന് ഹിന്ദുശക്തികൾ അവകാശപ്പെടുന്നത് കാണാം. ബുദ്ധമതം ഹിന്ദുമതത്തിന്റെ ഭാഗമാണെന്ന് പോലും അടുത്തിടെ ഒരു സംഘപരിവാർ നേതാവ് പ്രഖ്യാപിച്ചതോർക്കുന്നു. വാദം സൗമ്യമായി നിഷേധിക്കപ്പെട്ടതല്ലാതെ വിവാദവും കോലാഹലവുമൊന്നുമുണ്ടായില്ല. പക്ഷേ ഇതേ ലാഘവത്തോടെ സിഖുമതം ഹിന്ദുമതത്തിന്റെ ഭാഗമാണെന്ന് സംഘപരിവാർ പറഞ്ഞപ്പോൾ കളിയാകെ മാറി. വാളും കൃപാണവുമേന്തി ആയിരങ്ങൾ പങ്കെടുത്ത പ്രകടനങ്ങളാണ് പ്രസ്താവനയ്ക്കെതിരെ പഞ്ചാബിലെ പല പട്ടണങ്ങളിലും അന്ന് നടന്നത്. അവസാനം പ്രസ്താവന പിൻവലിക്കേണ്ടിയും വന്നു. അടിക്കുവനെ തൊഴുക, തൊഴുന്നവനെ അടിയ്ക്കുക-ആ ഒരു ലൈൻ മതങ്ങൾക്കും പ്രിയംകരമാണ്.

ഒരു സാഹിത്യകൃതിയെന്ന നിലയിൽ വാല്മീകിരാമായണത്തിന്റെ സാഹിത്യമേന്മയും അത് പിന്തുണയ്ക്കുന്ന മാനുഷികമൂല്യങ്ങളും സദാചാരസംഹിതകളും ശ്രദ്ധിക്കപ്പെടേണ്ടതാണ്. രാമായണത്തിന്റെ രചയിതാവ് ഒരു കാട്ടാളനായിരുവെന്ന ചരിത്രം കുറച്ചിലായി കണ്ടവരുണ്ടായിരുന്നു. മത്സ്യപുരാണത്തിൽ ഒരിടത്ത് രാമായണം

ആദ്യം നൂറ് കോടി വരികളുമായി രചിച്ചത് ബ്രഹ്മാവായിരുന്നുവെന്നും പിന്നീട് നാരദമഹർഷി അത് 24000 ശ്ളോകങ്ങളായി ചുരുക്കി അവതരിപ്പിച്ചത് കേട്ടെഴുതി വെയ് ക്കുക മാത്രമാണ് വാല്മീകി ചെയ്തതെന്നും പറയുന്നുണ്ട്. വാത്മീകിയുടെ പ്രതിഭ കേട്ടെഴുതിവെച്ചതിൽ മാത്രം! മത്സ്യപുരാണം രാമയണത്തിന് ശേഷം രചിക്കപ്പെട്ടതാണെന്നത് പൊതുവെ അംഗീകരിക്കപ്പെട്ടിട്ടുള്ളതാണ്. പിന്നോട്ടൊരു കഥയുണ്ടാക്കി ബ്രഹ്മാവ് രചിച്ച് നാരദൻ രാമായണം അവതരിപ്പിച്ചത് ബ്രാഹ്മണബുദ്ധി തന്നെ. രാമായണം മാത്രമല്ല പിന്നീട് രാമനും വാല്മീകിയിൽ നിന്ന് തട്ടിയെടുക്കപ്പെട്ടു. വാല്മീകി പിതാവ് വഴിക്ക് ബ്രാഹ്മണനാണെന്ന 'ഗവേഷണഫല'വും പുറത്ത് വന്നിട്ടുണ്ടല്ലോ. നല്ലസാഹിത്യം രചിക്കാൻ അഭിജാതന് മാത്രമേ കഴിയൂ എന്ന തത്വം അരക്കിട്ടുറപ്പിക്കാനുള്ള പാഴ്ശ്രമമാണിത്.

തങ്ങളുടെ മാഹാത്മ്യം കൊട്ടിഘോഷിക്കാനായി ബ്രാഹ്മണർ പരസ്പരം മത്സരിച്ച് നിരവധി കെട്ടുകഥകൾ തട്ടിക്കൂട്ടിയിരുന്നു. കഥകൾ പലതും പൊരുത്തപെടാതെ വരുമ്പോൾ പരസ്പരസമ്മതത്തോടെ ചില ക്രമീകരണങ്ങൾ നടത്തുന്നതും പതിവായിരുന്നു. പക്ഷേ കൃത്രിമത്വം ഒറ്റ നോട്ടത്തിൽ വെളിവാകും. കേരളം മുഴുവൻ സ്വന്തമാക്കാനായി പാറശ്ശാല മുതൽ ഗോകർണ്ണംവരെ ബ്രാഹ്മണനായ പരശുരാമനെ കൊണ്ട് മഴുവെറിയിച്ച കഥയുണ്ട്. സത്യത്തിൽ അന്ന് കേരളമില്ല. മഴു എങ്ങനെ കൃത്യമായി'കേരളം'സൃഷ്ടിച്ചുവെന്നതും അജ്ഞാതമാണ്. എല്ലാം ബ്രാഹ്മണിന്റേതാണ് എന്ന് തെളിയിക്കണം,അത് മാത്രമായിരുന്നു ലക്ഷ്യം. കേരളത്തിന്റെ ഭാഗമായ കന്യാകുമാരി പിന്നെ തമിഴ്നാട്ടിലായി. പണ്ടെന്ന് പറയുമ്പോൾ അന്ന് കേരളം തന്നെ ഉണ്ടായിരുന്നുവോ എന്ന ചോദ്യത്തിന് പ്രസക്തിയില്ല. എന്തായാലും പരശുരാമന്റെ മഴു പാഞ്ഞ്പോയ പ്രദേശത്തിലുള്ളതാണ് കേരളമെന്ന് മനസ്സിലാക്കിയാൽ മതിയാകും. എത്ര നീളത്തിൽ എത്ര വീതിയിൽ എന്ന ചോദ്യത്തിന് കൃത്യമായും കേരളത്തിന്റെ വിസ്തീർണ്ണത്തിൽ എന്ന ലളിതമായ മറുപടി സ്വീകരിക്കാം.

മഹാവിഷ്ണുവിന്റെ അവതാരമാണ് പരശുരാമൻ. അവതാരമെന്ന് പറയുമ്പോൾ അനാദിയും അവിച്ഛിന്നവും ഏകവുമായ ആത്മാവ് കൂടുവിട്ട് കൂടുമാറുന്നതു പോലെ വിഷ്ണുവിന്റെ ആത്മാവ് ശരീരം മാറുന്നുവെന്നാണ് ധരിക്കേണ്ടത്. എന്നാൽ മഹാവിഷ്ണു ജീവിച്ചിരിക്കെ തന്നെ അദ്ദേഹത്തിന്റെ അവതാരങ്ങളായ ശ്രീരാമനും പരശുരാമനും ശ്രീകൃഷ്ണനുമൊക്കെ ഭൂമിയിൽ സജീവമാണ്. ഒരേസമയം ഒന്നിലധികം അവതാരങ്ങൾ ജീവിക്കുന്നു, അവതാരങ്ങളായ പരശുരാമനും

ശ്രീരാമനും തമ്മിൽ ഏറ്റുമുട്ടുന്നു, ശ്രീരാമൻ മരിച്ചിട്ടും പരശുരാമൻ ശ്രീകൃഷ്ണന്റെ യുഗത്തിലും ജീവിക്കുന്നു. ഒക്കെ രസകരമാണ്. ആത്മാവ് ഏകവും അവിച്ഛിന്നവുമാണെങ്കിൽ ഇതെങ്ങനെ സാധിക്കുന്നു? ആരെങ്കിലും പണ്ട് ചോദിച്ചിട്ടുണ്ടാവണം.

ആദ്യം പരശുരാമനെ ചിരംജീവിയാക്കി പ്രശ്നം പരിഹരിച്ചു. പിന്നീട് അംശാവതാര സിദ്ധാന്തമാണ് ബ്രാഹ്മണബുദ്ധിയിൽ വിരിഞ്ഞത്. ഒന്നും പൂർണ്ണമായ അവതാരമല്ല. വിഷ്ണുവിന്റെ അംശമേയുള്ളു അവതാരങ്ങളിൽ. പൂർണ്ണ ദൈവത്വമില്ല;ചെറിയൊരു ടച്ചിംഗ് എന്നു പറയാം. എങ്ങനെ വിഷ്ണുവിന്റെ ആത്മാവ് ഭാഗികമായി ഇങ്ങനെ പല ശരീരങ്ങളിൽ സ്ഥിതി ചെയ്യും? നാമും അവതാരമല്ലേ? ശ്രീരാമനിൽ എത്ര ശതമാനം? ശ്രീകൃഷ്ണനിൽ എത്ര ശതമാനം? സാധാരണ മനുഷ്യരിൽ എത്ര ശതമാനം? സംശയിക്കുന്നവന്റെ ഭക്തി ദുർബലപ്പെടുന്നുവെന്ന സിദ്ധാന്തം ബ്രാഹ്മണർ മുന്നോട്ട് വെക്കുന്നതിനാൽ ഇത്തരം ചോദ്യങ്ങളിൽ കഥയില്ല തന്നെ.